பூங்காற்றிலே உன் சுவாசம் - பாகம் 2

AF751530

நித்யா மாரியப்பன்

Made with ♥ on the Notion Press Platform
www.notionpress.com

பொருளடக்கம்

என்னுரை	v
1. பூங்காற்று 1	1
2. பூங்காற்று 2	10
3. பூங்காற்று 3	19
4. பூங்காற்று 4	27
5. பூங்காற்று 5	34
6. பூங்காற்று 6	42
7. பூங்காற்று 7	50
8. பூங்காற்று 8	57
9. பூங்காற்று 9	65
10. பூங்காற்று 10	70
11. பூங்காற்று 11	80
12. பூங்காற்று 12	89
13. பூங்காற்று 13	101
14. பூங்காற்று 14	109
15. பூங்காற்று 15	118
16. பூங்காற்று 16	128
17. பூங்காற்று 43	139
18. பூங்காற்று 18	149
19. பூங்காற்று 19	157
20. பூங்காற்று 46	167
21. பூங்காற்று 21	176
22. பூங்காற்று 22	183
23. பூங்காற்று 23	191

பொருளடக்கம்

24. பூங்காற்று 24 199

25. பூங்காற்று 25 206

26. பூங்காற்று 26 (இறுதி) 220

என்னுரை

வணக்கம்! நான் **நித்யா மாரியப்பன்.** Tax practitioner பணியில் இருந்தபடி கடந்த நான்கு வருடங்களாக எழுதி வருகிறேன். எனது எட்டு நாவல்கள் ஸ்ரீ பதிப்பகம் மற்றும் அருணோதயம் பதிப்பகம் வாயிலாக புத்தகங்களாக வெளி-வந்துள்ளன. **பூங்காற்றிலே உன் சுவாசம்** எனும் இந்நாவல் எனது நான்காவது நெடுநாவலாகும்.

அமைதியான பெண் **கிருஷ்ணஜாட்சியும்** அவளது தங்கை **நீரஜாட்சியும்** சந்தர்ப்பவசத்தால் தாத்தாவிடம் அடைக்கலம் புகுகின்றனர். அங்கே அவர்களுக்கு எதிரியாய் நிற்கும் அத்தை பத்மாவதியையும் அவரது மைந்தர்கள் ஹர்சவர்தனையும், ரகுநந்தனையும் அவர்கள் எவ்வாறு சமாளிக்கிறார்கள் என்பதை கூறும் குடும்ப நாவலின் இரண்டாம்பாகம் இது.

இதில் காதல், குடும்ப உறவுகளுக்கிடையே இருக்கும் சிக்கல்களை என என்னால் முடிந்தளவு அழகாக கூறி-யிருக்கிறேன். நாவலைப் பற்றிய உங்கள் கருத்துகளை nithyamariappankn@gmail.com என்ற மின்னஞ்ச-லுக்கு அனுப்பி வைக்கலாம்.

நன்றியுடன்
நித்யா மாரியப்பன்

1

பூங்காற்று 1

முதல் பாகத்தின் தொடர்ச்சி...

கிருஷ்ணஜாட்சி கரோலினை வங்கிக்கு அனுப்பி வைத்துவிட்டு அவள் மட்டும் பேக்கரியைத் திறந்து வைத்திருந்தாள். அவள் தனியாக வாடிக்கையாளர்களைக் கவனித்தவள் பதினொரு மணி வாக்கில் கூட்டம் குறையவே சிறிது ஓய்வாக அமர்ந்தாள். அன்று அவர்களுக்கு ஒரு பிறந்தநாள் கேக்குக்கான ஆர்டர் கிடைத்திருந்தது. அந்த ஆர்டரைக் கொடுத்த பெண்மணி தனது மகளுக்கு மிக்கி மவுஸ் உருவம் வைத்த கேக் வேண்டும் என்று சொல்லி கேட்டலாகில் குறிப்பிட்டுவிட்டுச் செல்ல கிருஷ்ணஜாட்சி அது குறித்து யோசித்துக் கொண்டிருந்தாள்.

அப்போது பேக்கரியின் கண்ணாடிக்கதவின் வழியே விழும் சூரியஒளியை யாரோ மறைப்பது போல தோன்ற யாரென்று பார்க்க அங்கே வர்ஷா ஒரு ஆடவனுடன் நின்று கொண்டிருந்தாள். அவளைப் பார்த்ததும் கிருஷ்ணஜாட்சி எழுந்து கொள்ள வர்ஷா ஓடி வந்து கிருஷ்ணஜாட்சியை அணைத்துக் கொண்டாள்.

சில கண அமைதிக்குப் பிறகு முதுகுப்புற ஏப்ரன் ஈரமாவதை உணர்ந்த கிருஷ்ணஜாட்சிக்கு அவள் அழுகிறாள் என்பதே அப்போது தான் உரைத்தது. பதறிப் போனவளாய் அவளை எழுப்பியவள் "என்னாச்சு வர்ஷா? ஏன் அழறே? நீ பெரியப்பாவை நினைச்சு பயந்தேனா அதுக்கு அவசியமே இல்ல, நான் அவர் கிட்ட பேசிட்டேன். இப்போ நீ

வீட்டுக்குப் போனா கூடா அவர் உன்னை மன்னிச்சிடுவார். நீங்களும் தான் அண்ணா" என்றபடி அவளுடன் நின்ற ஆடவனைப் பார்க்க அவனோ தர்மசங்கடத்துடன் புன்னகைத்தான்.

"இல்ல சிஸ்டர்! இங்கே நாங்க வந்தது உங்க கிட்ட மன்னிப்பு கேக்க தான்" என்று அவன், வர்ஷாவின் கணவனான அருண் கூற வர்ஷா-வும் அதை ஆமோதித்தாள்.

"நான் என்னைப் பத்தி யோசிச்சேனே தவிர அவா நேக்குப் பதிலா உன்னை மணமேடையில உக்கார வைப்பான்னு நினைக்கல கிருஷ்ணா. ஏற்கெனவே அத்தைக்கு உன்னை பிடிக்காது. ஹர்சாவும் அத்தை கிழிச்ச கோட்டை தாண்ட மாட்டான். என்னோட சுயநலம் உன் வாழ்க்-கையை அழிச்சிடுச்சே" என்றபடி அவள் கையைப் பிடித்து அழத் துவங்கினாள் வர்ஷா.

அவளைத் தேற்ற முடியாமல் தவித்த கிருஷ்ணஜாட்சி "இங்க பாரு வர்ஷா! நீ அழறதால நடந்த எதையும் மாத்த முடியுமா? அப்போ எதுக்கு கண்ணீரை வேஸ்ட் பண்ணுற? எனக்கோ பெரியப்பாவுக்கோ உன் மேல எந்த கோவமும் இல்ல. நீ என் கிட்ட மன்னிப்பு கேக்கற-துக்கு அவசியமே இல்ல" என்று அவளை ஆறுதல் படுத்த

வர்ஷாவின் கணவன் அருண் "நீங்க பெரிய மனசோட சொல்லுறிங்க சிஸ்டர். ஆனா உங்க கிட்ட மன்னிப்பு கேட்டா தான் எங்களால எந்த குற்றவுணர்ச்சியும் இல்லாம எங்க வாழ்க்கையை ஆரம்பிக்க முடியும்" என்று சொல்லி கைகூப்பி மன்னிப்பு கேட்கவே இருவரின் செய்கையில் கிருஷ்ணஜாட்சிக்கு சங்கடமாகி விட்டது.

அவர்களின் திருப்திக்காக "சரி சரி! உங்க ரெண்டு பேரையும் மன்-னிச்சாச்சு. புது மாப்பிள்ளை பொண்ணு வந்திருக்கிங்க, சொல்லுங்க! என்ன சாப்பிடுறிங்க?" என்று விருந்தோம்பலை ஆரம்பிக்க வர்ஷாவின் முகத்தில் அப்போது தான் சோகத்தின் சாயல் கொஞ்சம் விலகத் தொடங்கியது.

கிருஷ்ணஜாட்சி இருவரையும் அமரச் சொல்லிவிட்டு காபியுடன் வந்து அவளும் அமர்ந்து கொண்டாள். வர்ஷா அவள் அமர்ந்ததும் கவனித்த முதல் விஷயம் கிருஷ்ணஜாட்சியின் முன்வகிட்டில் குங்குமம் இல்லாததை தான்.

பதற்றத்துடன் அவள் பார்வை கிருஷ்ணஜாட்சியின் கழுத்தை ஆராய முற்பட அன்று குளோஸ்ட் நெக் டாப் அணிந்திருந்ததால்

கிருஷ்ணஜாட்சியின் கழுத்து அவளுக்குப் புலப்படவில்லை. சரி இப்போதெல்லாம் யார் முன் வகிட்டில் குங்குமம் வைத்துக் கொள்கிறார்கள் என்று அந்த விஷயத்தை ஓரம் தள்ளிவிட்டு வீட்டில் அனைவரும் எப்படி இருக்கிறார்கள் என்று விசாரிக்க ஆரம்பித்தாள்.

கிருஷ்ணஜாட்சி அனைவரும் நலம் என்றவள் மெதுவாக "வர்ஷா உங்க அம்மா தான் ரொம்ப ஷாக் ஆயிட்டாங்க. அவங்க அன்னைக்கு வீட்டுக்குப் போற வரைக்கும் யார் கிட்டவும் பேசலடி" என்றாள் வருத்தமான குரலில்.

வர்ஷா அதை அலட்சியம் செய்யவே அருண் அவளிடம் "ஷ்ஷ் வர்ஷா! என்ன இருந்தாலும் அவங்க உன்னோட அம்மா" என்று அதட்ட அவள் அவனை முறைத்துவிட்டு கிருஷ்ணஜாட்சியிடம் திரும்பினாள்.

"கிருஷ்ணா சப்போஸ் இப்போ மதுரா சித்தி உயிரோட இருந்து அவங்க கிட்ட நீயோ நீருவோ ஒரு பையனை காதலிக்கிறதா சொன்னா அவங்க என்ன பண்ணுவாங்க? முதல்ல யோசிச்சாலும் அப்புறம் பொண்ணோட சந்தோசம் தான் முக்கியம்னு அந்த பையனை பத்தி விசாரிப்பாங்க. நல்லவனா இருந்தா சந்தோசமா கட்டி வைப்பாங்க. மோசமானவனா இருந்தா பொண்ணுக்கு புத்தி சொல்லி திருத்துவாங்க! ஆனா நான் எங்க அம்மா கிட்ட அருண் பத்தி சொன்னப்போ ஆத்துல என்ன நடந்துச்சு தெரியுமா?" என்ற கேள்வியுடன் நிறுத்தியவளை கிருஷ்ணஜாட்சி பார்க்க

வர்ஷா விரக்தியான குரலில் "அம்மா அருணை ஒரு மனுசனா கூட மதிக்கல. இத்தனைக்கும் இவன் நல்ல செக்யூர்டான ஜாப்ல இருக்கான், இவங்க ஃபேமிலி பேக்கிரவுண்டும் அருமையானது தான். ஆனா அம்மாக்கு அருணை பிடிக்கல. அவங்க மனசு பூராவும் ஸ்ரீனிவாசவிலாசம் தான் இருந்துச்சு. அதோட மருமகளா நான் ஆகலைனா அவங்களும் விஷம் குடிச்சுட்டு, அப்பாக்கும் சாப்பாட்டுல கலந்து குடுத்துடுவேனு மிரட்டுனாங்க. நேக்கு என்ன பண்ணனு தெரியல கிருஷ்ணா. என்னால ஒருத்தனை காதலிச்சிட்டு இன்னொருத்தனோட ஆத்துக்காரியா வாழ முடியாதுனு எவ்வளவோ சொல்லி புரியவைச்சேன்.

அதுக்கு அவங்க அப்பாவை உதாரணமா சொன்னாங்க. அப்பா மதுரா சித்தியை காதலிச்சிட்டு அவங்க இல்லைனு ஆனதும் தான் அம்மாவை விவாகம் பண்ணிண்டார்னு சொன்னவங்க அதே மாதிரி

நோக்கும் ஹர்சா மேல வருங்காலத்துல விருப்பம் வந்துடும்னு என்னை வற்புறுத்துனாங்க. வேற வழியில்லாம தான் நான் இப்பிடி ஒரு முடிவு எடுத்தேன். எல்லா சடங்கு சம்பிரதாயத்திலயும் அம்மாக்கு சந்தேகம் வரக் கூடாதுனு தான் சிரிச்ச முகத்தோட இருந்தேன். உள்ளுக்குள்ள ஹர்சாவை ஏமாத்துறோமேனு நான் அழுதது நேக்கு மட்டும் தான் தெரியும். இப்போ கூட உன்னண்ட மன்னிப்பு கேட்டுட்டு அவனை தான் பார்க்கப் போறோம்" என்று நடந்ததை கூற விஜயலெட்சுமியின் மீது ஒட்டிக் கொண்டிருந்த கொஞ்சநஞ்ச மரியாதையும் மறைய கிருஷ்ணஜாட்சி வர்ஷாவின் கையை அழுத்தினாள்.

"நீ ஹர்சாவை போய் பார்க்க வேண்டாம். நான் அவரண்ட சொல்லிடுறேன். நீ இப்போ போக வேண்டியது பெரியப்பா கிட்ட. அவர் கிட்ட போய் மன்னிப்பு கேட்டுட்டு உங்க வாழ்க்கையை நல்ல படியா வாழ ஆரம்பிங்க" என்று நல்வார்த்தை சொல்லி இருவரையும் ஆதிவராஹனை சந்திக்க அனுப்பி வைத்தாள்.

அவர்கள் சென்று சில நிமிடங்களில் கரோலின் வரவே அவளிடம் வர்ஷாவும் அவள் கணவனும் வந்திருந்த விஷயத்தைக் கூறியவள் என்ன மாதிரி சூழ்நிலையில் அவள் அப்படி ஒரு முடிவு எடுத்திருந்தாள் என்பதையும் கூற கரோலினுக்கு வர்ஷா மீது இருந்த அதிருப்தி அப்போது தான் மெல்ல மெல்ல அகன்றது.

அதன் பின் அவர்கள் வழக்கமான வேலையில் மூழ்கிவிட நேரம் போனதே தெரியவில்லை. அன்று பிறந்தநாள் கேக் அவர்களின் சிந்தனையைத் திருடிக் கொண்டது. அதைப் பற்றிய யோசனையுடனே அன்றைய பொழுதைக் கடத்தியவர்கள் மாலையில் வெளியே மெர்லினின் பொக்கே ஷாப்பில் ஏதோ சத்தம் கேட்கவே பதறிப் போய் அங்கே ஓடினர்.

மெர்லின் மூர்ச்சையாகி இருக்க அவரை தண்ணீர் தெளித்து எழுப்பிக் கொண்டிருந்தார் இன்னொரு ஆங்கிலோ இந்தியப் பெண்மணி. கிருஷ்ணஜாட்சியும் கரோலினும் என்னவோ ஏதோவென்று பதறிப் போய் நிற்க அந்த பெண்மணி "டோண்ட் கெட் பேனிக். ஸ்மால் ஃப்ளெக்சுவேசன் இன் பிபி, நத்திங் சீரியஸ் டியர்ஸ்" என்று சொல்லிக் கொண்டிருக்கும் போதே விழித்துக் கொண்டார் மெர்லின்.

கிருஷ்ணஜாட்சி அவருக்கு நன்றி தெரிவித்துவிட்டு கரோலினிடம் "நான் ஷாப்பை குளோஸ் பண்ணிடுறேன். நீ அம்மாவை கூட்டிட்டு

போ" என்று சொல்லி அவளை அனுப்பி வைத்துவிட்டு பொக்கே ஷாப்பை மூடினாள்.

சிறிது நேரத்தில் பேக்கரிக்கு வந்த கரோலினிடம் "நீ இனிமே உங்க வீட்டுலயே இருந்துக்கோ லின். எனக்கு ஒன்னும் இல்ல. நான் தைரி-யமா தான் இருக்கேன். அம்மாக்கு ஆல்ரெடி ஹெல்த் இஸ்யூஸ் வேற. இதுல நீயும் பக்கத்துல இல்லனா நல்லா இருக்காது. அவங்க கொஞ்ச நேரம் ரெஸ்ட் எடுத்துட்டு எழுந்ததும் நீ டாக்டர் கிட்ட கூட்டிட்டு போ. பேக்கரியை நான் பார்த்துக்கிறேன்" என்று சொல்லி அவளை அனுப்பி வைத்தாள்.

அவள் சென்ற பின்னர் வந்த சில வாடிக்கையாளர்களும் சென்ற பின்னர் பேக்கரியை வழக்கம் போல எட்டு மணிக்கு பூட்டியவள் நேரே கரோலினின் வீட்டுக்குச் சென்று மெர்லினிடம் மருத்துவர் சொன்ன விவரங்களை விசாரித்துவிட்டு பேருந்தைப் பிடிக்கச் செல்ல அவளுக்கு டாட்டா காண்பித்துவிட்டு பேருந்து சென்றுவிட்டது.

பெருமூச்சுடன் நீரஜாட்சியை வரச் சொல்லலாமா என்று மொபைலை எடுத்தவள் இவ்வளவு நேரத்துக்குப் பிறகு அவள் நெடுந்-தொலைவு கடந்து இங்கே வருவது பாதுகாப்பல்ல என்று உணர்ந்து அந்த எண்ணத்தை ஒத்தி வைத்துவிட்டு கால்டாக்சிக்கு போன் செய்-தாள்.

டாக்சி வரும் வரை பேருந்து நிறுத்த இருக்கையில் அமர்ந்திருந்த-வளுக்கு சில நிமிடங்களில் அங்கே வந்து நின்ற ஆண்களின் தோற்றம் மனதிற்குள் குளிரை பரப்பவே மனதிற்குள் ஹனுமன் சாலீசாவை உருப்-போடத் தொடங்கினாள்.

அது தீயசக்திகளிடம் இருந்து நம்மைக் காக்கும் மந்திரம் தான், என்ன செய்வது இந்த உலகில் வேலை செய்வதற்காக வெளியே வரும் ஒவ்வொரு பெண்ணுக்கும் தன்னை தேவையின்றி நோட்டமிடும் ஒவ்-வொரு ஆணுமே தீயசக்தியாக தான் தெரிகிறான். இது காலத்தின் அவலமே.

எவ்வளவு நேரம் தான் தன்னைப் பார்வையாலே கூறு போடும் இவர்களைச் சமாளிப்பது என்று பயந்தவளுக்கு அந்த சாலையில் வேக-மாக அவளைக் கடந்த வெள்ளை நிற ஆடி காரைப் பார்த்ததும் அதன் உரிமையாளனின் முகம் மனதில் தோன்றியது.

அதோடு மனதில் ஒரு விரக்தியும் தோன்றியது. இருந்தும் இல்லாமல் இருக்கும் உறவை நினைத்து தான் ஏன் நேரத்தை விரயமாக்கி கொள்ள வேண்டும் என்று எண்ணிக் கொண்டிருந்தவள் அந்த ஆடி மீண்டும் திரும்பி வருவதைக் கண்டு திகைத்தாள்.

ஒரு வேளை தன்னை பார்த்திருப்பானோ என்ற எண்ணம் மனதில் தோன்ற அடுத்த கணமே "ஆமா பார்த்தா மட்டும் அப்பிடியே ஓடி வந்து பொண்டாட்டியை கூட்டிட்டு போயிட்டு தான் மறுவேலை பார்ப்-பான் இவன்! வீணா அவனைப் பத்தி யோசிக்காதே கிருஷ்ணா" என்ற மனசாட்சியின் அறிவுறுத்தலுக்கு செவி சாய்த்தபடியே நிமிர்ந்து அமர்ந்து கொண்டாள் கிருஷ்ணஜாட்சி.

அந்த ஆடியும் ஆடி அசைந்து அவள் இருக்கும் இடத்துக்கு எதிரே நிற்க அதிலிருந்து இறங்கிய ஹர்சவர்தன் அங்கே அமர்ந்திருந்த கிருஷ்ணஜாட்சியையும் அவளை வெறித்து பார்த்துக் கொண்டிருந்த சில ஆண்களையும் கண்டவன் எரிச்சலுடன் அவளை நோக்கிச் சென்றான்.

அவனைக் கண்டதும் அவர்கள் கிருஷ்ணஜாட்சி மீது வைத்திருந்த பார்வையை விலக்கிக் கொள்ள அவன் அருகில் வந்து "வா கிருஷ்ணா! ஆத்துக்குப் போகலாம்" என்று சொல்ல கிருஷ்ணஜாட்சிக்கு அவள் காதையே அவளால் நம்ப முடியவில்லை.

அவனது ஆணையிடும் குரலில் எரிச்சலானவள் பொய்யான ஆச்-சரியத்துடன் அவனை ஏறிட்டு "வாவ்! என்னால நம்பவே முடியலயே, பத்மாவதி அம்மாவோட பையன் என் கிட்ட வந்து பேசுறார். பட் ஐ அம் நாட் இம்ப்ரெஸ்ட். நீங்க போகலாம்" என்று மறுத்துவிட்டு சாலையை வெறிக்க ஆரம்பித்தாள்.

இது ஹர்சவர்தன் எதிர்ப்பார்த்த பதில் தான். எனவே அவனுக்கு அதிர்ச்சி எதுவுமில்லை. சாதாரண குரலில்

"உன் கோவம், வருத்தம் எல்லாத்தையும் ஆத்துல போய் காட்-டிக்கோ கிருஷ்ணா. இப்போ கிளம்பு. இங்க சிச்சுவேசன் சரி இல்ல" என்றான் குழந்தைக்கு விளக்குவதைப் போல.

ஆனால் அவள் ஒன்றும் பழைய கிருஷ்ணஜாட்சி இல்லையே. அவனை கேலியாகப் பார்த்தபடி "எதை நம்பி உங்களோட கார்ல ஏறு-றது? திடீர்னு உங்க அம்மா கால் பண்ணி நீங்க எங்க இருக்கிங்-கன்னு விசாரிச்சா நீங்க உத்தமபுத்திரனா என்னை கூட்டிட்டு வர்ற விஷயத்தைச் சொல்லுவிங்க. அதை கேட்டு பத்மாவதி அம்மாவுக்கு

கோவம் வரும். அம்மா கோவப்படறதை தாங்கிக்காத புள்ளையாச்சே நீங்க, அம்மா மனசு கோணக்கூடாதுனு பாதி வழியில இறக்கி விட்டுட்டு போயிட்டிங்கன்னா அங்கேயும் இதோ இந்த மாதிரி சில நாய்கள் நாக்கை தொங்கப் போட்டுட்டு தான் நிக்கும். அப்போ நான் பாதுகாப்பா இருப்பேனா மிஸ்டர் ஹர்சவர்தன்?" என்று அவளின் ஆறு வருட கோபத்தையும் ஒருங்கே அவன் மீது காட்ட ஹர்சவர்தனால் இந்த புதிய கிருஷ்ணஜாட்சியை சத்தியமாக சமாளிக்க இயலவில்லை.

இருந்தாலும் வருந்திய குரலில் "என்னால நம்பவே முடியல! இவ்ளோ நாள் மாமியா இருந்தவங்க இப்போ பத்மாவதி அம்மாவா ஆயிட்டாங்கல்ல, எதிரிக்கு கூட மனசு வலிக்க கூடாதுனு நினைப்பியே கிருஷ்ணா! நீயா இப்பிடி பேசறேனு என்னால நம்பவே முடியல" என்றவனை எரிப்பது போல பார்த்தவள் அவன் கண்களின் இறைஞ்சுதலை பார்க்க விரும்பாமல் முகத்தைத் திருப்பிக் கொண்டாள்.

அப்படியே அமர்ந்தவாறு "ரொம்ப பேசறேன்ல! என்ன பண்ணுறது? வாழ்க்கையில ரொம்ப மோசமா அடி வாங்கிட்டேன், அதோட விளைவு தான் இது. பிளீஸ் நீங்க கிளம்புங்க, இல்லைனா நான் இன்னும் எதுவும் சொல்லிடப் போறேன்" என்றவளைப் பார்த்து அவனுக்கு ஆயாசமாக இருந்தது.

காரில் அவளை அமர வைக்கவே இவ்வளவு போராட்டம் என்றால் இவளுடன் தன் எதிர்காலத்தைப் பகிர்ந்து கொள்வது இந்த ஜென்மத்தில் ஈடேறாது போலவே என்று அவனுக்கு தோன்றியது.

அவனது மனசாட்சி "நோ ஹர்சா! டோண்ட் கிவ் அப். இவ விட்டா பேசிண்டே போவா. நீ என்ன பண்ணுவியோ தெரியாது, இன்னும் ரெண்டு நிமிசத்துல கிருஷ்ணா உன் கார்ல இருக்கணும். இவ்வளவு உயரமா வளர்ந்திருக்கியோன்னோ ஏதாச்சும் பண்ணு" என்று அவன் தலையில் குட்ட ஹர்சவர்தனும் ஒரு முடிவுக்கு வந்தான்.

"குழந்தை மாதிரி அடம் பிடிக்காதே கிருஷ்ணா. இப்போ நீயா வர்றியா, இல்ல....." என்றவனை இடை வெட்டினாள் கிருஷ்ணஜாட்சி.

"இல்லனா என்ன பண்ணுவிங்க?" என்றபடி எழுந்தவளை அடுத்த நிமிடமே தன் கரங்களில் அள்ளிக் கொண்டான் அவளின் கணவன்.

"இப்போ புரிஞ்சுருக்குமே! போகலாமா?" என்றபடி அவன் நடக்க

கிருஷ்ணஜாட்சி கடுப்புடன் "உங்களுக்கு கொஞ்சம் கூட அறிவு இல்ல ஹர்சா! ஏன் பப்ளிக் பிளேஸ்ல இப்பிடி பொறுக்கி மாதிரி பிஹேவ்

பண்ணுறிங்க? முதல்ல என்னை இறக்கி விடுங்க" என்று அவள் திமிற அவனோ அதை சட்டை செய்யாமல் அவளை காருக்குள் அமர்த்தி கதவை அறைந்து சாத்திவிட்டு அங்கே நின்ற ஆண்களிடம் வந்தான்.

"டேய் இங்க நீங்க நிக்கிற நேரத்துல உன் அக்கா, தங்கச்சி, ஒய்பை எவனாச்சும் இப்பிடி நோட்டம் விட்டுண்டிருப்பான். போய் அவன் கிட்ட இருந்து உங்க வீட்டு பொண்ணுங்களை காப்பாத்துங்க" என்று செருப்பால் அடித்தது போலச் சொல்லிவிட்டு காரினுள் அமர கிருஷ்ணஜாட்சி அவனை முறைக்க ஆரம்பித்தாள்.

அவனோ அதற்கெல்லாம் அசராமல் "ரொம்ப கோவமா இருக்கியே! ஏ.சி போட்டா கூல் ஆயிடுவியா?" என்று கேலி செய்தவாறு காரை எடுக்க அவளால் முகத்தை திருப்பிக் கொண்டு அமர மட்டுமே முடிந்தது.

மனைவியின் பாராமுகம் வருத்தத்தைக் கொடுத்தாலும் திருமணத்துக்குப் பிறகு முதல் முறையாக தானும் அவளும் மட்டுமே இருக்கும் இந்த தனிமை அவனுக்கு இனிமையாக நகர அவனுக்கு உள்ளே சந்தோசம் பொங்க மியூசிக் பிளேயரை ஆன் செய்தான்.

நீயும் நானும் சேர்ந்தே செல்லும் தூரமே
நீலம் கூட வானில் இல்லை
எங்கும் வெள்ளை மேகமே
போக போக ஏனோ நீளும் தூரமே
மேகம் வந்து போகும் போக்கில்
தூறல் கொஞ்சம் தூறுமே

பாடல் ஒலிக்க ஒலிக்க கிருஷ்ணஜாட்சியின் மனமும் அமைதியாக அதில் கலக்க ஆரம்பித்தது.

நான் பகல் இரவு
நீ கதிர் நிலவு
என் மன கண்களில்
நீ முதற் கனவு
நீ வேண்டுமே
இந்த பிறவியை கடந்திட நீ போதுமே

யாராலும் கொடுக்க முடியாத ஆறுதலையும், அமைதியையும் கொடுக்கும் வலிமை இசைக்கு என்றுமே உண்டு. கிருஷ்ணஜாட்சியும் அதில் இலயித்தவளாய் கண்ணை மூடி அதை அனுபவிக்க ஹர்சவர்-

தன் ஒரு கண்ணை சாலையில் பதித்து மற்றொரு கண்ணால் மனை-
வியை ரசித்தவாறு காரை ஓட்டினான்.

2

பூங்காற்று 2

நீரஜாட்சி தோட்டத்தின் ஊஞ்சலில் அமர்ந்திருந்தவள் கிருஷ்ணஜாட்சி ஏன் இன்னும் வரவில்லை என்ற யோசனையுடன் நகம் கடித்தபடி அமர்ந்திருந்தாள். அவளது மொபைலும் சுவிட் ஆப் ஆகியிருக்க அவளுக்காக காத்திருப்பதை தவிர வேறு வழியில்லை நீரஜாட்சிக்கு. அப்போது தான் வீடு வந்து சேர்ந்தான் ரகுநந்தன்.

தோட்டத்தில் அமர்ந்திருப்பவளைக் கண்டதும் அவளை நோக்கிச் சென்றவன் "இங்கே உக்காந்து என்ன பண்ணிண்டிருக்க?" என்ற கேள்வியுடன் அவனும் ஊஞ்சலில் அமர நீரஜாட்சி நகம் கடிப்பதை நிறுத்திவிட்டு கவலையுடன் அவனைப் பார்த்தாள்.

"கிருஷ்ணாவும் லின்னும் வரலை! அவங்களுக்கு தான் வெயிட் பண்ணிட்டிருக்கேன். ரெண்டு பேரோட மொபைலும் சுவிட்ஸ் ஆஃப்னு வருது" என்றாள் கவலையுடன்.

ரகுநந்தன் கேலியுடன் "மன்னி என்ன குழந்தையா? ரொம்ப யோசிக்காம நேத்தைக்கு மாதிரி போய் தூங்கு. அவா ரெண்டு பேரும் வந்துடுவா" என்க

நீரஜாட்சி "உனக்கு என்ன கவலை? அவ எப்போவும் லேட் ஆனா எனக்கு இன்ஃபார்ம் பண்ணிடுவா. இன்னைக்கு அப்பிடி எதுவும் சொல்லலையே. அதான் எனக்கு டென்சன்" என்று யோசனையுடன் வாசலைப் பார்த்தாள் அவள்.

ரகுநந்தனும் யோசனையுடன் அவளைப் பார்த்தபடி அங்கேயே அமர்ந்துவிட நீரஜாட்சி "ஆமா நீ ஏன் இங்கே இருக்க?" என்று கேட்க

"நான் என் அண்ணனுக்கு வெயிட் பண்ணுறேன்" என்றான் அவன் சாதாரணமாக.

"உன் அண்ணன் என்ன குழந்தையா? அந்த ஆறடி பனைமரத்தை யாரும் கடத்திட்டுலாம் போயிட மாட்டாங்க. நீ கிளம்பு" என்ற நீரஜாட்-சியை முறைத்தான் அவன்.

"நோக்கு உன் அக்கா ஒசத்தினா நேக்கு என் அண்ணா ஒசத்திடி! நான் அப்பிடி தான் வெயிட் பண்ணுவேன். மிஸ்டர் பட்டாபிராமன் இந்த ஊஞ்சலை நோக்குனு எழுதி வச்சிட்டாரா என்ன?" என்று வம்புக்கு வந்தவனிடம் சண்டையிடும் தெம்பு அவளுக்கு இல்லை.

அவனைப் பார்த்து கும்பிடு போட்டபடியே "உன் கிட்ட ஃபைட் பண்ணுற அளவுக்கு எனக்கு எனர்ஜி இல்ல. ஆபிஸ்ல எம்.டினு ஒரு எருமை மாடு இது தான் சாக்குனு எனக்கு வேலையா குடுத்து கொல்-லுது. இங்கே நீ என்னை டார்ச்சர் பண்ணாதே" என்று கடுப்புடன் உரைக்கும் போதே பத்மாவதியும் வீட்டின் வராண்டாவில் நிற்பது அவள் கண்ணில் பட்டுவிட்டது.

எப்போதும் ஹர்சவர்தன் இந்த நேரத்துக்கு வீட்டுக்கு வந்துவிடுவான். அன்று மிகவும் தாமதம் ஆனதால் பதறிப் போய் நின்றார் அவர். வராண்டாவில் அவர் அங்குமிங்கும் நடை போடுவது நீரஜாட்சிக்கே பார்க்க பரிதாபமாகத் தான் இருந்தது.

அவரைப் பார்த்துக் கொண்டிருக்கும் போதே வாயிலில் கார் வரும் சத்தம் கேட்க திரும்பி பார்த்தாள் அவள். ரகுநந்தனோ ஹர்சவர்தன் தான் வருவான் என்று நினைத்தபடி எழுந்தன. ஆனால் தரிப்பிடத்தில் நிறுத்தப்பட்ட காரிலிருந்து ஹர்சவர்தனும் கிருஷ்ணஜாட்சியும் இறங்கி நடந்து வர அதைப் பார்த்த மூவருக்குமே அது அதிர்ச்சி.

நீரஜாட்சி சட்டென்று திரும்பி பத்மாவதியை பார்த்தவள் மனதிற்குள் "கொஞ்ச நஞ்ச பேச்சா பேசுனேள் மாமி? என்னவோ லோகத்துல இல்-லாதை பிள்ளைய பெத்த மாதிரி என்ன ஒரு ஆணவப்பேச்சு, இப்போ அவரே அதுக்கு ஆப்பு வச்சிட்டாரா? கம் ஆன் நீரு, இது இப்பிடியே விட்டுட்டா மாமிக்கு சின்ன ஷாக்கா போயிடும். நீ போய் உன் பெர்-பார்மன்சை காட்டு" என்று பேசியபடியே முப்பத்திரெண்டு பற்களையும் காட்டியபடி அவர்களை நோக்க அவளின் உடன் பிறந்தவள் தங்கை ஏதோ யோசிக்கிறாள் என்பதை கண்டுகொண்டாள்.

அதற்குள் அவர்கள் இருவரும் வீட்டை நோக்கிய நடைபாதைக்கு வந்துவிட்டனர். ரகுநந்தன் இருவரை ஜோடியாகப் பார்த்ததில் சந்தோ-சப்பட்டவன் தனது பேச்சுக்கு ஏதோ கொஞ்சம் பலன் இருக்கிறது போலும் என்று எண்ணி திருப்தியடைந்தான்.

ஆனால் நீரஜாட்சியின் இந்தச் சிரிப்பு நல்லதிற்கான அறிகுறி இல்-லையென்று கிருஷ்ணஜாட்சியைப் போலவே அவனும் ஊகித்து விட்-டான். அவள் அண்ணன் மற்றும் கிருஷ்ணஜாட்சியை நோக்கி முன்-னேறிய போது அவனும் கூடவே சேர்ந்து சென்றான்.

நீரஜாட்சி ஹர்சவர்தனை நோக்கி புன்னகைத்தவள் "அத்திம்பேர் நீங்க உங்க ஆத்துக்காரியோட வெளியே போறேனு சொன்னேள், ஆனா எப்போ வருவேள்னு சொல்லலையோன்னோ, அதான் நானும் உங்க தம்பியும் இங்கே வெயிட் பண்ணிண்டிருந்தோம்" என்று கேலியாகச் சொல்லிவிட்டு பத்மாவதியை நோக்கி ஒரு அலட்சியப்பார்வையை வீச ஹர்சவர்தன் கிருஷ்ணஜாட்சி இருவருமே அவளது பேச்சில் அதிர்ந்-தனர். ரகுநந்தன் மனதிற்குள் "சரியான டிரமா குயின்" என்று அவளைத் திட்டிக் கொண்டான், செல்லமாக தான்.

ஆனால் பத்மாவதிக்கோ நீரஜாட்சியின் "அத்திம்பேர்" "ஆத்துக்-காரி" என்ற வார்த்தை இதயத்தைப் பிசைய மூத்தமகனை அதிர்ச்சி-யோடு பார்த்தார் அவர். ஆனால் அவரது புத்திரனோ மைத்துனியை இமைக்காமல் பார்த்தபடி நின்றான்.

அனைவருக்கும் அதிர்ச்சியை கொடுத்துவிட்டு ஒன்றும் அறியாத-வள் போல "சரி அத்திம்பேர், நீங்க களைச்சுப் போயிருப்பேள்! போய் ரெஸ்ட் எடுங்கோ. பத்து மாமி வேற உங்களுக்காக வழி மேல் விழி வச்சு காத்திருந்தாங்க. இப்போ பையனையும் மருமாளையும் ஒன்னா பார்த்த சந்தோசத்துல பேச முடியாம நிக்கிறாங்க. அப்பிடி தானே மாமி?" என்று அவரை நோக்கி கேலி பேச கிருஷ்ணஜாட்சி அவள் கையைப் பிடித்-தாள்.

"ஷ்ஷ் நீரு! என்னடி பேசறே? சம்பந்தம் இல்லாதவங்களைப் பத்தி பேசி மனநிம்மதியை கெடுத்துக்கணுமா? ஒழுங்கா உள்ளே வா" என்று தங்கையை அதட்டினாள்.

நீரஜாட்சி "கிருஷ்ணா! நீ ஒரு லெஜண்ட் முன்னாடி என்னை உயர்த்தி வச்சு பேசற! இந்த மனநிம்மதியை கெடுக்கறது, வாய்க்கு வந்-தபடி காச்மூச்னு கத்தறது, அன்புனா என்னன்னே தெரியாம தன்னோட

அதிகாரத்தால எல்லாரையும் அரட்டி பணிய வைக்கிறதுக்கு நான் ஒன்னும் பத்மாவதி அம்மா இல்லையே. இந்த விஷயத்துல அவங்க கால்தூசிக்கு வருவேனா நான்?" என்று மொத்த கோபத்தையும் தன் வார்த்தைகளில் வெளிப்படுத்த கிருஷ்ணஜாட்சி இனி அவளைத் தன்னால் கட்டுப்படுத்த இயலாது என்று அமைதியாகிவிட்டாள்.

ரகுநந்தனுக்கு நீரஜாட்சியிடம் பிடிக்காதது இது ஒன்று தான். தன் அன்னையை அவள் மதிப்பு குறைவாக பேசுவது எந்த ஆண்மகனுக்குமே பிடிக்காது தான். ஆனால் கிருஷ்ணஜாட்சியின் விஷயத்தில் அவனுமே அன்னையை நினைத்து அதிருப்தியில் தான் இருந்தான். எனவே அவர்கள் பாதிக்கப்பட்டவர்கள், அவர்கள் என்ன பேசினாலும் இனி தன் அன்னை அதைக் கேட்டுத் தான் ஆகவேண்டும் என்ற எண்ணத்தில் அவன் எதுவும் கூறவில்லை.

பத்மாவதி நீண்டநாள் கழித்து தன்னை சீண்டியவளை உஷ்ணத்துடன் பார்த்தவர் "பகவான் நோக்கு நாக்கை குடுக்கலடி! தேள் கொடுக்கை குடுத்திருக்கார். வயசு வித்தியாசம் இல்லாம என்ன பேச்சு பேசற நீ?" என்று ஆவேசமாகி விட

நீரஜாட்சி அவருக்கு குறையாத உஷ்ணத்துடன் "அதான் தெரியுதுல்ல மாமி! அப்போ ஏன் என் பேச்சுக்கு வர்றேள்? நான் என்ன பட்டாபிராமன் மருமாள் பத்மாவதினா சொன்னேன்? இந்த லோகத்துல உங்க ஒருத்தருக்கு மட்டும் தான் பத்மாவதினு பேர் இருக்கா?" என்று பதிலுக்குப் பதில் பேச

பத்மாவதி "என் ஆத்துல நின்னுண்டு பத்மாவதினு சொன்னா அது வேற யாரையோனு நினைக்க நான் ஒன்னும் பைத்தியக்காரி இல்லடி. இந்த குத்தல் பேச்சுலாம் என்னண்ட வச்சுக்காதே" என்று அவளுக்கு பதிலடி கொடுத்தார்.

"மாமி! இது ஒன்னும் உங்க வீடு இல்ல. இது என் தாத்தாவோட சம்பாத்தியம். நான் அப்பிடி தான் பேசுவேன். அதுவும் உங்களை பேசறதுன்னா எனக்கு எப்போவுமே ஹல்வா சாப்பிடற மாதிரி. யாருமே உங்களைப் பத்தியோ நீங்க பண்ணுன கேவலமான காரியத்தைப் பத்தியோ உங்க கிட்ட பேச மாட்டாங்க. அப்பிடி யாருமே உங்க தப்பை சுட்டிக்காட்டலைனா நீங்க பண்ணுன காரியத்தோட வீரியம் உங்களுக்கு புரியாமலே போயிடும். பூனைக்கு யார் தான் மணி கட்டுறது மாமி?" என்று அவருக்கு இன்னும் இரத்த அழுத்தத்தை ஏற்றிவிட அதை வேடிக்கை

பார்த்த மூவருக்கும் இந்த நவீன குருஷேத்திரப்போர் எப்போதடா முடி-யும் என்றே தோன்றிவிட்டது.

ரகுநந்தன் விட்டால் இவர்கள் விடிய விடிய வார்த்தைபோர் செய்-வார்கள் என்று எண்ணியவன் ஹர்சவர்தனிடம் "டேய் அண்ணா நீ அம்மாவை அழைச்சிண்டு போ! மன்னி ப்ளீஸ் உங்க தங்கையை அழைச்சிண்டு போங்கோ" என்று வேண்டுகோள் வைக்க நீரஜாட்சியை கிருஷ்ணஜாட்சியும், பத்மாவதியை ஹர்சவர்தனும் இழுத்துச் சென்றனர்.

ஹர்சவர்தன் அன்னையை அமைதிப்படுத்தி உறங்கச் சொல்லிவிட்டு தனது அறையை நோக்கிச் சென்றான். சென்றவனின் மனதில் கிருஷ்-ணஜாட்சியின் வார்த்தைகளே ஓடியது.

அதே நேரம் கிருஷ்ணஜாட்சி தங்கையிடம் "ஏன்டி அவங்க கிட்ட சண்டைக்குப் போற? நம்ம அவுட் ஹவுஸில இருக்கிறது பட்டு, சித்தம்-மாவுக்காக மட்டும் தான். நீ ஏன் மத்தவங்களைப் பத்தி யோசிக்கிற?" என்று அவளுக்கு அறிவுரை கூற முயற்சிக்க நீரஜாட்சியை அதை ஊதித் தள்ளிவிட்டாள்.

"லிசன் கிருஷ்ணா! நான் ஒன்னும் நீ இல்ல! எனக்கு பிடிக்காதவங்க கிட்ட நான் அப்பிடி தான் வம்பு இழுப்பேன். முன்னாடி மாதிரி நம்ம விலகிப் போனா அவங்களுக்கு பயந்துட்டோம்னு அந்தம்மா நினைச்சுக்-கும். பின்னே அது பண்ணுன தப்பு எப்போ தான் அதுக்கு புரிய வரும்? நீ வேஸ்ட் கிருஷ்ணா, நான் மட்டும் அந்த பத்து மாமியோட மருமாளா இருந்தேன்னு வை, இப்போ சீனே வேற" என்று படபடத்த தங்கையின் கடைசி வாக்கியத்தில் அவளுக்கு சிரிப்பு வந்துவிட்டது.

"அப்பிடி ஒரு விஷயம் நடந்துச்சுனா ஸ்ரீனிவாசவிலாசத்துல தினமும் ஒரு வார் நடக்கும்" என்று நமட்டுச்சிரிப்புடன் கூறிய கிருஷ்ணஜாட்-சியை குறுகுறுவென்று பார்த்த நீரஜாட்சி அவள் ஹர்சவர்தனுடன் வந்-ததற்கான காரணத்தைக் கேட்க கிருஷ்ணஜாட்சி காலையில் இருந்து நடந்த அனைத்தையும் மூச்சு விடாமல் ஒப்பித்தாள்.

வர்ஷா வந்தது, அவளது விளக்கம், அடுத்து மெர்லினின் உடல் நலமின்மையை விவரித்தவள் ஹர்சவர்தனுடன் காரில் வந்ததற்கான காரணத்தையும் கூறிவிட்டாள்.

"நான் கார்ல வர்றச்ச வர்ஷா வந்த விஷயத்தைச் சொன்னதும் அவர் சடன் பிரேக் போட்டு காரை நிறுத்திட்டார் நீரு. அதுலயே புரியுது வர்ஷா எந்த அளவுக்கு அவரை பாதிச்சிருக்கான்னு. மனசுல

வேற ஒருத்தியை வச்சிருக்கிற புருசன் பிடிக்காதவனா இருந்தாலும் அது மனசுக்கு கஷ்டத்தை தான் குடுக்குது நீரு" என்று சோகம் கப்பிய குரலில் கூற நீரஜாட்சி அவளின் கரத்தை அழுத்தி ஆறுதல் கூறினாள்.

கிருஷ்ணஜாட்சி "இன்னைக்கு நான் அந்த ரவுடி பசங்க கிட்ட மாட்டிக்க கூடாதுனு அவர் எனக்கு ஹெல்ப் பண்ணுனார், அவ்ளோ தான். இதை வச்சு எங்களோட ரிலேசன்ஷிப்ல பெரிய முன்னேற்றம் வந்துடுச்சுனு நினைச்சுக்க முடியாது. இன்னைக்கு அவங்க அம்மா வேற நாங்க ஒன்னா வர்றதை பார்த்துட்டாங்க. இனி ஹர்சா நான் இருக்கிற திசை பக்கமே தலை வச்சு படுக்க மாட்டார்" என்றாள் உறுதியான குரலில்.

ஆனால் வரப் போகிற நாட்களில் அவள் கணவன் அவளிடம் மன்னிப்பு வேண்டி விதவிதமாக அவளைத் தொல்லை செய்யவே அவனை எதைக் கொண்டு அடிக்கலாம் என்னுமளவுக்கு அவளுக்குக் கோபம் வந்துவிட்டது.

நீரஜாட்சி அலுவலகம் சென்ற பின்னர் அவுட் ஹவுஸ் வாசலில் வந்து நிற்கும் ஹர்சவர்தன் கிருஷ்ணஜாட்சி மறுத்தாலும் அவளை வற்புறுத்தி தன் காரிலேயே அவளை பேக்கரிக்கு அழைத்துச் செல்வான். மாலையிலும் அவள் வரும் வரை மெர்லினின் பொக்கே ஷாப் அருகில் ஒரு நாற்காலியில் அமர்ந்து அவருடன் அரட்டை அடித்தபடி அவளுக்காக காத்திருப்பான்.

அவள் வந்ததும் குண்டுக்கட்டாக தூக்காத குறையாக அவளை காரில் ஏற்றி மீண்டும் வீட்டில் கொண்டு வந்து விடுவான். ரகுநந்தன் கூட கேலியாக "டேய் அண்ணா! உன்னை மன்னிப்பு கேட்டு லைபை ரெஸ்டோர் பண்ணச் சொன்னா நீ மன்னிக்கு ஃபுல் டைம் டிரைவரா வேலை பார்க்கிறியேடா?" என்று சொல்ல

அவனோ "யாருக்குடா பண்ணுறேன் என் ஆத்துக்காரிக்கு தானே" என்று சொல்லிவிட்டு நகருபவனை மொத்தக் குடும்பமுமே ஆச்சரியத்துடன் பார்த்தது.

வேங்கடநாதன் ஒரு படி மேலே சென்று "ஏதோ இப்போவாச்சும் பகவான் இவனுக்கு புத்தியை குடுத்தாரே" என்று மட்டும் சொல்லிக் கொண்டார் அவரது தம்பியிடம்.

மைதிலி மாமனார் மாமியாரிடம் "நீங்க வேணும்னா பாருங்கோ இன்னும் கொஞ்சநாள்ல ஹர்சா கிருஷ்ணாவை நம்ம ஆத்துக்கே அழைச்-

சிண்டு வந்துடுவான். அவனால தான் அவ மனசை மாத்த முடியும்னு நேக்கு தோணறதுப்பா" என்றுச் சொல்ல அந்த வயோதிக தம்பதியினருக்குமே ஏதாவது ஒரு அதிசயம் நடந்து மூத்த பேரனும், பேத்தியும் வாழ்வில் ஒன்று சேர மாட்டார்களா என்ற எண்ணம் தான்.

ஆனால் நீரஜாட்சிக்கு அவனது இந்த முயற்சிகள் எல்லாம் சற்று தாமதமாக தான் தெரிய வந்தது. அவளுக்கோ அவனை முன்பு போல் திட்டுவதா, இல்லை அக்காவின் வாழ்க்கைக்காக அவனிடம் அமைதியாகச் செல்லுவதா என்ற குழப்பம். அதனால் அவள் அதைக் கண்டும் காணாமல் கடந்தாள்.

ஆனால் அவளது பொறுமையும் ஒரு நாள் தூர பறந்தது. அன்று அவர்கள் ஹோட்டலின் வடிவமைப்பு பிளான் பற்றி இன்ஜினியர்களுடன் சேர்ந்து பேச ஹர்சவர்தன் கட்டுமான நிறுவனத்திற்கு வருகை தந்திருந்தான். கட்டிட வடிவமைப்புக்கான பிளான் மற்றும் அதற்கான கணிப்புகள் அடங்கிய பவர்பாயிண்ட் பிரசண்டேசனில் திருப்தியானவன் ஒப்பந்தத்தில் கையெழுத்திட்டான்.

அதன் பின் ரகுநந்தனும், அவனும் அலுவலக அறைக்குச் செல்ல நீரஜாட்சிக்கு போன் செய்து இருவருக்கும் காபி வேண்டுமென்று ரகுநந்தன் கட்டளையிட்டான்.

அவளும் சிறிது நேரத்தில் காபி கோப்பைகளுடன் கதவைத் தட்டியவள் உள்ளே ஏதோ அவர்கள் தீவிரமாக பேசிக் கொண்டிருப்பதைக் கேட்டுவிட்டு அவர்களின் அனுமதிக்கு காத்திருக்காமல் உள்ளே சென்றாள்.

"நீ டிரைவர் வேலையை விட்டுட்டு சீக்கிரமா ஒரு ஹஸ்பெண்டா புரமோட் ஆகுடா அண்ணா. மன்னி ஒன்னும் அவ தங்கை மாதிரி கிடையாது. பொறுமைசாலிடா, நீ விளக்கி சொன்னா அவ புரிஞ்சிப்பா" என்ற ரகுநந்தனின் குரலில் கடுப்பானவள்

"அப்போ இவன் தான் அந்த என்.கே நம்பர் ஒன் பண்ணுற அட்டூழியத்துக்கு பிளான் போட்டுக் குடுக்கறவனா? இருடா இதோ வர்றேன்" என்றபடி அவர்கள் முன் சென்று நின்றாள்.

திடீரென்று அவளின் வருகையை எதிர்ப்பார்க்காத இருவரும் திகைத்துப் போய்விட ரகுநந்தன் மட்டும் சுதாரித்தவனாய் "மிஸ் நீரஜாட்சி இப்பிடி பர்மிசன் இல்லாம என் ஆபிஸ் ரூம்குள்ள நீங்க நுழையக் கூடாது" என்று அமர்த்தலாக மொழிந்துவிட்டு ஏற்கெனவே

கொதித்துப் போனவள் அவனைப் பார்த்த பார்வையில் அமைதியானான்.

"நீங்க ரெண்டு பேரும் என் கிருஷ்ணாவை பத்தி தானே பேசிட்டிருந்திங்க. ஏன்டா இதெல்லாம் உன்னோட பிளானா? மிஸ்டர் ஹர்சவர்தன் உங்களுக்குனு சுயபுத்தி இல்லவே இல்லையா? ஒன்னு அம்மா சொல்லுறதை கேட்டு ஆடுறிங்க, இல்லனா இதோ இவன் சொல்லுறதை கேட்டு ஆடுறிங்க. எப்போ தான் நீங்க உங்க மனசு சொல்லுறதை கேட்டு சுயமா முடிவெடுக்க போறிங்க?" என்றவளின் பேச்சில் இரு ஆண்களும் வாயடைத்துப் போயினர்.

ஹர்சவர்தன் பொறுமையாக "இப்போ நான் என் மனசு சொல்லுறதை தான் கேட்டு நடக்கிறேன் நீரு. ஆனா முன்னமே அப்பிடி நடந்திருந்தா இந்த பிரச்சனை எதுவும் வந்திருக்காது. என் மனசு கிருஷ்ணா தான் எனக்கானவள்னு சொல்றது" என்று முடிக்க

நீரஜாட்சி அவனை நம்பாதவளாய் "நீங்க சொல்லுற எதுவுமே நம்புற மாதிரியில்லயே. அது எப்பிடி வர்ஷாக்கா கூட மணமேடை வரைக்கும் வந்த நீங்க வேற வழியில்லாம மேரேஜ் பண்ணிகிட்ட என் கிருஷ்ணாவை மனசால நினைக்க ஆரம்பிச்சிங்க? நீங்க சொல்லுறதை இதோ இங்கே நிக்கிறானே உங்க தம்பி வேணும்னா நம்புவான். நான் நம்ப மாட்டேன்" என்றாள் பிடிவாதமாக.

ரகுநந்தன் அவளது பிடிவாதமான பேச்சில் எரிச்சலானவன் "நீ நம்பணும்னு நாங்க ஒன்னும் தவம் இருக்கலடி! அவா ரெண்டு பேருக்கு இடையில பஞ்சாயத்து பண்ணறதுக்கு நோக்கு எந்த உரிமையும் கிடையாது. உன் அக்கா வாழ்க்கை நல்லபடியா மாறணும்னு அக்கறை இருக்கா இல்லையா?" என்று கேட்க

நீரஜாட்சி "எனக்கு என் அக்கா வாழ்க்கையில அக்கறை இருக்கறதால தான் இந்த ஹர்சவர்தனை நான் நம்பாம பேசறேன்டா. அது எப்பிடி உங்க மனசு இப்பிடி டக்கு டக்குனு மாறுது. சட்டையை மாத்துற மாதிரி ஆளை மாத்துறது உங்களுக்கு ஈசியா போயிடுச்சுல்ல" என்றவளின் கடைசி வார்த்தை அவனை வெகுவாய் தாக்க ஹர்சவர்தன் இதுவரை யாரிடமும் சொல்லாத விஷயத்தை அவர்களிடம் சொல்லிவிட்டான்.

"ஷட் அப் நீரு. நான் ஒன்னும் ஆளை மாத்துற டைப் இல்ல. எனக்கு எப்போவுமே கிருஷ்ணானா ரொம்ப பிடிக்கும். அவுட் ஹவுஸ் வாசல்ல தலை துவட்டுனது, கிருஷ்ணஜெயந்தியில கையில தீபத்தோட

அப்சரஸ் மாதிரி நின்னது, ஒவ்வொரு தடவை அவ தடுமாறி விழப்போவும் என் கையில் தாங்குனது இது எல்லாமே எனக்கு ரொம்ப நல்லாவே நியாபகம் இருக்கு. ஒவ்வொரு தடவையும் அவ கிட்ட நான் தோத்துப் போய் நின்னது கூட எனக்கு நியாபகம் இருக்கு. இது எல்லாத்துக்கும் என்ன பேர்னு யோசிச்சு யோசிச்சு மூளை குழம்புனதும் கூட நியாபகம் இருக்கு. கடைசியா அது காதல்னு நான் கண்டுபிடிச்சப்போ காலம் கடந்து போயிடுச்சு" என்று அவன் முடிக்க ரகுநந்தனும் நீரஜாட்சியும் அதிர்ந்தவர்களாய் "காதலா?" என்று ஒரே குரலில் கேட்க ஹர்சவர்தன் அவர்களை உறுதியோடு பார்த்தான்.

"யெஸ்! ஐ லவ் கிருஷ்ணா!" என்று அவன் பிசிறின்றி கூற நீரஜாட்சியும் ரகுநந்தனும் சிலையாய் சமைந்தனர்.

3

பூங்காற்று 3

ரகுநந்தனும், நீரஜாட்சியும் ஒரே நேரத்தில் அதிர ஹர்சவர்தன் அவர்களிடம் அழுத்தம் திருத்தமாக "நான் எப்போவோ அவளை காதலிக்க ஆரம்பிச்சிட்டேன். என்ன, என் மனசுல இருக்கிறதை நான் யார் கிட்டவும் ஷேர் பண்ணிக்கல! அப்போ நான் இருந்த மனநிலை மதி மேல் பூனை மாதிரி இருந்துச்சு. என்னால கிருஷ்ணாவா, அம்மாவானு முடிவெடுக்க முடியாத சூழ்நிலை. வேற வழியில்லாம அம்மா சொன்னதுக்கு தலையாட்டினேன். வர்ஷாவுக்கு உண்மையா இருக்கணும்னு கிருஷ்ணாவை எப்பிடியெல்லாமோ அவாய்ட் பண்ண நினைச்சு நான் அதுலயும் தோத்து தான் போனேன். என் இயலாமை பல நேரங்கள்ல கோவமா வெளிவந்ததை நீங்களுமே பார்த்திருப்பிங்க. ஆனா மணமேடையில அவ கழுத்துல தாலி கட்டுறப்போ முழுமனசோட தான் கட்டுனேன். இப்போவும் முழுமனசோட தான் அவ கூட வாழணும்னு ஆசைப்படறேன்" என்று கூறிவிட்டான்.

ரகுநந்தனும் நீரஜாட்சியும் ஒருவரை ஒருவர் பார்த்துக் கொண்டனர்.

நீரஜாட்சி ஒரு படி மேலே சென்று "நந்து! கொஞ்சம் என்னை கிள்ளு" என்று கையை நீட்ட அவனும் நன்றாகக் கிள்ளி பழைய பகையை தீர்த்துக் கொள்ளவும் அவனை முறைத்தாள் நீரஜாட்சி.

இவனைப் பிறகு பார்த்துக் கொள்ளலாம் என்று எண்ணியவள் ஹர்சவர்தனிடம் "நீங்க பேசுறதுலாம் கேக்க நல்லா தான் இருக்கு. ஆனா இதை எங்க கிட்ட சொல்லி என்ன பிரயோஜனம்? சொல்ல வேண்டியவ கிட்ட சொல்லுங்க. பை த வே இப்போ கூட எனக்கு உங்க மேல சுத்-

தமா நம்பிக்கை இல்லை. இப்போ கிருஷ்ணா கிருஷ்ணானு சொல்லிட்டு ஸ்ரீநிவாசவிலாசத்துல கால் வச்சதும் பத்து மாமியோட காத்து பட்டு நீங்க மனசு மாறிடுவிங்க. அதனால லவ்கிவ்வுனு சொல்லிட்டு என் கிருஷ்ணாவை டிஸ்டர்ப் பண்ணாதிங்க" என்றாள் தெளிவாக.

ரகுநந்தனும் ஹர்சவர்தனும் அவளது பதிலில் அயர ஹர்சவர்தன் "ரெண்டு பேருக்கு பாதகம் இல்லாம நான் நடந்துப்பேன் நீரு. என்னால அம்மாவையும் ஒதுக்கி வைக்க முடியாது, கிருஷ்ணா இல்லாமலும் வாழ முடியாது. ஒரு சராசரி மனுசனா ரெண்டு பேரையும் கஷ்டப்படுத்தாம நல்ல முடிவா எடுப்பேன் நீரு. அதுக்கு அப்புறம் நீ என்னை நம்புவ" என்றான் உறுதியுடன்.

அதன் பின் நீரஜாட்சி சென்றுவிட ரகுநந்தனுடன் சிறிது நேரம் பேசிவிட்டு ஹோட்டலுக்குக் கிளம்பினான் ஹர்சவர்தன்.

****

கிருஷ்ணஜாட்சி ஒரு வாடிக்கையாளருக்கு கொடுப்பதற்காக கேக்கை டப்பாவில் அடைத்து அதில் ரிப்பனை கட்டிக் கொண்டிருந்தாள். அவருடன் நின்ற சிறுமி ஆவலுடன் அவள் ரிப்பனை வண்ணத்துப்பூச்சி வடிவில் கட்டுவதை பார்த்துக் கொண்டிருந்தாள்.

அந்த சிறுமி அவளது தந்தையிடம் "டாடி! இந்த ரிப்பன் நாட் அழகா இருக்குல்ல, இதை பிரிக்காமலே நான் வச்சுப்பேன்" என்று கூற

கிருஷ்ணஜாட்சி அவள் கன்னத்தில் செல்லமாக கிள்ளிவிட்டு "உங்க இஷ்டம் மேடம்ஜி! நீங்க சொன்ன மாதிரி மிக்கி மவுஸ் கேக் ரெடி ஆகிட்டே இருக்கு. நாளைக்கு வந்து அதை வாங்கிப்பிங்களாம்" என்று கொஞ்ச அவள் கிளுக்கிச் சிரித்தாள்.

அவளுக்குச் சாக்லேட்டுகளைக் கொடுத்தவள் "டெய்லிக்கும் ஒன்னு ஒன்னு சாப்பிடணும்" என்றுச் சொல்லிவிட்டு கேக் பெட்டியுடன் தந்தையையும் மகளையும் அனுப்பி வைத்தாள்.

வாயிலில் நிழலாட வாடிக்கையாளர்களா என்று எட்டிப் பார்த்தவள் மெர்லின் வரவும் "வாங்க மம்மி!" என்றபடி வேலையைத் தொடர அவரும் அவள் அருகில் ஒரு நாற்காலியை இழுத்துப் போட்டு அமர்ந்தார்.

அவளையே பார்த்துக் கொண்டிருந்தவரிடம் "என்ன மம்மி? திடீர்னு நான் அழகாயிட்டேனா? இப்பிடி வச்ச கண் வாங்காம பார்க்கிறிங்க?" என்று கிண்டலாகக் கேட்க

மெர்லின் "நீ எப்போவுமே அழகு தானே. அதுல எந்த சந்தேகமும் இல்ல" என்றார் அமைதியான குரலில்.

பின்னர் "நீ ஹர்சவர்தன் விஷயத்துல என்ன முடிவு பண்ணிருக்க பேபி? வீ ஆர் ரியலி வொரியிங் அபவுட் யூ. இப்பிடியே நீ தனியா இருக்கிறது நல்லது இல்ல. பிகாஸ் உன் சிஸ்டர் உன்னை பார்த்து தான் எல்லா விஷயங்களையும் தெரிஞ்சுக்கிறா. நீ இப்பிடி சிங்கிளாவே லைப் ஃபுல்லா இருக்கப் போறேனு முடிவு பண்ணுனா அவளும் உன்னோட முடிவையே ஃபாலோ பண்ணுவா. இது உங்க ரெண்டு பேர் வாழ்க்-கைக்கும் நல்லது இல்ல. ஐ ஹோப் யூ வில் அண்டர்ஸ்டாண்ட் மை வேர்ட்ஸ்" என்றுச் சொல்லிவிட்டு அவளது கையை அழுத்திவிட்டுச் சென்றார் மெர்லின்.

கிருஷ்ணஜாட்சிக்கு அவர் கூறியதில் நெருடலாக இருந்தது தன்னை மாதிரி தன் தங்கையும் இருந்துவிடுவாளோ என்பது தான். ஆனால் ரகுநந்தன் ஒன்றும் சாதாரணமானவன் இல்லை என்பது அவள் நன்கு அறிந்திருந்ததால் அதை நினைத்து அவள் நேரத்தை விரயம் செய்ய-வில்லை.

சமீபமாக ஹர்சவர்தன் அவளை அழைத்துச் செல்வது வழக்கமாகி விட்டதால் அன்று இரவும் அவளை அழைத்துச் செல்ல அவன் தயா-ராக தான் நின்றிருந்தான்.

ஆனால் கிருஷ்ணாஜாட்சியோ இவனது வருகை தான் மெர்லினின் இன்றைய அறிவுரைக்கு காரணம் என்று எண்ணியவள் இன்று இதற்கு ஒரு முற்றுப்புள்ளி வைத்தே ஆக வேண்டும் என்ற தீர்மானத்துடன் பேக்கரிக்கு எதிர்புறம் நின்றிருந்த ஹர்சவர்தனையும் அவன் காரையும் ஒரு பொருட்டாக கூட மதியாது முகத்தைத் திருப்பிக்கொண்டு சென்-றாள்.

இது என்ன திடீரென்று என திகைத்த ஹர்சவர்தன் காரை எடுத்த-வன் அவளைத் தொடர்ந்து சென்றான்.

வழியில் நடந்தவளின் அருகில் மெதுவாக காரை ஓட்டியபடி "கிருஷ்ணா! இது என்ன புது பழக்கம்? எப்போவும் நான் கூப்பிட்டதும் குட் கேர்ளா கார்ல உக்காருவ தானே. இன்னைக்கு என்னாச்சு?" என்று கேட்க அவளோ கண்டுகொள்ளாமல் வேகமாக நடந்தாள்.

அவளது வேகத்துக்கு ஈடாக காரின் வேகத்தையும் அதிகரித்தவன் அவள் அருகில் சென்றதும் காரை நிறுத்தி அவள் கரத்தை காரினுள்

இருந்தபடியே பற்ற கிருஷ்ணஜாட்சி சட்டென்று பிரேக் போட்டது போல நின்று விட்டாள்.

அவனிடமிருந்து கையை உருவ முயன்றபடி "ஏன் இப்பிடி தேர்ட் ரேட்டட் ரவுடி மாதிரி பிஹேவ் பண்ணுறிங்க? என் கையை விடுறிங்களா? இல்லனா நடக்கிறதே வேற" என்று இயல்புக்கு மாறாக குரலை உயர்த்த ஹர்சவர்தன் அவள் கையை விடுவித்தான்.

கிருஷ்ணஜாட்சி செல்ல முயல அவன் காரிலிருந்து இறங்கி மீண்டும் அவள் கரத்தைப் பற்ற முயல இம்முறை கிருஷ்ணஜாட்சி கவனத்துடன் கைகளை மார்புக்கு குறுக்காக கட்டிக் கொள்ளவே அவன் அவளை தூக்கிக் கொண்டான்.

இதை அவள் எதிர்பார்க்காததால் சத்தம் போடவே அவன் "ஷ்ஷ்! என்ன இது குழந்தையாட்டம்?" என்று அவளை செல்லமாகக் கடிந்தவாறே காரினுள் அமரவைத்துவிட்டுக் காரின் கதவைச் சாத்திவிட்டு அவனும் அமர்ந்தான்.

கிருஷ்ணஜாட்சி அவனது தொடர்ந்த செய்கையால் எரிச்சலுற்றவள் "மிஸ்டர் ஹர்சவர்தன் கொஞ்சம் கூட வெக்கம் இல்லாம என் கிட்ட இப்பிடி பிஹேவ் பண்ணுறிங்களே! உங்களுக்கு அசிங்கமா இல்ல? யாரு என் கிட்ட இப்பிடி நடந்துக்கிறதுக்கான அதிகாரத்தை உங்களுக்கு குடுத்தது?" என்று கத்த

அவனும் அவளது தொடர்ந்த அலட்சியப்பேச்சில் கடுப்பில் இருந்தவன் "யாருடி குடுக்கணும்? நான் அக்னிசாட்சியா உன்னை என் ஆம்படையாளா ஏத்துக்கிட்டேன். நீ தாலியை தூக்கியெறிஞ்சா எல்லாம் இல்லைனு ஆயிடுமோ? நானும் சின்ன பொண்ணாச்சே, கோவப்படக்கூடாதுனு இத்தனை நாள் நீ பேசுன எல்லா விஷயத்தையும் பொறுத்திண்டு போனா நீ மனுசனை கிறுக்கன் ஆக்கிடுவ போல. நல்லா கேட்டுக்கோ எனக்கு உன் மேல எல்லா உரிமையும் இருக்கு. நான் அதை வீணா டெமான்ஸ்டிரேட் பண்ணி காட்ட வேண்டானு நினைக்கிறேன். அதை என்னோட வீக்னெஸ்னு நினைச்சிண்டிருந்தா பிளீஸ் சேஞ்ச் யுவர் தாட் அபவுட் மைசெல்ப்" என்று காட்டமாகவே கூறினான்.

கிருஷ்ணஜாட்சி "தயவு பண்ணி நீங்க உரிமையைப் பத்தி பேசி என்னையும் பேச வைக்காதிங்க ஹர்சா! கடமையை சரியா செய்யாதவன் உரிமையை பத்தி யோசிக்கவே கூடாது. என்னைப் பிடிக்காம தானே கல்யாணம் பண்ணிக்கிட்டிங்க? இப்போ என்ன திடீர்னு உங்க-

ளுக்கு அக்கறை? ஆடு நனையுதேனு ஓநாய் அழுத கதையா இருக்கு" என்றாள் வெடுக்கென்று.

ஹர்சவர்தனும் அவளுக்கு சிறிதும் குறையாத கோபத்துடன் "பிடிக்-காதவளா? ஏய்! உன்னை எனக்கு பிடிக்காதுனு நோக்கு தெரியுமாடி? நான் உன் கிட்ட வந்து சொன்னேனா? நீயா கற்பனை பண்ணிக்கிட்டா அதுக்கு நான் பொறுப்பு இல்ல கிருஷ்ணா" என்று சூடாக பதிலிறுத்-தான்.

பின்னர் கண்ணை இறுக மூடி திறந்து தனது கோபத்தை தணித்துக் கொண்டபடி அவளை ஏறிட்டவன் "எனக்கு எப்போவுமே உன்னை பிடிக்கும் கிருஷ்ணா. உன்னை மட்டும் தான் பிடிக்கும். என் மனசுல நான் முதல் முதலா ஒருத்தியை நினைச்சிருந்தேனா அது நீ மட்டும் தான்" என்று அவன் சொல்ல

கிருஷ்ணஜாட்சி அவனது வார்த்தைகள் வெளிப்படுத்திய அர்த்தம் புரியாமல் "நீங்க என்ன சொல்ல வர்றிங்க? நீங்க என்னை..." என்று தந்தியடிக்கும் குரலில் கேட்க

இடைமறித்த ஹர்சவர்தன் "ம்ம்... நான் உன்னை லவ் பண்ணுறேன். அதுவும் வருசக்கணக்கா லவ் பண்ணுறேன்" என்றான் ஆழ்ந்த குரலில்.

கிருஷ்ணஜாட்சிக்குச் சிறிது நேரத்துக்கு ஒன்றுமே புரியவில்லை. பின்னர் சுதாரித்தவளாய் தலையை உலுக்கியபடி "ப்ளீஸ் காரை எடுங்க. எனக்கு தலைக்குள்ள ஏதோ பண்ணுது" என்றாள் குழப்பத்துடன்.

ஹர்சவர்தன் "ஏதோ பண்ணுறது தலைக்குள்ளயா? இல்ல மனசுக்-குள்ளயா?" என்று கேட்டபடியே காரை எடுக்க கிருஷ்ணஜாட்சிக்கே அது எந்த இடத்தில் என்று புரியவில்லை.

வீடு வரும் வரை பதுமையாய் அமர்ந்திருந்தவளின் தோளை தட்-டியவன் வீடு வந்துவிட்டதாகக் கூற அவள் அப்போது தான் உணர்வு வந்தவளாய் கண்ணை இமைத்தாள்.

வேகமாக காரிலிருந்து இறங்கியவள் அவுட் ஹவுஸை நோக்கி செல்ல எத்தனிக்கவே, ஹர்சவர்தன் "என் மனசை நான் ஓப்பனா சொல்லிட்டேன் கிருஷ்ணா. இனி முடிவு உன் கையில தான். எனக்கு எப்போவுமே நெகடிவ்வான ரிப்ளைஸ் பிடிக்காது. சோ லேட் ஆனாலும் பாசிட்டிவ்வான பதிலையே சொல்லு! ம்ஹூம் சொல்லணும்" என்று செல்லமாக மிரட்டிவிட்டு விசிலடித்தபடி வீட்டை நோக்கி சென்றான்.

கிருஷ்ணஜாட்சி அவனது செய்கைகள் ஏற்படுத்திய அதிர்ச்சியிலிருந்து இன்னும் மீளாதவளாய் அவுட் ஹவுஸை நோக்கி சென்றாள். அன்றைய இரவு இருவருக்குமே உறங்கா இரவாக நீண்டது, ஹர்சவர்தனுக்கு தன் காதலை வெளிப்படுத்திவிட்ட சந்தோசத்தில் உறக்கம் பிடிக்கவில்லை என்றால் கிருஷ்ணஜாட்சிக்கோ அவன் தன்னை காதலிப்பதாகச் சொன்னதே உறக்கத்தை தூர நிறுத்திவிட்டது.

மறுநாள் அவள் விழிக்க தாமதமாகி விட்டது. ஆனால் நீரஜாட்சி சீக்கிரமாக எழுந்து தனக்கும் அக்காவுக்கும் சமைத்து முடித்துவிட்டாள். கிருஷ்ணஜாட்சி எழும்பும் போது அவள் குளித்து உடை மாற்றி அலுவலகத்துக்கே தயாராகி விட்டாள்.

ஹேண்ட்பேக்கை எடுத்தவள் கிருஷ்ணஜாட்சியிடம் "கிருஷ்ணா இன்னைக்கு எங்களோட கம்ப்ளீட் ஆன அப்பார்ட்மெண்ட் பில்டிங்கை பார்க்கப் போறோம். மண்டே ஃபிளாட்டோட ஓனர்ஸ் வந்துடுவாங்க. சோ இன்னைக்கு ஒரு பார்வை பார்த்துட்டா அவங்க கையில சாவியை நிம்மதியா குடுக்கலாம். நான் பிரேக்ஃபாஸ்ட், லன்ச் ரெண்டுமே ரெடி பண்ணிடேன். இன்னைக்கு பெரியமனசு பண்ணி என் சமையலை சாப்பிட்டுக்கோ, ப்ளீஸ்" என்று சொல்லிவிட்டு கிளம்பினாள்.

ஆனால் கிருஷ்ணஜாட்சிக்கு அவளது ப்ளீஸ் தவிர வேறு எதுவுமே காதில் விழவில்லை. இன்று ஏனோ மனம் சோர்வாக இருக்க கரோலினுக்கு போன் செய்தவள் இன்று தான் பேக்கரிக்கு வரமுடியாது என்று சொல்லிவிட்டு மீண்டும் படுக்கையில் விழுந்தாள். அவளது கண்கள் மூடியிருந்தாலும் சிந்தனை முழுவதும் ஹர்சவர்தனின் வார்த்தைகளே அணிவகுத்தது.

****

நீரஜாட்சி பரபரப்புடன் அலுவலகத்தில் நுழைந்தவள் மற்றவர்கள் அனைவருக்கும் இன்முகத்துடன் காலை வணக்கத்தைக் கூறி விட்டு ரகுநந்தன் வருவதற்குள் அவன் அலுவலக அறையை ஒழுங்குப்படுத்த வேண்டும் என்று அங்கே செல்ல அவளுக்கு முன்னரே அங்கே அமர்ந்திருந்தான் அவள் எண்ணங்களின் நாயகன்.

பரபரப்புடன் வந்தவளை பார்த்து ஒற்றைபுருவம் தூக்கியவனின் பாவனையில் அவள் எரிச்சலுற்றாலும் அதைக் காட்டிக் கொள்ளாமல்

"சாரி சார்! நான் சீக்கிரம் வர டிரை பண்ணுனேன். பட் டிராபிக் கொஞ்சம் அதிகம்" என்று சொல்ல அவன் தலையசைப்புடன் அதை

ஏற்றுக் கொண்டான்.

இருந்தாலும் அவளைச் சீண்டுவதற்காக "ஐ கேன் அட்ஜெஸ்ட் மேடம். உங்களுக்கும் பங்சுவாலிட்டிக்கும் ரொம்ப தூரம்னு நேக்கு தான் தெரியுமே" என்றான் கேலியாக.

அவள் மனதிற்குள் புகைந்தவளாய் அவன் டேபிள் மீது சிதறிக் கிடந்த கோப்புகளை ஒழுங்குப்படுத்திவிட்டுச் சென்றாள். அடுத்த சில நிமிடங்களில் இருவரும் முற்று பெற்ற கட்டிடத்தை பார்வையிட சென்றனர். பொறியாளர் அவர்களுடன் நின்று ஒவ்வொரு இடமாக காட்டி அவனது சந்தேங்களுக்குப் பதிலளித்துவிட்டு சென்றுவிட்டார்.

அவர் சென்றதும் ரகுநந்தன் ஒவ்வொரு ஃபிளாட்டாக சென்று பார்வையிட அவனைத் தொடர்ந்து நடந்தாள் நீரஜாட்சி.

அவனுக்கு போன் வரவே எடுத்துப் பேசியவன் "ஹலோ...ஆமா மோகன் அங்கிள்..... எல்லாம் நல்லபடியா முடிஞ்சிடுத்து.... மண்டே கீயை குடுக்கலானு அப்பா சொன்னார்..... யா! இதுல கம்பெனிக்கு நல்ல ப்ராஃபிட்... ஓல்ட் எம்ப்ளாயிஸ் எல்லாருக்கும் சேலரில ஹைக் குடுக்கலானு நான் சித்தப்பா கிட்ட சொல்லிட்டேன், ரெண்டு பேருக்கும் ஓகே தான்.. தேங்க்யூ அங்கிள்" என்றபடி அவன் போனை வைக்கவே நீரஜாட்சி அவன் பேசிய விஷயங்கள் அனைத்தையும் கேட்டுவிட்டாள்.

மெதுவாக அவனுடன் நடந்தபடியே "சார் அது என்ன ஓல்ட் எம்ப்ளாயிஸ்க்கு மட்டும் தான் சேலரில இன்கிரிமெண்டா? அப்போ நியூலி அப்பாயிண்டட்லாம் வேஸ்டா?" என்றாள் முகத்தை தூக்கிவைத்தபடி.

ரகுநந்தன் போனை பாக்கெட்டில் வைத்தபடி "சே சே! அவங்களுக்கும் உண்டு. உன் ஒருத்தியை தவிர எல்லாருக்குமே இன்கிரிமெண்ட் குடுக்கச் சொல்லியாச்சு நீரு குட்டி" என்றான் அவன் கேலியாக.

அவனுடன் வந்தவள் அவனது பதிலில் அதிர்ந்து போக ரகுநந்தன் நமட்டுசிரிப்புடன் ஒரு பிளாட்டினுள் நுழைந்தான்.

அவளும் விடாமல் பின் தொடர்ந்து சென்றவள் "அது என்ன என்னை தவிர? நான் மட்டும் என்ன பாவம் பண்ணுனேன்?" என்று கேட்க

ரகுநந்தன் "நீ என்ன வெளியாளா? நீ குடும்பத்துல ஒருத்தி ஆயிட்ட. நோக்கு சம்பளமே நியாயப்படி குடுக்கக் கூடாது தான். இருந்தாலும் பத்து டூ ஆறு மாடா உழைக்கிறதால ஒரு நாமினல் சேலரி குடுக்கறேன். பட் இன்கிரிமெண்ட்லாம் நோக்கு ஓவர். அதுல்லாம் நமக்கு

எதுக்கு நீரு?" என்று சாதாரணமாகச் சொன்னபடி ஒவ்வொரு அறையாக பார்வையிட்டு கொண்டிருந்தான்.

நீரஜாட்சி வெகுண்டவளாய் "என்னது? என்னைப் பார்த்தா உனக்கு இளிச்சவாய் மாதிரி தெரியுதா? நான் எப்போடா சொன்னேன் நான் உன்னோட பேமிலினு. எப்பிடி எப்பிடி சம்பளமே எனக்கு அதிகப்படியோ? இன்கிரிமெண்ட்லாம் நமக்கு எதுக்குனு நீ என்னையே கேக்கிற, உனக்கு தேவை இல்லடா. பிகாஸ் நீ எம்.டி. ஆனா எனக்கு வேணும். சப்போஸ் நீ எனக்கு இன்கிரிமெண்ட் குடுக்கலனு வை, நான் உன்னோட ரைவல் கம்பெனியில போய் சேர்ந்துடுவேன்" என்று மிரட்டினாள்.

அவன் அதைக் கேட்டு ஏதோ நகைச்சுவையைக் கேட்டது போல் விழுந்து விழுந்து சிரித்தவன் "உன்னைலாம் எவனும் வேலைக்கு வச்சுக்க மாட்டான்டி. நான் தான் ஏதோ பாவப்பட்டு வச்சிருக்கேனாக்கும். உன் பங்சுவாலிட்டிக்கே நோக்கு மெமோ மேல மெமோ போடலாம்" என்றான் நக்கலாக.

நீரஜாட்சி அவனது கேலியில் முகம் கறுத்தவள் இறுகிய குரலில் "எனக்கு இதுலாம் தேவை தான். என் மானம், ரோசம், சுயமரியாதை எல்லாத்தையும் விட்டுட்டு இப்பிடி நீ போற வர்ற இடம்லாம் உன் பின்னாடியே வந்தா நீ இப்பிடி தான் பேசுவ. இனி நீயே குடுத்தாலும் எனக்கு இன்கிரிமெண்ட் தேவை இல்லை" என்று சொல்லிவிட அவன் தனது கேலியை அவள் தவறாகப் புரிந்துகொண்டு விட்டாளோ என்ற ஐயத்துடன் திரும்பி பார்க்க அங்கே நீரஜாட்சி சுண்டிப் போன முகத்துடன் நின்றாள்.

ரகுநந்தன் மனதிற்குள் "அடேய் என்ன காரியம்டா பண்ணி வச்சிருக்க? உன் கிண்டலை அவ சீரியஸா நினைச்சிட்டா போலயே. நீருகுட்டி முகமே சரியில்ல! நான் அவ செல்ப் ரெஸ்பெக்டை சீண்டிட்டேனு என்னை வில்லன் ரேஞ்சுக்கு புரொமோட் பண்ணிடுவாளே! சின்ன வயசுல சொன்ன ஒரு வார்த்தைக்காக நான் இருக்கிற திசைப்பக்கமே திரும்பாதவ ஏதோ பகவான் புண்ணியத்துல என் கிட்ட பேச ஆரம்பிச்சா. இப்போ நானே அதுக்கு ஆப்பு வச்சிட்டேன் போலயே" என்று யோசித்தபடி அவளை எப்படி இயல்புக்குக் கொண்டு வருவது என்று யோசிக்க அவளோ இன்னும் முகம் கறுத்தவளாகவே நின்று கொண்டிருந்தாள்.

4

பூங்காற்று 4

ரகுநந்தன் அவளிடம் பேச செல்லும் போது நீரஜாட்சி முகத்தைத் திருப்பிக் கொண்டு அங்கிருந்து வெளியேறி விட்டாள். ரகுநந்தன் தயக்கத்துடன் காரை அலுவகத்தை நோக்கி விட்டவன் அதன் பின் அவனது வழக்கமான அலுவல்களின் பிசியாகி விட்டான். மாலையில் அவள் கிளம்பும் நேரத்தில் அவனிடம் எப்போதும் சொல்லிக் கொண்டு தான் கிளம்புவாள். ஆனால் அன்று மணி ஆறரையை தாண்டியும் அவள் ரகுநந்தனிடத்தில் சொல்லிக் கொண்டு கிளம்ப வரவில்லை.

அவன் வேகமாக நீரஜாட்சியின் அறையை நோக்க அது பூட்டியிருக்கவே "ஓ! மேடம் கிளம்பிட்டாங்களா? சரி வீட்டுல போய் பார்த்துக்கலாம்" என்று எண்ணியவன் வீட்டுக்கு செல்லத் தயாரானான்.

அப்போது ஹர்சவர்தனிடம் இருந்து போன் வர அவர்கள் இருவரும் ஹோட்டலின் விரிவாக்கம் பற்றி பேசிக் கொண்டதில் நேரம் போனதே தெரியவில்லை. ஹர்சவர்தன் தான் வீடு திரும்ப தாமதமாகிவிடும், அம்மாவிடம் கூறிவிடுமாறு சொல்லிவிட்டு போனை வைத்தான்.

ரகுநந்தனும் அதன் பிறகு வீடு திரும்பியவன் தோட்டத்தின் ஊஞ்சலில் அவள் அமர்ந்திருக்கிறாளா என்று நோட்டமிட்டான். வீட்டினுள் சென்றவனிடம் அவனது தாத்தாவும் பாட்டியும் பேச அமர்ந்துவிடவே அவனால் அன்று இரவு நீரஜாட்சியிடம் பேசவே முடியவில்லை.

மறுநாள் அலுவலகத்தில் அவன் பேச முயற்சிக்கும் போதெல்லாம் அவள் அதை கண்டுகொள்ளாமல் விலகவே அலுவலகத்தில் மற்ற ஊழியர்கள் முன்னிலையில் அவளிடம் மட்டும் உரிமை எடுத்துப் பேச-

வும் அவனுக்கு தயக்கம்.

அன்றைய நாள் முழுவதும் அழுது வடிவது போலவே சென்றது அவனுக்கு. அன்று மாலை அனைவரும் கிளம்பி விட நீரஜாட்சி கிளம்ப எத்தனிக்கையில் ரகுநந்தன் வேகமாக கீழ்த்தளத்தின் கதவை உட்பக்கம் தாழிட்டதை அவள் கவனிக்கவில்லை.

வழக்கம் போல சாவியை விரலில் சுற்றியபடி சென்றவள் கதவு பூட்டியிருக்கவே "எந்த இடியட் இப்பிடி என்னை உள்ளே வச்சு லாக் பண்ணுனான்? அவன் நல்லாவே இருக்க மாட்டான்" என்று பொறுமியபடி சுற்றும் முற்றும் பார்க்க அன்று பார்த்து செக்யூரிட்டி கூட சீக்கிரம் கிளம்பிவிட்டார். சனிக்கிழமை அல்லவா!

நீரஜாட்சி எரிச்சலுடன் மொபைலை எடுத்துவிட்டு திரும்பியவள் அங்கே அவளுக்கு எதிரே பேண்ட் பாக்கெட்டில் கைவிட்டபடி ஸ்டைலாக நின்று சிரித்துக் கொண்டிருந்த ரகுநந்தனை கண்டதும் எரிச்சல் இன்னும் அதிகரிக்கவே முகத்தை திருப்பிக் கொண்டாள்.

அவன் விசிலடித்தபடி அலுவலக சாவியை எடுத்து அவளைப் போலவே விரலில் வைத்தபடி சுற்ற நீரஜாட்சிக்கு எல்லாம் இவன் வேலை தானா என்ற கடுப்பு.

"இப்போ எதுக்கு டோரை லாக் பண்ணிருக்க நீ? மரியாதையா ஓபன் பண்ணு. நான் வீட்டுக்குப் போகணும்" என்றவளை உதட்டுச்சுழிப்புடன் பார்த்தான் ரகுநந்தன்.

கேலியாக "அப்போ நான் மட்டும் வனவாசத்துக்கா போறேன் நீருகுட்டி?" என்று கேட்க

நீரஜாட்சி பொய்யான சிரிப்புடன் "ரகுநந்தன்னு பேர் வச்சிட்டு நீ வனவாசம் போகலைனா தான் அதிசயம். அப்பிடி போனா கூடா பரவால்ல" என்று சொல்ல அவன் மறுப்பாக தலையசைத்தான்.

"இப்போதைக்கு போற ஐடியா இல்ல. அப்பிடி போனா உன்னையும் கூட்டிட்டுத் தான் போவேன்" என்று கிண்டலாக கூற

"நான் எதுக்குடா உன்னோட வரணும்? என்னால நீ இருக்கிற இடத்துல நிம்மதியா இருக்க முடியாது" என்றாள் நீரஜாட்சி சுள்ளென்று.

"யூ ஹேவ் நோ ஆப்சன் நீரஜாட்சி. பிகாஸ் ராமன் இருக்கும் இடமே சீதைக்கு அயோதி" என்றவனின் கேலியில் அவள் கொதிநிலைக்கே சென்றாள்.

"மண்ணாங்கட்டி! மரியாதையா டோரை ஓபன் பண்ணு. எனக்கு எரிச்சலா இருக்கு" என்றவளை நோக்கி அவன் அடியெடுத்து வைக்க அவள் கையைக் கட்டியபடி அவன் எதிரே தைரியமாக நின்றிருந்தாள்.

ரகுநந்தன் அவள் அருகில் நெருங்கியவன் அவள் உயரத்துக்கு குனிந்து "உனக்கு பயமா இல்லையா நீரு?" என்று கேட்க அவள் இல்லையென்று அலட்சியமாக தோளை குலுக்கி கொண்டாள்.

"நீயெல்லாம் ஒரு ஆளுனு உன்னை பார்த்து நான் ஏன்டா பயப்படணும்?" என்று அவள் பேசும் போதே அவனது கரங்கள் அவளது இடையை வளைக்க இப்போது அவளது இதயம் நிஜமாகவே தொண்டைக்குழிக்குள் சிக்கிக் கொண்ட உணர்வு நீரஜாட்சிக்கு.

"இப்போவும் பயமா இருக்காதே" என்றபடி அவள் காதுமடலில் உதடு உரச அவன் பேசவுமே நீரஜாட்சிக்கு சம்பந்தமே இல்லாமல் அவளது மாலை நேரத்து மயக்கம், அந்த வாரணம் ஆயிரம் சூழ வலம் வந்த என்ற நாச்சியார் திருமொழி எல்லாம் நினைவுக்கு வர அவளால் எதுவுமே பேச முடியவில்லை. விழிகளை அகட்டி அவள் பார்த்த பார்வையில் ஆயிரம் அர்த்தங்கள் இருக்க அவற்றை ரகுநந்தனுக்கு மட்டும் புரியும் பாஷையில் மொழிபெயர்த்தது அவனது இதயம்.

ஆனால் எல்லா மயக்கமும் ஒரு காலத்தில் தெளியக் கூடியது தான் என்பதை நீரஜாட்சி அடுத்த சில நிமிடத்தில் அவனை விலக்க முயற்சித்த போது புரிந்து கொண்டான் ரகுநந்தன்.

"நட்டநடு ஆபிஸ்ல இப்பிடி பிஹேவ் பண்ண அசிங்கமா இல்ல உனக்கு?" என்று அவள் வார்த்தைகளை கடித்துத் துப்ப

அவனோ விஷமத்துடன் "சரி அப்போ ரூம்குள்ள போலாமா?" என்று கேலி செய்ய நீரஜாட்சி "செருப்பு" என்று சொல்ல அவன் பக்கென்று சிரித்தான்.

"இதுல்லாம் கெட்டவார்த்தைனு இன்னுமா நம்புற நீ?"

"டேய்! நீ ஓவரா போறடா! மரியாதையா கையை எடு. இல்லைனா எனக்கு வர்ற கோவத்துக்கு நான் உன்னை..." என்றவளின் பேச்சில் இடையிட்டவன்

"கொல்லப் போறியா? அப்பிடி கொன்னுட்டா நீ தான் விதவையா போயிடுவ" என்று சொல்ல அவனை விலக்க முயன்று தோற்றாள் நீரஜாட்சி.

"உன்னோட பேச்சு, பிஹேவியர் எதுவுமே எனக்கு சரியா படல! என்ன தான் சொல்ல வர்ற நீ? முதல்ல நீ பேசுன பேச்சுக்கு என் கிட்ட நீ மன்னிப்பு கேக்கவே இல்ல" என்று கடுப்பாக கூற

அவன் "ஓகே ஓகே! சாரி நீரஜாட்சி மதிவாணன்" என்று தயக்கமின்றி மன்னிப்பு கேட்கவே இன்னும் என்ன என்று குழப்பத்துடன் அவனைப் பார்க்க அவன் தெளிவான குரலில் கூறிவிட்டான்.

"நேக்கு நீ வேணும் நீரஜாட்சி, லைப் ஃபுல்லா என்னோட சரிபாதியா நீ வேணும். ஐ லவ் யூ நீருகுட்டி" என்றவன் அவளின் திகைத்த பார்வையில் விரிந்த விழிகளுக்குள் என்ன கண்டானோ அப்படியே சிலையானான். அவளது இடையிலிருந்த கரங்களை விலக்கியவன் அவள் முகத்தை அதில் ஏந்திக் கொண்டான்.

"நேக்கு உன்னை விவாகம் பண்ணிண்டு வாழ்க்கை முழுக்க இந்தக் கோவக்காரி கூட சண்டை போடணும், அப்புறம் உன்னை மாதிரியே ஒரு கோவக்கார பொண்ணை நீ பெத்துக் குடுத்ததும் அதை கொஞ்சணும்னு ரொம்ப ஆசை. என்னை கல்யாணம் பண்ணிக்கறயா?" என்று ஆசை ததும்பும் குரலில் அவன் கூற நீரஜாட்சிக்கு என்ன சொல்வது என்றே தெரியவில்லை.

அவளுக்கு நினைவு தெரிந்த நாளிலிருந்து இன்று வரை இவனைத் தவிர வேறு யாரும் அவளிடம் நெருங்கியதில்லை. அவள் நெருங்க அனுமதிக்கவும் இல்லை. கல்லூரியில் அவளை தழுவிய ரசனைப்பார்வைகளை தடுத்து நிறுத்த முடிந்தவளால் ஏன் இவனை மட்டும் தடுக்க இயலவில்லை என்பது அவளுக்கே புரியாத புதிர்.

ரகுநந்தனின் கேள்விக்கு அவள் பதிலளிக்கவில்லை என்றாலும் அவளது கண்கள் அவனுக்கு குறிப்பால் உணர்த்த தன் எதிரே நின்றவளின் கன்னத்தில் இதழைப் பதித்தான் நீருவின் நந்து. அவனது உதடுகள் இன்னும் ஒருமுறை "ஐ லவ் யூ" என்ற வார்த்தைய உதிர்க்க நீரஜாட்சி அவனது ஆழ்ந்த குரலில் கண் விழித்தாள்.

"உன்னோட மனசுல ஏதோ ஒரு மூலையில என் மேல ஒரு சின்ன க்ரஸ் இருக்குனு நேக்கு எப்போவோ தெரியும். ஆனா ரகுநந்தன் மேல உனக்கு வர வேண்டியது லவ் ஆச்சே நீருகுட்டி! அது எப்போ வரும்னு காத்திண்டிருக்கேன். வந்ததும் சொல்லு! கல்யாணம் பண்ணிக்கலாம்" என்றவனிடம் வாயடைத்து நின்றாள் அவள்.

பின்னர் மெதுவாக "நீ இப்பிடி திடீர்னு சொன்னா நான் என்ன பண்ணுறது? அதுவுமில்லாம உங்க ஃபேமிலிக்கே என்னையும் கிருஷ்ணாவையும் பிடிக்காதே" என்று குறை கூற

ரகுநந்தன் அவள் முகத்தின் முன் விரலை நீட்டியவன் "நீ சில விஷயங்களை கவனமா கேட்டுக்கோ! நம்பர் ஒன் எங்க ஃபேமிலிக்கு உங்களை பிடிக்காதுங்கிற மாயைல இருந்து சீக்கிரமா வெளியே வந்துடணும். ரெண்டாவது நீயும் நானும் சம்பந்தப்பட்ட விஷயத்தைப் பேசறப்போ மன்னியை, அண்ணாவை, அம்மாவை ஏன் வேற யாரையும் மென்சன் பண்ணக் கூடாது. புரியறதா?" என்று அவன் செல்லமாக ஆனால் அழுத்தமான குரலில் மிரட்ட அவள் தலையாட்டுவாள் என்று எதிர்ப்பார்த்தால் நாம் தான் ஏமாந்து போவோம்.

நீரஜாட்சி அவனது அன்பு(?) கட்டளைகளுக்கு செவி சாய்க்கவும் இல்லை. அவற்றை மறுக்கவும் இல்லை. அவள் உதிர்த்த வார்த்தை "வீட்டுக்குப் போவோம்" இது மட்டும் தான்.

ரகுநந்தனும் தான் கொடுத்த அதிர்ச்சி இன்று மிகவும் அதிகம் என்பதால் அவளுக்கு அதற்கு மேல் அதிர்ச்சி கொடுக்க விரும்பவில்லை அவன். சரியென்று தலையசைத்துவிட்டுத் தன் கைப்பிடிக்குள் அவளை வைத்துக் கொண்டே அலுவலக கதவை மூடியவன் அவளை காரில் ஏறச் சொல்ல அவளோ விழியால் ஸ்கூட்டியை சுட்டிக்காட்டினாள்.

ரகுநந்தன் கேலியாக "அது காம்பவுண்டுக்குள்ள நின்னா யாரும் திருடிட்டு போயிட மாட்டா. நீ இன்னைக்கு என்னோட வா. இன்னைக்கு மட்டும்" என்று உறுதியான குரலில் கட்டளையிட்டுவிட்டு அவளைது ஸ்கூட்டியை நகர்த்தி மறைவான இடத்தில் விட்டுவிட்டு காரைக் கிளப்பினான். நீரஜாட்சி வந்து அமர கார் வீட்டை நோக்கி வேகமெடுத்தது.

செல்லும் வழியில் அவன் ஏதேதோ கேட்க நீரஜாட்சியும் அவன் கேட்டதற்கு மட்டும் பதிலிறுத்தவள் அவனது விழிகளை சந்திப்பதை மட்டும் முடிந்தளவுக்கு தவிர்த்தாள்.

சிறிது நேரத்தில் வீடு வந்துவிட தரிப்பிடத்தில் நின்ற காரிலிருந்து இறங்கியவளிடம் "இந்த கண்ணாமூச்சி ஆட்டத்தை நாளைக்கும் கண்டினியூ பண்ணுவியா நீருகுட்டி?" என்று கேட்டவனின் கேலியில் காரணமின்றி அவள் கன்னம் சிவந்தது.

அதை தேய்த்துவிட்டபடியே வருவித்த சாதாரணக்குரலில் "நான் ஒன்னும் உன்னை ஃபேஸ் பண்ண பயப்படலையே! ஆக்சுவலி எனக்கு கார்ல போறப்போ வெளியே வேடிக்கை பார்க்கிறது எனக்கு ரொம்ப பிடிக்குமாக்கும்" என்று சொல்லிவிட்டு உதட்டைச் சுழிக்க அவளது பாவனையில் மயங்கிப் போனான் ரகுநந்தன்.

அவன் அருகில் நெருங்கவே அவளது மனசாட்சி "நீரு இவன் கிட்ட வந்தா உனக்கு எல்லாமே மறந்து போயிடும். அப்புறம் ஆபிஸ்ல பண்ணுன மாதிரி ஏடாகூடமா ஏதாச்சும் பண்ணி வச்சுடப்போறான்" என்று எச்சரிக்க அவள் கை நீட்டி அவனை தடுத்தாள்.

"ஏய் ஸ்டாப் மேன். எதுவா இருந்தாலும் ஒரு டூ ஸ்டெப்ஸ் தள்ளி நின்னு பேசு. அது தான் நமக்கு நல்லது" என்றவளிடம் வேண்டுமென்றே நெருங்கியவன் அவள் விலகிப் போக அவளைப் பிடித்து நிறுத்தியவாறு "இப்பிடி பேசுனா தான் நமக்கு நல்லது நீருகுட்டி" என்று சொல்ல நீரஜாட்சிக்கு இரண்டாம் முறையாக முகம் சிவந்தது என்றால் மிகையில்லை.

அவள் காதருகே குனிந்தவன் "ஐ லவ் யூ" என்று அழுத்தி கூற நீரஜாட்சிக்கு அந்தக் குரல் தன்னுள் நிகழ்த்தும் மாயம் புரிபடுவதற்குள் ஹர்சவர்தனின் கார் ஹாரன் கேட்கவே ரகுநந்தனை விலக்கி நிறுத்தினாள் அவள்.

ஹர்சவர்தன் காரிலிருந்து இறங்கியவன் இருவரையும் ஒருங்கே கண்டதும் என்ன சண்டையோ என்று எண்ணியபடி அவர்களிடம் வர அங்கே அவன் கண்டது வழக்கத்துக்கு மாறான காட்சியை தான்.

எப்போதும் ரகுநந்தனின் பார்வையில் குடியிருக்கும் குறும்புத்தனம் காணாமல் போயிருக்க அங்கே காதல் மட்டுமே பொங்கி வழிந்தது. அதே போல அதிசயத்திலும் அதிசயமாய் நீரஜாட்சியின் முகத்தில் ரகுநந்தனை கண்டால் எழும் முறைப்பு விடுமுறை எடுத்திருக்க அதில் முழுக்க முழுக்க வெட்கம் மட்டுமே நிறைந்திருந்தது.

ஒரு கேலிப்புன்னகயுடன் இருவரையும் நோக்கியவன் "நீரு! குளிர்ல நிக்காதேமா! நீ உள்ளே போ. எதுவா இருந்தாலும் காத்தாலே பேசிக்கோங்க" என்று சொல்ல சரியென்று தலையசைத்துவிட்டு அவள் அவுட்ஹவுஸை நோக்கி சென்றாள்.

அவள் செல்வதையே பார்த்துக் கொண்டிருந்த தம்பியிடம் "என்னடா நம்மாத்துல பெரிய பெரிய அதிசயம்லாம் நடக்கறது!" என்று கேலி

செய்ய அவனோ "எல்லாம் காதல் செய்த மாயம்டா அண்ணா" என்று உணர்ச்சியுடன் கூற ஹர்சவர்தன் நகைத்துவிட்டு அவனைத் தோளோடு அணைத்தபடி வீட்டுக்குள் அழைத்துச் சென்றான்.

5

பூங்காற்று 5

ஹர்சவர்தனும், ரகுநந்தனும் இத்தனை நாள் மனதில் பூட்டி வைத்திருந்த காதலின் பாரத்தை அவரவர் இணையிடம் இறக்கிவிட்ட திருப்தியில் அவர்களின் பதிலுக்காக காத்திருக்க, கிருஷ்ணஜாட்சியும் நீரஜாட்சியும் அதற்கு எவ்வித பதிலையும் கூறாமல் தங்களது வேலைகளில் பிசியாகி விட்டனர். இரு சகோதரர்களும் அவர்களுக்கு நெருக்கடி கொடுக்க விரும்பாமல் சொல்லும் போது சொல்லட்டும் என்று விட்டு விட்டனர்.

கிருஷ்ணஜாட்சிக்கு ஹர்சவர்தனின் மனதில் வர்ஷா மீது எந்தக் காதலும் இருந்ததில்லை என்று தெரிந்ததே அவளுக்கு பெரும் நிம்மதி. அதே போல தன்னைப் பிடிக்காமல் ஒன்றும் அவன் மணமுடிக்கவில்லை என்பதும் அவளது மனதில் இத்தனை நாட்கள் இருந்த நெருடலை போக்கியது.

கிருஷ்ணஜாட்சியின் தற்போதைய மனச்சுணக்கத்துக்குப் பத்மாவதி மட்டும் தான் காரணம். எக்காலத்திலும் அப்பெண்மணி பேசிய வார்த்தைகளை அவளால் மறக்க இயலாது என்று எண்ணிக் கொண்டவள் ஹர்சவர்தனின் காதல் பேச்சை ஒதுக்கி வைத்துவிட்டு அவர்களின் பேக்கரி விரிவாக்கத்தில் மும்முரமானாள்.

நீரஜாட்சியின் நிலையும் அதுவே. ரகுநந்தன் அவளிடம் மனதை வெளிப்படையாக கூறிய நாளன்றே கிருஷ்ணஜாட்சியிடம் அதை தெரிவித்துவிட்டாள் அவள்.

"கிருஷ்ணா! எனக்கு அவனை நினைச்சு குழப்பம் எதுவும் இல்லை. அவன் மேல எனக்கு இன்னும் லவ் எதும் வரலை தான். ஆனா

அவனை நம்பலாம். என்னோட பிரச்சனை பத்து மாமி தான். எனக்கும் அவங்களுக்கும் எப்போவுமே ஒத்து வராது. அவங்களை மாதிரி ஒரு கேரக்டர் கூட ஒரே வீட்டுல ஒன்னா இருக்கிறது, தினமும் அவங்களை ஃபேஸ் பண்ணுறதுலாம் என்னால சத்தியமா முடியாது. உன் விஷயத்துல அவங்க நடந்துகிட்ட முறைக்காகவே நான் அவங்களை அந்தளவுக்கு வெறுக்கிறேன். இதுல இந்த புதுசா வந்த லவ்வுக்காக நான் ஏன் மெனக்கிடணும்? நான் அவன் கிட்ட இதுலாம் சரி வராதுனு சொல்லப் போறேன்" என்றவளை பொறுமை காக்குமாறு கிருஷ்ணஜாட்சி தான் அமைதி படுத்தினாள்.

"அவசரப்படாதே நீரு. சின்ன அம்மாஞ்சி உன்னை லவ் பண்ணுறதை என் கிட்ட எப்போவோ சொல்லிட்டார். உன் கிட்ட சொல்ல வேண்டாம்னு சொன்னதால தான் நான் மறைச்சிட்டேன். ஹீ லவ்ஸ் யூ அ லாட். ஒரு மனுசனோட காதலை குறைச்சு எடை போடுறது தப்பு. அதனால நீ அந்த மாதிரி எதையும் பண்ணி அவர் மனசை கஷ்டப்படுத்திடாதே" என்ற தமக்கையின் அறிவுரையை ஏற்றுக் கொண்டதால் இன்று வரை ரகுநந்தனிடம் எதிர்மறையாக எதையும் கூறாமல் அவள் வேலையில் மட்டும் கவனம் செலுத்தினாள் நீரஜாட்சி.

அதே சமயத்தில் ஹர்சவர்தனின் ஹோட்டல் விரிவாக்கப்பணியில் இரு சகோதரர்களுமே பிசியாகிவிட அவர்களுக்கும் மற்ற விஷயங்களில் கவனம் செலுத்த நேரம் இல்லை.

இவ்வாறு நாட்கள் பறக்க ஆரம்பிக்க கிருஷ்ணஜாட்சியும் கரோலினும் பேக்கரி விரிவாக்கப்பணிகள் முடிந்த நிலையில் விரிவாக்கப்பட்ட பேக்கரியின் உள் அலங்கார நிபுணரை சந்திக்க செல்ல வேண்டுமென்று முடிவெடுத்திருந்தனர். கிருஷ்ணஜாட்சி அதற்காக பரபரப்பாக தயாராகி நீரஜாட்சியுடன் ஸ்கூட்டியிலேயே சென்று விடலாம் என்ற முடிவுடன் தங்கை கிளம்பி வெளியே வருவதற்காக தோட்டத்தில் ஹேண்ட் பேக்கோடு காத்திருந்தாள்.

அந்நேரம் கோதண்டராமன் வாக்கிங் சென்றுவிட்டு வந்தவர் திடீரென்று தடுமாற கிருஷ்ணஜாட்சி "மாமா" என்ற கூவலுடன ஓடிச்சென்று அவரை விழாமல் தாங்கிக் கொண்டாள். அவள் மட்டும் இல்லையேல் அவரது தலை அங்கிருந்த நீரூற்றின் பக்கவாட்டு சுவரில் இடித்திருக்கும்.

அவரை கிருஷ்ணன் சிலையின் படிக்கட்டுகளில் அமர வைத்தவள் "ஏன் மாமா இவ்வளவு சிரமப்படுத்திக்கிறிங்க? உங்களுக்கு பி.பி இருக்-

குனு தெரிஞ்சும் இவ்ளோ தூரம் நடக்கணுமா? நம்ம கார்டன்லயே சும்மா நடந்தா போதாதா?" என்று அக்கறையுடன் கடிந்து கொள்ள

கோதண்டராமன் "நேக்கு ஒன்னும் இல்லடிம்மா! மனுஷாளுக்கு மனநிம்மதி இல்லைனா இப்பிடி தான் சரீரம் அவா சொல்லுற பேச்சை கேக்காது" என்று அவர் விரக்தியுடன் கூற

கிருஷ்ணஜாட்சி "நீங்க பிரஷருக்கு போடுற டேப்ளட்டை போட்டிங்களா? இல்லையா? இருங்க" என்றபடி எழுந்தவள் வீட்டை நோக்கிவிட்டு

"சின்ன மாமி! மாமாவோட பிரஷர் டேப்ளட்டை எடுத்துட்டு வாங்க. அவர் போடாம ஓபி அடிச்சிட்டிருக்கார்" என்று உரத்தக்குரலில் கூறினாள்.

உள்ளே சகோதரியுடன் வேலையாய் இருந்த மைதிலிக்கு நீண்டநாள் கழித்து மருமகள் தன்னை அழைத்த மகிழ்ச்சியும், அவள் சொன்னபடியே கோதண்டராமன் சில மாதங்களாக போடவேண்டிய மாத்திரைகளை போடாமல் இருந்ததால் ஏற்பட்ட சலிப்புமாய் எழுந்தவர் தங்களின் அறை டேபிளில் இருக்கும் அவரது மாத்திரை புட்டியுடன் வெளியே வந்தார்.

அங்கே கிருஷ்ணஜாட்சி அவர் கணவரிடம் ஏதோ சொல்லிக் கொண்டிருக்க அவர்களிடம் வந்தவர் "நான் சொன்னா எங்கே கேக்கிறார் உன் மாமா? மருமகள் வந்து மிரட்டுனதும் நன்னா குழந்தை மாதிரி பம்முவார்" என்று முகவாயை தோளில் இடித்துக் கொண்டபடி மாத்திரையையும் தண்ணீரையும் கணவரிடம் நீட்டினார்.

மாத்திரையை விழுங்கிவிட்டு மருமகளைப் பார்த்து "இன்னும் இந்த ஆத்து மனுஷாளை நீ மன்னிக்கலையாடிம்மா?" என்றவரின் கலங்கிப் போன குரல் கிருஷ்ணஜாட்சியின் மனதை உலுக்க மைதிலிக்குமே கண்ணில் நீர் நிறைந்துவிட்டது.

"கிருஷ்ணா நோக்கு தெரியாதது ஒன்னும் இல்ல! அத்திம்பேர் இப்போலாம் அக்கா கிட்ட பேச்சுவார்த்தை வச்சுக்கிறதே இல்ல. அவா ரெண்டு பேரும் ஒரே ஆத்துல இருந்தாலும் இரு துருவமா ஆயிட்டா! அவர் உன் வாழ்க்கையை நினைச்சு நினைச்சே பாதி ஆளா போயிட்டார்டி. சமீபமா நீயும் ஹர்சாவும் ஒன்னா போறது வர்றதுலாம் பார்க்க மனசுக்கு நிறைவா இருந்தாலும் இந்தாத்து மாட்டுபொண்ணு அவுட் ஹவுஸில இருக்கறது இன்னும் எங்க எல்லாருக்கும் சங்கடமா தான்

இருக்கு. அண்ணனை நினைச்சு இந்த மனுசனும் இப்பிடி தான் ஏதோ போறார் வர்றார். வாழ்க்கையை வெறுத்துட்டா உன்னோட மாமா ரெண்டு பேரும். தங்கையை தான் சாகற வரைக்கும் வீட்டோட அண்ட விடாம பண்ணிட்டா! அவளோட பொண்ணையாச்சும் வாழ வைப்-பான்னு நான் நம்புனேன். பெரிய மனுஷானு இருந்து என்ன பிர-யோஜனம்?" என்று அவரும் இத்தனை நாள் வேதனை ஆதங்கத்தை கொட்டித் தீர்த்துவிட்டார்.

கிருஷ்ணஜாட்சிக்கு தன் மீது இத்துணை அன்பு வைத்திருப்பவர்-களை தான் இந்த மூன்று மாத காலமாக வருத்தி விட்டோமே என்ற எண்ணம் கண்ணில் நீரை வரவழைத்தது.

"அவங்க மேல தப்பு இல்ல மாமி. நான் தான் பொதுப்படையா எல்லாரையும் ஒதுக்கி வச்சு பேசிட்டேன். அம்மாவை பேசுனது உங்க அக்கா மட்டும் தான். ஆனா நான் அதுக்கு உங்க எல்லாருக்கும் சேர்த்து கஷ்டத்தைக் குடுத்திட்டேன். என்னை மன்னிச்சிடுங்க" என்று கலங்கியவளாய் உரைக்க

கோதண்டராமன் "நீ அழாதடிம்மா! தப்பு பண்ணுனவாலாம் நன்னா சுத்திண்டிருக்கச்ச நீ ஏன் அழணும்? இவ சொன்னபடி தங்கையை தான் அண்டவிடாம பண்ணிட்டோம். நீயாச்சும் எங்களை புரிஞ்சுக்கோடிம்மா. எனக்கோ அண்ணனுக்கோ வைராக்கியமா இருக்கிற வயசு இல்ல. இந்த வயசுல எங்க பசங்க வாழ்க்கை நன்னா இருக்கணுமேனு தான் நாங்க பகவானை சேவிச்சிண்டிருக்கோம். இனியாச்சும் எங்களை பிரிச்சு வச்சு பேசிடாதம்மா" என்று சொல்லிவிட்டு அவள் கையைப் பிடித்து வேண்-டினார்.

கிருஷ்ணஜாட்சியும் கண்ணீரை துடைத்துவிட்டு "இல்ல மாமா! இனிமே நான் இப்பிடி நடந்துக்க மாட்டேன். ஏதோ அறியாத்தனமா பெரிய தப்பை பண்ணிட்டேன். எனக்குமே உங்களை எல்லாம் பார்க்காம உங்களண்ட பேசாம இருக்கிறதுலாம் எவ்வளவு கஷ்டமா இருந்துச்சு தெரியுமா?" என்று சொன்னபடி இன்னொரு கையால் மைதிலியின் கரங்களைப் பிடித்துக் கொண்டாள்.

"நீங்களும் என்னை மன்னிச்சிடுங்க சின்ன மாமி" என்றவளை தோளோடு அணைத்தவர் அவள் உச்சியில் முத்தமிட்டபடி "பெரிய வார்த்தைலாம் பேசாதடிம்மா" என்றவர் அவர் தோளில் தட்டிக் கொடுத்-தார்.

"ஆமா எங்கேடி உன் தங்கை? இந்நேரத்துக்கு அவ ஸ்கூட்டி சத்தம் இந்த காம்பவுண்டை அலற விடுமே" என்று அவர் கேட்கும் போதே நீரஜாட்சி அவர்களை நோக்கி வந்து கொண்டிருந்தாள்.

வந்தவள் "என்ன கிருஷ்ணா காத்தாலேயே ஒரே கொஞ்சல்ஸ் போல. சின்ன மாமி மூஞ்சி ஏன் இப்பிடி வாடிப் போயிடுச்சு?" என்று கேலி செய்ய மைதிலி "ஆமாடி இத்தனை நாள் சின்ன மாமி, மாமா யாரும் உன் கண்ணுக்கு அகப்படலையோ" என்று குறைபட்டுக் கொண்டார்.

நீரஜாட்சி "அட கோவப்படாதேள் மாமி! இப்போ தான் இங்கே ஒரே குடும்பமா மாறி எல்லாருமா சேர்ந்து கும்மி அடிச்சிண்டிருந்தேள். நான் வந்ததும் மாடுலேசனை மாத்துனா நான் கண்டுபிடிக்க மாட்டேனு நினைச்சேளோ?" என்று கேலி செய்தபடி கோதண்டராமனிடம் வந்தாள்.

"சின்ன மாமா! மூனு மாசத்துல முப்பது வயசு அதிகமானா மாதிரி இப்பிடி இளைச்சு போயிட்டேளே" என்று அவரை கலாய்த்தவள் அவரை மைதிலியுடன் உள்ளே அனுப்பிவைத்துவிட்டு கிருஷ்ணஜாட்சியிடம் திரும்பினாள்.

"அப்புறம் அடுத்து என்ன? அத்திம்பேரை மன்னிக்க போறேளா?" என்று அவளை கேலி செய்தவளின் முதுகில் தனது ஹேண்ட்பேக்கால் நான்கு அடிகள் போட்டாள் கிருஷ்ணஜாட்சி.

நீரஜாட்சி "அடிக்காதே கிருஷ்ணா! பத்து மாமியை கன்ட்ரோல் பண்ண உனக்கு ஒரு சான்ஸ் கிடைச்சிருக்கு. அதை மிஸ் பண்ணிடாதே" என்றபடி அக்காவுடன் தரிப்பிடத்துக்குச் சென்றவள் ஸ்கூட்டியை கிளப்பி அவளை அமரச் சொல்ல கிருஷ்ணஜாட்சி மவுனமாக அமர வண்டி புறப்பட்டது.

கிருஷ்ணஜாட்சியை இண்டீரியர் டெகரேட்டர் அலுவலகத்தில் இறக்கிவிட்டவள் அவளது அலுவலகத்தை நோக்கி ஸ்கூட்டியை விரட்டினாள்.

வழக்கம் போல சென்னையின் டிராபிக் அவளது பொன்னான நேரத்தை களவாடிக் கொள்ள ரகுநந்தன் அடிக்கடி சொல்வது போல தனக்கு நேரம் தவறாமையின் அர்த்தம் கூட தெரியவில்லை போலும் என்று தனக்குள்ளே புலம்பிக் கொண்டே அவளது அறையை அடைந்தாள்.

நல்ல காலமாக ரகுநந்தனின் அறையில் அவன் இல்லை. ஹர்சவர்தனின் ஹோட்டல் வேலைகள் நடந்து கொண்டிருக்கும் சைட்டுக்கு சென்றுவிட "ஹப்பாடா! போயிட்டான்டா, இல்லைனா என்னை இதை சொல்லியே இரிட்டேட் பண்ணுவான்" என்றபடி அவளது அன்றாட வேலைகளில் கவனம் செலுத்த ஆரம்பித்தாள். இருந்தாலும் விழிகள் அடிக்கடி அவன் அறையை நோட்டமிட்டு திரும்பியது என்னவோ உண்மை.

அவர்கள் அலுவலகத்தின் மற்ற ஊழியர்களில் பெண்களும் உண்டு. ஆனால் நீரஜாட்சிக்கு குறிப்பிடும் படி அங்கே தோழிகள் இல்லை. கவிதாவை தவிர வேறு யாரையும் அவள் தோழியாக ஏற்றுக் கொள்ளவும் இல்லை.

எனவே அலுவலகத்தில் யாராக இருந்தாலும் "ஹாய்" "ஹலோ" என்னுமளவைத் தாண்டி அவள் யாரிடமும் பழக்கம் வைத்துக் கொள்வதில்லை. மற்றவர்களும் அவள் நிர்வாக இயக்குனரின் உறவுக்காரி என்பதால் அவளிடம் பழக தயங்கவே அவள் அதை கண்டுகொள்ளவில்லை.

அன்று மதியவுணவின் போது அவள் சாப்பிட்டுக் கொண்டிருக்க அவள் இருப்பதைக் கவனிக்காமல் வந்து அமர்ந்தனர் சில இளம்பெண்கள், அவர்களும் எஸ்.என் கன்ஸ்ட்ரக்சனின் ஊழியர்களே. அமர்ந்தவர்கள் சாப்பாட்டோடு சேர்த்து ரகுநந்தனை பற்றிய கமெண்டுகளையும் அள்ளிவிட நீரஜாட்சி அதில் எரிச்சல் ஆகிவிட்டாள்.

அவர்களில் ஒருத்தி "ஹேய் இன்னைக்கு எம்.டி வரலைனதும் ஆபிஸே இருண்டு போன மாதிரி ஆயிடுச்சுடி. எனக்கு இன்னைக்கு வேலையே ஓடலை தெரியுமா?" என்று சொல்ல மற்றவர்கள் அதற்கு கொல்லென்று நகைத்தனர்.

நீரஜாட்சி அதைக் கேட்டுவிட்டு கடுப்புடன் "ஏன் அவன் வராம ஆபிஸ்ல பவர் கட் ஆயிடுச்சா? இதுங்களைலாம் என்ன பண்ண?" என்று பல்லைக் கடித்தாள்.

மற்றொருத்தியோ "பேசாம நீ அவரோட செகரட்டரியா போயிடு. ட்வெண்டி ஃபோர் ஹவர்ஸும் அவரோட இருக்கலாம். ஓ சாரி சாரி! எய்ட் ஹவர்ஸ் தானே ஆபிஸ்" என்று சொல்ல நீரஜாட்சிக்கு ஏன்டி இதெல்லாம் ஒரு ஜோக்கா என்று தலையிலடித்துக் கொள்ளலாம் போல தோன்றியது.

அவளைத் தொடர்ந்து இன்னொருத்தி "அவருக்கு தான் ஆல்ரெடி ஒரு செகரட்டரி இருக்காங்களே! பட் அவங்க நம்மளை விட சின்ன பொண்ணு தான். அவங்க செகரட்டரியா வந்ததுக்கு பதிலா சாமி-யாரிணியா போயிருக்கலாம். இவ்ளோ ஹாண்ட்சம் பாஸை பக்கத்துல வச்சுக்கிட்டு சைட் கூட அடிக்காம எப்பிடி தான் அவங்க வேலை வேலைனு சுத்துறாங்களோ? நான்லாம் விட்டா நாள் முழுக்க அவரை சைட் அடிச்சிட்டே இருப்பேன்" என்றுச் சொல்ல நீரஜாட்சி பொறுக்க முடியாமல் எழுந்துவிட்டாள்.

"ஹாய் கேர்ள்ஸ்! என்ன பேசிட்டிருந்திங்க?" என்றபடி அவள் வரவும் அவர்கள் எழும்ப "நோ நோ! ப்ளீஸ் சாப்பிடுறப்போ பாதிச்சாப்-பாட்டுல எழுந்தா அது அன்னபூரணியை அவமதிக்கிற மாதிரி. பிளீஸ் சிட் டவுன்" என்றுச் சொல்ல அவர்கள் தயக்கத்துடன் அமர்ந்தனர்.

நீரஜாட்சி "நீங்க சாப்பிட்டுட்டே நான் சொல்லுறதை மனசுல ஆக்-கிக்கணும்! சரியா? நம்பர் ஒன் மிஸ்டர் ரகுநந்தன் உங்களுக்கு சேலரி தர்றது அவரை சைட் அடிக்கிறதுக்கு இல்ல, அவர் ஆபிஸ்ல ஒர்க் பண்ணறதுக்கு! சோ அப்பப்போ கொஞ்சம் வேலையும் பார்க்கணும். சரியா?

அண்ட் நம்பர் டூ, இது வரைக்கும் நீங்க சைட் அடிச்சது ஓகே, நோ பிராப்ளம். பட் இனிமே யாரும் அவனை.. ம்க்கும்... அவரை சைட் அடிக்க கூடாது. பிகாஸ் ஹீ லவ்ஸ் அ கேர்ள் டீப்லி. அடுத்தவங்க-ளோட காதலனையோ கணவனையோ சைட் அடிக்கிறது நல்ல பழக்கம் இல்ல. ஓகே! இனிமே திருப்தியா சாப்பிடுங்க" என்றபடி அவள் வில-கிச் செல்ல ரகுநந்தன் யாரையோ காதலிக்கிறான் என்ற தகவலிலேயே சோர்ந்து போயினர் அந்தப் பெண்கள்.

அன்று நாளும் வேகமாகச் செல்ல மாலையில் கிளம்பும் நேரத்தில் கூட அவன் அலுவலகம் திரும்பாததால் அவனுக்கு போனில் விவரத்-தைச் சொல்லிவிட்டு கிளம்பினாள் நீரஜாட்சி. வீட்டுக்குச் சென்றவள் கிருஷ்ணஜாட்சி வரும் முன்னர் அவுட் ஹவுஸை சுத்தம் செய்துவிட்டு சிறிது நேரம் ஊஞ்சலில் அமரச் செல்ல வீட்டில் பட்டாபிராமன் சத்தமாக வாக்குவாதம் செய்வது அவள் காதில் விழுந்தது.

"ஆமாடா சேஷா! இங்க வாழ வேண்டிய என் பேரன் பேத்தி பிரிஞ்சு போயிருக்கறச்ச நேக்கு கதாகாலட்சேபம் மட்டும் தான் குறைச்-சல். நான் எங்கேயும் வரலைடா. எனக்கே அவாளை நினைச்சு மன

உளைச்சலா இருக்கு. நீ மட்டும் போயிட்டு வா" என்று அவர் உச்சஸ்-தாயியில் பேசுவது அவள் காதில் விழ புருவங்கள் முடிச்சிட எழுந்தாள் நீரஜாட்சி.

கிருஷ்ணஜாட்சியும் அந்நேரம் பார்த்து வந்து விட அவளிடம் சைகையிலேயே என்ன விஷயம் என்று கேட்க அவள் வீட்டை நோக்கி பெருவிரலை காட்டினாள்.

6

பூங்காற்று 6

கிருஷ்ணஜாட்சியிடம் நீரஜாட்சி வீட்டை நோக்கி கை காட்ட பட்டாபிராமனின் குரல் அவள் காதிலும் தெளிவாக விழுந்தது. அவளால் அப்போதைக்கு பெருமூச்சு மட்டுமே விட முடிந்தது. ஏனெனில் இந்த விவகாரத்தில் அவளால் இன்னும் சரியான ஒரு முடிவுக்கு வர இயலவில்லை. முதலில் அவளால் ஹர்சவர்தனின் காதல் என்ற வார்த்தையையே நம்ப முடியவில்லை எனும் போது மற்றவற்றை யோசிக்க அவளுக்கு இப்போது அவளுக்கு விருப்பமும் இல்லை, நேரமும் இல்லை.

எனவே நீரஜாட்சியிடம் பட்டாபிராமனைச் சமாதானம் செய்துவிட்டு வருமாறு கூறியவள் அவுட் ஹவுஸை நோக்கி நடைபோட்டாள். நீரஜாட்சி நீண்டநாட்களுக்குப் பின் அந்த வீட்டிற்குள் காலடி எடுத்து வைத்தவள் நடுஹாலில் அமர்ந்து தனது நண்பர் சேஷனிடம் தர்க்கம் செய்து கொண்டிருக்கும் பட்டாபிராமனை நோக்கி வந்தாள்.

வரும் போதே "அடேங்கப்பா! பட்டு உனக்கு இளமை திரும்புதுனு நினைப்போ? மனுஷி நிம்மதியா ஊஞ்சல்ல கண் மூடி பாட்டு கேக்கலாம்னு வந்தேன். உன்னோட சத்தம் என்னோட ஹெட்போனையும் தாண்டி கேட்டுச்சுனா பாரேன், உன் வாய்ஸ் எவ்ளோ லவுடா இருந்திருக்கும்னு" என்றுச் சொன்னபடி வந்தவளைப் பார்த்ததும் கப்சிப் ஆனார் மனிதர்.

சேஷன் பேத்தியைக் கண்டதும் அமைதியான நண்பரை கேலியாக பார்த்தபடியே "ஏன்டா இப்போ கத்தேன் பார்ப்போம். இதுக்கு தான் நீ

வேணும்கிறதுடா நீரஜா. ஆமா உன் படிப்பெல்லாம் எப்பிடி போறது?" என்று கேட்க

அவள் பட்டாபிராமனின் அருகில் அமர்ந்தபடி "நான் படிச்சு முடிச்சிட்டேன் தாத்தா. இப்போ இவாளோட கன்ஸ்ட்ரெக்சன் கம்பெனியில தான் வொர்க் பண்ணுறேன்" என்று சொல்லிவிட்டு

"தாத்தா நாளைக்கு காலையில பட்டுவும், சித்துவும் கதாகாலட்சேபத்துக்கு கட்டாயமா வருவாங்க. யூ டோண்ட் வொரி" என்று அவரிடம் உறுதியளிக்க சேஷனும் இப்போது என்ன செய்ய போகிறாய் என்பது போல பட்டாபிராமனை நோக்கி புன்னகைத்தார்.

நீரஜாட்சியின் சத்தம் கேட்டு சீதாலெட்சுமி அவரது அறையிலிருந்து வந்தவர் கண்கள் கலங்க அவளைப் பார்க்க அவளோ தற்போது அவர்களை கண்ணீர் சிந்த வைக்க விருப்பமற்றவளாய்

"ஓஹோ! சித்தம்மா நீ அழப் போறியா? அப்போ சொல்லிட்டு அழு ஓகே! பிகாஸ் ஆல்ரெடி மூனு மாசத்துக்கு முன்னாடி நடந்த இன்சிடெண்டால எல்லாரும் நிறையவே அழுதுட்டோம். என் செல்லமோன்னோ! சிரி பார்ப்போம்" என்று அவரை அணைத்து கொஞ்ச ஆரம்பிக்கவும் அவர் அவளது கன்னத்தில் அழுந்த முத்தமிட்டார்.

பட்டாபிராமன் இந்தக் காட்சியை எங்கே காணாமலே தன் உயிர் போய் விடுமோ என்று எண்ணியிருந்தவர் மகிழ்ச்சியில் பூரித்துப் போனவராய் மனைவியைப் பார்க்கவும் அதை கவனித்த நீரஜாட்சி

"சித்தம்மா நீ எனக்கு கிஸ் பண்ணுனதை பார்த்து பட்டுக்கு பொறாமை வந்துடுச்சு" என்று கேலி செய்ய சேஷனும், பட்டாபிராமனும் சிரித்த வெடிச்சிரிப்பில் அந்த வீட்டின் மீதமிருந்த உறுப்பினர்களான வேங்கடநாதன், கோதண்டராமனுடன் அவர்களின் சகதர்மிணிகளும் ஹாலுக்கு வந்து சேர்ந்தனர்.

மற்றவர்கள் எவ்விதம் உணர்ந்தனரோ ஆனால் பத்மாவதி மட்டும் மீண்டும் மதுரவாணியின் பெண் இங்கே காலடி எடுத்து வைத்துவிட்டாளா என்ற ஆதங்கத்துடன் பார்த்தது நீரஜாட்சியின் கண்ணில் விழாமல் இல்லை.

வேங்கடநாதனை நோக்கி புன்னகைத்தவாறே "மாமா! நான் வந்தது ஒன்னும் உங்க யாருக்கும் தொந்தரவா இல்லையே?" என்று கேட்டாள் ஓரக்கண்ணால் பத்மாவதியை கவனித்தவாறே.

அவரோ "என்ன சொல்லுறடிம்மா நீ? இத்தனை நாள் நீ, கிருஷ்ணா வராம இந்தாத்துல லெட்சுமி கடாட்ஷமே போயிடுத்துடா. இப்போவாச்-சும் நீ மனசு மாறி வந்தியேனு நேக்கு சந்தோசம் தான்" என்றார் மனதாற.

இந்த காட்சிகள் பத்மாவதிக்கு எரிச்சலை கிளப்ப அவள் வேண்டு-மென்றே "பத்து மாமி! உங்களுக்கு எதுவும் சிரமம் இல்லையே?" என்று நக்கலாக வினவ அவரோ முகவாயை தோளில் வெட்டிவிட்டு அவரது அறையை நோக்கி சென்றுவிட்டார்.

வேங்கடநாதன் "அவ திருந்தமாட்டாடிம்மா! நீ அவளை கணக்கு-லயே சேர்த்துக்காதே" என்று சொல்ல நீரஜாட்சியும் அதற்கு சரியென்ற-வள் வாயிலில் கார் வரும் அரவம் கேட்டதும் மனதிற்குள்

"ஓ! என்.கே பிரதர்ஸ் வர்றாங்க போல. வரட்டும் வரட்டும்!" என்று நினைத்துக் கொண்டவளுக்கு பத்மாவதியின் செயல்பாடுகள் ஏனோ உவப்பாக இல்லை.

கிருஷ்ணஜாட்சியின் படிப்பில் ஆரம்பித்து அவளது திருமண-வாழ்க்கை வரை அவளுக்கு அநியாயத்தை மட்டுமே இழைத்த அப்-பெண்மணியின் இன்றைய செய்கை அவளுக்கு இன்னும் எரிச்சலை அதிகரிக்க வாயிலை நோக்கியவள் அங்கே ஹர்சவர்தனுடன் நடந்துவ-ரும் ரகுநந்தனை கண்டதும் அவை அனைத்தையும் மறந்து போனாள்.

அலுவலகத்தில் அவனைக் குறித்து அந்த பெண்கள் பேசியது நினைவில் தோன்ற "இந்த இடியட் ஏன் இவ்ளோ ஹாண்ட்சம்மா இருந்து தொலைக்கிறான்? அதனால தான் போறவங்க வர்றவங்கலாம் இவனை சைட் அடிக்கிறாங்க" என்ற எண்ணத்துடன் அவள் முகம் சுளிக்க அவனோ அவளை நோக்கி கண் சிமிட்டி விட்டு தனது அறைக்குச் சென்றான்.

ஹர்சவர்தன் மட்டும் பட்டாபிராமனிடம் "தாத்தா என்னண்ட நீங்க பேச மாட்டேள்னு தெரியும். ஆனா ஒன்னு மட்டும் சொல்லிடறேன். எவ்ளோ சீக்கிரம் முடியுமோ அவ்ளோ சீக்கிரம் கிருஷ்ணாவை என் ஆத்துக்காரியா சகல உரிமையோட இந்தாத்துக்கு அழைச்சிண்டு வரு-வேன். அதான் நீரஜா வந்துட்டாளோன்னோ இனி அவளும் தானா வந்திடுவா. அப்பிடி தானே நீரு?" என்று அவளை நோக்கி வினவ அவள் குழப்பத்துடன் தலையாட்டினாள்.

இருந்தாலும் அவனது அறைக்கு செல்ல முயன்றவனை யாருமறியா வண்ணம் தடுத்தவள் "நீங்க சொன்னது எனக்கு புரியல. அது எப்பிடி நான் வந்தா கிருஷ்ணாவும் வருவானு நீங்க தீர்மானமா சொல்லுறிங்க?" என்று வினவ

ஹர்சவர்தன் "நீ இங்கே வந்தான்னு நான் சொன்னதுக்கு அர்த்தம் நீ இங்க நந்துவோட ஆத்துக்காரியா வந்தாங்கிறது தான். இது கூட புரியாம நீ கேக்கிறியே?" என்று சொல்லிவிட்டு அவனது அறைக்கு சென்றுவிட்டான்.

அவன் அறியவில்லை, அவன் நீரஜாட்சியின் மூளைக்குள் ஓடும் விஷயங்கள் அனைத்தையும் ஒரே நேர்க்கோட்டில் சந்திக்க வைத்துவிட்டு சென்றான் என்பதை. அவளது சிந்தனையில் ஓடிய மூன்று விஷயங்கள் கிருஷ்ணஜாட்சியின் திருமணவாழ்க்கை, ரகுநந்தனின் காதல், பத்மாவதியின் ஆணவம்.

இவை மூன்றையும் ஒரே புள்ளியில் சந்திக்க இனி அவள் என்ன செய்ய வேண்டும் என்பதை தீர்மானித்துவிட்டு வேங்கடநாதனிடம் வந்தவள் "மாமா! நான் போய் பெரிய மாமியை சமாதானம் பண்ண டிரை பண்ணுறேன்" என்று சொல்ல அவர் மறுத்தார்.

"வேண்டாம்மா! அவ இருக்கிற நிலையில உன் மனசு கோணுற மாதிரி எதுவும் பேசிட போறா" என்று தடுக்க அவளோ

"பேசுனா என்ன மாமா? மாமி என்னை விட வயசுல பெரியவங்க. அவங்க பேசுனா நான் ஒன்னும் குறைஞ்சு போயிட மாட்டேன்" என்று அவரை கையமர்த்திவிட்டு பத்மாவதியின் அறையை நோக்கி சென்றாள் அவளின் திட்டத்தின் முதல் படியாக.

அறையின் கதவை தட்டியவள் அவரது பதிலுக்குக் காத்திராமல் உள்ளே நுழைந்தாள். பத்மாவதி அவள் உள்ளே வருவதைக் கண்டு அதிர்ந்தவர் "உன்னை யாருடி என்னோட அறைக்குள்ள வரச் சொன்னது? வெளியே போ" என்று கத்த நீரஜாட்சி அதைக் கண்டு கொள்ளாமல் அறையைச் சுற்றிமுற்றி பார்க்க தொடங்கினாள்.

நீரஜாட்சியின் ஆராய்ச்சிப் பார்வையில் எரிச்சலுற்றவர் கையில் வைத்திருந்த மொபைலை தவறவிட அவரை அறியாமல் அதில் வாய்ஸ் ரெக்கார்டர் ஆன் ஆனது. ஆனால் அதை இருவருமே கவனிக்கவில்லை. ஒரு வேளை கவனித்திருந்தால் அதனால் பிற்காலத்தில் ஏற்படப் போகும் அனர்த்தங்களைத் தவிர்த்திருப்பர் இருவருமே.

பத்மாவதி அவளிடம் "சொல்லிண்டே இருக்கேன். நீ உன் இஷ்டத்துக்கு..." என்றவரை கையுயர்த்தி தடுத்துவிட்டுச் சுவாதீனமாக அங்கிருந்த நாற்காலியைக் கவனித்தவள் அவரைக் கேலியாக பார்த்தபடி கால் மேல் கால் போட்டு சட்டமாக அமர்ந்துகொள்ள பத்மாவதி கோபத்தில் முகம் சிவக்க நின்று கொண்டிருந்தார்.

அவரை ஏளனமாக பார்த்தபடி "எங்கம்மா தயவுல ராஜவாழ்க்கை வாழறேள் போல?" என்று அவள் கூறவும் பத்மாவதியின் முகம் சுண்டிவிட்டது. அவர் மவுனமாக நிற்பதைக் கண்டால் நீரஜாட்சிக்கு உள்ளே பனிக்கட்டி மழை பொழிவதை போல் குலுகுலுவென்று இருந்தது.

"சரி வாழ்ந்துட்டுப் போங்கோ மாமி! ஆனா ஏன் என்னோட கிருஷ்ணா வாழ்க்கையை நாசம் பண்ணுனேள்? உங்களுக்கு கொஞ்சம் கூட குற்றவுணர்ச்சி இல்லை போலயே" என்று கேட்க அவர் சிறிதும் வருந்தாமல் நின்ற தொனியே அவர் எதற்காகவும் வருந்தவில்லை என்பதை சொல்லாமல் சொன்னது.

அதுவே அவளது கோபத்தை தூண்ட "ரொம்ப ஆடாதேள் மாமி! இதுக்காக நீங்க ரொம்ப வருத்தப்படுவேள்" என்று எச்சரிக்க

பத்மாவதி "உன் வயசு என் அனுபவம்டிம்மா! நான் எதையும் காரணமில்லாம பண்ணலை. சரி நான் வருத்தப்படுற மாதிரி மேடம் என்ன செய்ய போறேள்? உன் அக்காவை என் ஹர்சாவோட சேர்த்து வைக்க போறியா? பைத்தியக்காரி! நீயே சொன்னாலும் உன் அக்கா அதுக்கு ஒத்துக்க மாட்டா. வேற என்ன செய்ய முடியும் உன்னால?" என்று அவளைச் சீண்டினார்.

நீரஜாட்சி "அது நேக்கு நன்னா தெரியுமே மாமி! நான் அவளை உங்காத்துக்கு தனியா அனுப்புவேனு நினைச்சேளோ? பைத்தியக்கார மாமி" என்று சொல்ல இப்போது பத்மாவதிக்குத் தான் குழப்பமாய் போய்விட்டது.

அவரது குழப்பத்தை ரசித்தபடி "கிருஷ்ணா இந்தாத்துக்குள்ள வருவா, அதுவும் அத்திம்பேரே அவளை உரிமையா அழைச்சிண்டு வருவார். கூடவே நானும் வருவேன், கிருஷ்ணாவோட தங்கையா இல்ல மாமி. உங்களோட இளைய மாட்டுப்பொண்ணா" என்று அவர் தலையில் இடியை இறக்கினாள்.

பத்மாவதிக்கு சிறிது நேரம் தன் காதுகளையே நம்ப முடியவில்லை. தன் எதிரே நின்று தன்னை கேலியாய் பார்க்கும் நீரஜாட்சியை வெறித்த-

வர் "நீ என்னடி சொல்லுற? என் நந்தன்..." என்று பதறியவரை பார்த்து உச்சுக் கொட்டினாள் நீரஜாட்சி.

பின்னர் இலகுவான குரலில் "நீங்க அடிக்கடி உங்க பிள்ளையையும் கிருஷ்ணாவையும் பத்தி நினைச்சு பயப்படுவிங்க தானே! புலி வருது புலி வருதுனு பயந்து இப்போ புலி நிஜமாவே வந்துடுச்சு மாமி. ஆமா! உங்க இளைய பிள்ளை என்னை ரொம்ப காதலிக்கிறான். அவன் இப்போ என்னோட நந்து. அவனை வச்சு தான் நான் இந்த ஆத்-துக்குள்ளே உரிமையோட நுழையப்போறேன்" என்றாள் அவள். சிறிது நேரம் அவரது அதிர்ச்சியை ரசித்தவாறு இருந்தவள் நாற்காலியிலிருந்து எழுந்து அவர் அருகில் வந்து நின்றாள்.

"ஷாக்கை குறைங்க மாமி! எங்க விவாகம் முடியற வரைக்காச்சும் நீங்க தெம்பா நடமாட வேண்டமா? நான் சொன்ன விஷயத்தை நன்னா கேட்டுக்கோங்கோ, உங்க பையன் ரகுநந்தனோட ஆத்துக்காரியா நீங்க இத்தனை வருசம் ராஜாங்கம் பண்ணுன இதே ஸ்ரீனிவாசவிலாசத்துல கூடிய சீக்கிரமே நான் நுழையப் போறேன், அதுவும் உங்க மூத்த மாட்-டுப்பொண்ணோட. சீக்கிரமா எங்களை வரவேற்க தயாராகுங்க பத்து மாமி. நேக்கு டைம் ஆகறது. என் செல்ல நந்து கிட்ட நான் இன்-னைக்கு பேசவே இல்ல. நான் போய் அவனண்ட பேசிட்டு அவுட் ஹவு-ஸுக்கு கிளம்பறேன்" என்று சொல்லிவிட்டு அவள் கிளம்பினாள்.

பத்மாவதி அவள் சொன்ன வார்த்தைகள் முகத்தில் அறைய அடுத்து என்ன செய்வது என்று புரியாமல் விழித்தபடி நாற்காலியில் அமர்ந்து தலையில் கைவைத்துக் கொண்டார். அவருக்கு நன்றாகவே தெரியும் அவள் கிருஷ்ணஜாட்சியை போல அல்ல என்று. அது மட்டு-மன்றி ரகுநந்தனும் ஹர்சவர்தனை போல அல்ல. இந்த இருவரும் திரு-மணவாழ்வில் இணைந்தால் அது தனது இளைய மகனை கட்டாயமாகத் தன்னிடம் இருந்து பிரித்துவிடும் என்பது புத்தியில் உரைக்க செய்வதறி-யாது திகைத்தார் அவர்.

அவரது மூளையை செயல்படவிடாமல் செய்தவளோ சாவகாசமாக மாடிப்படி ஏறியவள் குத்துமதிப்பாக ரகுநந்தனின் அறையை கண்டுபிடித்-தாள்.

கதவைத் தட்டலாமா என்று யோசித்தவள் கதவு உட்பக்கம் தாழி-டாமல் இருக்கவே சொல்லாமல் கொள்ளாமல் உள்ளே நுழைந்தாள். அவளைப் பொறுத்தவரை தன்னை சீண்டிய பத்து மாமிக்கு உடனடியாக

ஒரு பாடம் கற்பித்தே ஆக வேண்டும். அதோடு சேர்த்து கிருஷ்ண-ஜாட்சியும் ஹர்சவர்தனும் ஒன்று சேர வேண்டும். இவை அனைத்-தையும் செய்து முடிக்க அவளுக்கு ரகுநந்தனின் துணை தேவை. எனவே மனதில் தீட்டிய திட்டத்தை செயல்படுத்தும் நோக்கத்தோடு தான் அவனது அறைக்கு வந்தாள் நீரஜாட்சி.

ரகுநந்தன் லேப்டாப்பில் எதையோ பார்த்துக் கொண்டிருந்தவன் சத்-தியமாக தனது அறையில் அவளை எதிர்ப்பார்க்கவில்லை. அதிர்ச்-சியுடன் படுக்கையிலிருந்து எழுந்தவன் கண்களைக் கசக்க நீரஜாட்சி "ரொம்ப கண்ணை கசக்காதே ஓகே! நான் நிஜமா தான் வந்திருக்கேன்" என்று சொல்ல அவன் ஆச்சரியத்துடன் அதே நேரம் சந்தோசத்துடன் நின்றான்.

அவன் அருகில் சென்றவள் "உன் கிட்ட ஒரு முக்கியமான விஷயம் பேசணும் நந்து. அதான் வந்தேன். உட்கார்ந்து பேசுவோமா?" என்று கேட்க நாற்காலியை இழுத்துப் போட்டான் அவன்.

இருவரும் அமர நீரஜாட்சி எப்படி ஆரம்பிப்பது என்று தவித்தவள் பின்னர் தைரியத்தை திரட்டிக் கொண்டு "நந்து நாம கல்யாணம் பண்-ணிப்போமா?" என்று கேட்க அவனால் தன் காதுகளையே நம்பமுடிய-வில்லை.

சிறிது நேரம் அமைதியில் கழிய அவளே "ஒரு வேளை உனக்கு என்னைப் பிடிக்காம போயிடுச்சா? அதான் நீ சைலண்டா இருக்கியா?" என்று கேட்க இப்போதும் அளவுக்கடந்த சந்தோசத்தில் இருந்ததால் அவனால் பேச முடியவில்லை. ஆனால் தனது அமைதியை அவள் வேறு விதமாக எடுத்துக் கொள்ளவே சிரிப்புடன் தலையை மறுப்பாக அசைத்தான்.

அடுத்த நிமிடமே நாற்காலியில் அமர்ந்திருந்தவளை தன் கைகளில் ஏந்தியவன் "நீருகுட்டியை எனக்கு எப்போவாச்சும் பிடிக்காம போகுமா? ஐ லவ் யூ அ லாட்" என்று சொல்லி அவள் நெற்றியில் செல்லமாக முட்ட நீரஜாட்சிக்கு அவனது அருகாமை ஒரு வித மயக்கத்தை உண்டு பண்ண அவளது உதடுகளும் "ஐ லவ் யூ நந்து" என்ற வார்த்தையை உச்சரித்துவிட்டது.

இந்த வார்த்தைகளை அவளிடம் இருந்து வாங்குவதற்காக தவம் இருந்தவன் இன்று அந்த தவத்துக்கு வரம் கிடைத்த மகிழ்ச்சியில் அவள் நெற்றியில் முத்தமிட்டவாறே அவளை இறக்கிவிட்டான்.

நீரஜாட்சிக்கு அப்போது தான் சொன்ன வார்த்தையின் தீவிரம் விளங்க அவள் ஏதோ சொல்ல வரவும் அவன் அவளது உதட்டில் கை வைத்து தடுத்தான்.

"பிளீஸ்! எதுவும் சொல்லி என் மனசை உடைச்சிடாதே நீரு. இந்த சந்தோசத்தோட நான் இருக்கிறேனே" என்று கெஞ்சலாய் கேட்க அவளால் பதிலளிக்க இயலவில்லை.

அவள் மனம் "நீரு நீ வந்த விஷயம் முடிஞ்சிடிச்சு! கிளம்பு. வேற எதுவும் தேவை இல்லை" என்று அறிவுறுத்த அவள் உடல் அங்கிருந்து நகர்வேனா என்று தர்ணா போராட்டம் செய்தபடி நின்றது.

ரகுநந்தன் அவள் கரங்களைப் பிடித்துக் கொண்டவன் "சீக்கிரமாவே கல்யாணம் பண்ணிக்கலாம். நான் நாளைக்கே தாத்தா அப்பா எல்லா-ரண்டவும் பேசப்போறேன்" என்று உரைக்க அவளை அறியாமலே மனம் நிறைந்து புன்னகைத்தாள் நீரஜாட்சி.

இருவருக்கும் தெரியவில்லை, அவர்களின் திருமணம் தான் அவர்-களைப் பிரிக்க போகும் மிகப் பெரிய காரணி என்று.

7

பூங்காற்று 7

நீரஜாட்சி அனைவரிடமும் சொல்லிவிட்டு வெளியேறியவள் தோட்டத்தில் நடந்து செல்லும் போது திடீரென்று உள்ளுணர்வு உறுத்த திரும்பி வீட்டை பார்த்தாள். வீட்டின் மாடி வராண்டாவில் நின்று ரகுநந்தன் அவளைப் பார்த்துக் கொண்டிருப்பது அவள் கண்ணில் பட கரங்களை அசைத்து டாட்டா காட்டிவிட்டு அவுட் ஹவுஸிற்குள் சென்றாள்.

அவள் அங்கே சென்ற போது கிருஷ்ணஜாட்சி உறங்கியிருக்கவே சமையலறைக்குச் சென்று அவள் சமைத்து வைத்திருந்ததை காலி செய்துவிட்டு பாத்திரங்களை கழுவி வைத்தவள் ஹாலுக்கு வந்தாள். அந்த ஹாலின் சுவரில் அவளின் பெற்றோரின் புகைப்படம் மாட்டப்பட்டிருக்கும்.

அதன் அருகில் சென்று சிறிது நேரம் கண் இமைக்காமல் பார்த்தவளின் விரல்கள் அந்தப் புகைப்படத்தை வருடிக் கொடுக்க அவர்களின் நினைவில் கண் கலங்கியது.

"மா! இந்த உலகத்துல உனக்கு கிடைக்காத சந்தோசமே இல்லைங்கிற அளவுக்கு அப்பாவும் நீயும் ஒரு அழகான வாழ்க்கையை வாழ்ந்திங்க. உங்க ரெண்டு பேருக்கும் இருந்த ஒரே ஒரு குறைனா அது இந்தக் குடும்பம் உங்களை ஒதுக்கி வச்சது மட்டும் தான். ஆனா உங்களுக்கு கிடைக்காத அவங்களோட பாசம், அரவணைப்பு இந்த ஆறு வருசமா எங்களுக்கு நிறையவே கிடைச்சிருக்கு. கிருஷ்ணாவுக்கு அது மட்டும் போதும்.

ஆனா எனக்கு அது பத்தாதுமா. அந்த வீட்டுல உங்க நியாபகங்கள் எதுவுமே இருக்க கூடாதுங்கிறதுல பத்து மாமி ரொம்ப கவனமா இருக்-காங்கல்ல. ஆனா உங்களோட பிரதிபிம்பமா இருக்கிற கிருஷ்ணா அங்க வாழப் போறதை அவங்களால எப்பிடி தடுக்க முடியும்? நான் அங்கே போறதே அந்த வீட்டுல மதுரவாணியோட நினைவுகளை யாராலயும் அழிக்க முடியாதுனு அந்தப் பத்து மாமிக்கு புரியவைக்கிறதுக்கு தான். நீங்க ரெண்டு பேரும் என் கூடவே இருந்து என்னோட இந்த பிளான் சக்சஸ் ஆக எனக்கு உதவி பண்ணணும்" என்றவாறு புகைப்படத்தின் அருகில் கண் மூடி நின்றாள்.

நீரஜாட்சி இந்த விஷயத்தில் பத்மாவதியையும் கிருஷ்ணஜாட்சியை-யும் பற்றி யோசித்தவள் ரகுநந்தன் என்ற ஒருவனை பற்றி மறந்துவிட்-டாள். தான் இதற்காக தான் அவனை மணந்தோம் என்று பிற்காலத்தில் அவனுக்குத் தெரிந்துவிட்டால் ரகுநந்தனின் மனநிலை எப்படி இருக்கும் என்பதைப் பற்றி அவள் யோசிக்கவே இல்லை.

****

மறுநாள் காலை கிருஷ்ணஜாட்சி தங்கைக்கு மதியத்துக்கு கொண்டு செல்ல டிபன் பாக்சில் சாப்பாட்டை அடைத்துக் கொண்டிருந்தவள் "நீரு ஏன்டி நேத்து நைட் நீ வர்றதுக்கு லேட் ஆச்சு? நான் வெயிட் பண்ணி பார்த்துட்டு தூங்கிட்டேன்" என்று சொன்னவாறு அவளிடம் அதை நீட்ட

நீரஜாட்சி அதை ஹேண்ட்பேக்கில் வைத்தவாறே "கிருஷ்ணா நான் நந்து கிட்ட அவனை லவ் பண்ணுறேனு சொல்லிட்டு வந்தேன். சீக்கி-ரமா கல்யாணம் பண்ணிப்போம்னு ரெண்டு பேரும் முடிவு பண்ணிருக்-கோம்" என்று சாதாரணமாக கூற கிருஷ்ணஜாட்சிக்கு அவள் விளை-யாடுகிறாளோ என்று தோணியது.

அவளது தோளில் அடித்தவள் "நீரு விளையாடாதடி! ஒரு நிமிசம் எனக்கு தலை சுத்திருச்சு" என்று சொல்ல நீரஜாட்சி அதைக் கேட்டு குபீரென்று சிரிக்க

கிருஷ்ணஜாட்சி "பார்த்து சிரிடி! பல் சுளுக்கிக்க போகுது. உனக்கு வர வர நக்கல் கூடி போச்சு" என்று கடுப்புடன் கூறிவிட்டு தனது கூந்-தலை வாரிக் கொண்டாள்.

நீரஜாட்சி டிரஸ்சிங் டேபிளின் மீது சாய்ந்தபடி "கிருஷ்ணா நான் ஒன்னும் விளையாடல! நான் நிஜமாவே நந்துவை லவ் பண்ணுறேன்" என்று கூறிவிட்டு சகோதரியை பார்த்தாள்.

அவளோ "நீ பேசுறது கேக்க சிரிப்பா இருக்குடி. ஏதோ எனக்கு ஐஸ் கிரீம் பிடிக்கும், சாக்லேட் பிடிக்கும்கிற மாதிரி சாதாரணமா சொல்லுற. காதல்ங்கிறது உனக்கு அவ்ளோ ஈசியா போயிடுச்சா? மத்தவங்களை விடு, பத்மாவதியம்மாவை பத்தி யோசி. அவங்க எப்போவுமே நமக்கு எதிரா தான் இருப்பாங்க" என்று சொல்லிவிட்டு நெற்றியில் விழும் கூந்-தல் கற்றைகளை காதுப்பக்கம் ஒதுக்கிவிட்டுக் கொண்டாள்.

நீரஜாட்சி முகத்தை சுளித்தபடி எழுந்தவள் "சந்தோசமா பேசிட்-டிருக்கப்போ நீ ஏன் பத்து மாமியை நியாபகப்படுத்துற கிருஷ்ணா? அதைப் பத்தி எனக்கு துளி கூட கவலை இல்ல. எனக்கு நந்துவை பிடிச்சிருக்கு. நான் அவனை தான் கல்யாணம் பண்ணிப்பேன்" என்றாள் பிடிவாதக் குரலில்.

கிருஷ்ணஜாட்சி அவளுக்கு புரியவைக்க முயல அவளோ தமக்கை சொல்லுகின்ற வார்த்தைகள் எதையும் காதில் போட்டுக் கொள்ள-வில்லை.

கிருஷ்ணஜாட்சி அவளைச் சமாளிக்க இயலாதவளாய் "சரிடி! நீ என் பேச்சை கேக்க வேண்டாம். நான் டேரக்டா அம்மாஞ்சி கிட்டவே பேசிக்கிறேன்" என்று சொல்லிவிட்டு சாப்பிட ஆரம்பிக்க

நீரஜாட்சி "நான் கூட மேரேஜ் வேண்டானு சொல்ல வாய்ப்பு இருக்கு. ஆனா அவன் சொல்லவே மாட்டான். புவர் கிருஷ்ணா" என்று அக்காவை கேலி செய்துவிட்டு தானும் காலையுணவை முடித்து-விட்டு அலுவலகத்தை நோக்கி ஸ்கூட்டியை விரட்டினாள்.

அலுவலகத்திற்கு அதிசயத்திலும் அதிசயமாக ரகுநந்தனுக்கு முன்-னரே அவள் வந்துவிட அவனது அறையை ஒழுங்குப்படுத்திவிட்டு மற்ற வேலைகளை கவனிக்க ஆரம்பித்தாள்.

சரியாக பத்தரை மணி வாக்கில் அவனிடம் இருந்து அழைப்பு வர அவனது அறைக்குச் சென்றாள்.

"மே ஐ கம் இன் சார்?" என்று கதவை தட்டிவிட்டு உள்ளே சென்-றவளிடம்

"ம்ம்.. இன்னைக்கு ஹோட்டல் வேலை நடந்திட்டிருக்கிற சைட்டுக்கு போயே ஆகணும் போல. அங்கே ஒர்க்கர்ஸ்குள்ள ஏதோ பிராப்ளம்" என்றபடி அவளைக் கிளம்ப சொல்லிவிட்டு தானும் தயாரானான் ரகு-நந்தன்.

இருவரும் காரில் சென்று இறங்க அங்கே இன்னும் வேலை தொடங்கப்படாமல் இருக்கவே பொறியாளரை அழைத்து "என்ன தான் பிரச்சனை?" என்று கேட்க அவர் விஷயத்தை விளக்கினார்.

"இங்கே ஒர்க்கர்ஸ் ரெண்டு க்ரூப்பா பிரிஞ்சு அடிச்சிக்கிறாங்க சார். கேட்டா யாருமே விட்டுக் குடுக்க மாட்றாங்க. நீங்களாச்சும் புரியவைங்க" என்று சொல்ல அவன் அவர்களிடம் சென்று பேச ஆரம்பித்தான். நீரஜாட்சி அவனை வேடிக்கை பார்த்தபடி ஓரமாக நாற்காலியில் அமர்ந்து கொண்டாள்.

கன்னத்தில் கை வைத்து அவன் பேசியதைப் பார்த்துக் கொண்டிருக்க அவன் இதை அறியாதவனாய் பிரச்சனையை பைசல் செய்து கொண்டிருந்தான்.

நீரஜாட்சியின் மூளையில் பல சிந்தனைகள் ஓட அவனைப் பார்த்துக் கொண்டிருந்தவள் அவன் அவர்களைச் சமரசம் செய்துவிட்டு திரும்பி வரவும் சுதாரித்து முகத்தைத் திருப்பிக் கொண்டாள்.

ரகுநந்தன் வந்ததும் எழும்பியவள் "கிளம்பலாமா சார்?" என்று கேட்க அவனும் தலையாட்டிவிட்டு அவளுடன் நடந்தான்.

ரகுநந்தன் நடக்கும் போதே அவளது கரங்களுடன் தன் கைகளை கோர்த்துக் கொள்ள நீரஜாட்சி திகைத்தவளாய் திரும்பிப் பார்க்கவும் "என்னடி லுக்? இவ்ளோ நேரம் நான் பேசுறதை நீ சைட் அடிச்சல்ல, நான் ஏதாச்சும் சொன்னேனா?" என்று அவன் தலையை சரித்து கேட்ட தொனியில் ஐயோ மாட்டிக்கிட்டேனே என்று விழித்தபடி அவனுடன் நடந்தாள் அவள்.

காரில் அமர்ந்தவன் நீரஜாட்சியிடம் "நான் இன்னைக்கு தாத்தா கிட்ட பேசப் போறேன். நீயும் கரெக்ட் டைமுக்கு வந்துடு" என்று கூற நீரஜாட்சி திகைத்தாள்.

"நான் ஏன்டா வரணும்? நீ மட்டும் பட்டு கிட்ட கேக்க மாட்டியோ? துணைக்கு நான் எதுக்குடா?"

"ஏன்டி சொல்ல மாட்ட? நான் மட்டும் அவரண்ட போய் தாத்தா உங்க பேத்தியை நான் காதலிக்கிறேன், எங்களுக்கு விவாகம் பண்ணி வைங்கோனு சொன்னா அவர் என்ன சொல்லுவார் தெரியுமா? என் பேத்தியை நீ மட்டும் காதலிச்சா போதுமாடா? அவ மனசுல என்ன இருக்குனு தெரிஞ்சிக்க வேண்டாமானு என்னண்ட சண்டைக்கு வருவார். அதான் முன்னெச்சரிக்கையாவே உன்னையும் கூப்பிடுறேன்"

என்று சொல்ல நீரஜாட்சி சரியென்று தலையை உருட்டி வைத்தாள்.

அதே நேரம் கிருஷ்ணஜாட்சி பேக்கரியில் கரோலினிடம் புலம்பிக் கொண்டிருந்தாள்.

"என்னால இதை நம்பவே முடியல லின். இவ்ளோ சீக்கிரமா முடிவெடுக்கிறவ இல்ல நீரு. அவ மனசுல என்ன தான் ஓடுதுனு புரியலைடி" என்றவளை கேலியாக பார்த்தபடி கரோலின் பேக்கரியின் இன்னொரு புறம் நடைபெறும் உள் அலங்கார வேலைகளையும் கவனித்துக் கொண்டிருந்தாள்.

"லீவ் இட் கிருஷ்! லவ் ஒன்னும் பிளான் பண்ணி வர்றது இல்ல. அது ஒரு மேஜிக் மாதிரி. எப்போ வரும்னு யாருக்குமே தெரியாது. நீருவுக்கும் அப்பிடி தான் வந்துருக்கும். எல்லாரும் கிருஷ் மாதிரி இருப்பாங்களா என்ன? ஹர்சா உன் பின்னாடி சுத்தி வந்தும் அவருக்கு ரிப்ளை எதுவும் சொல்லாம இருக்கிற உன்னை விட நீரு எவ்வளவோ பெட்டர்" என்று கூற கிருஷ்ணஜாட்சி "யூ டூ புருட்டஸ்" என்றபடி அங்கிருந்து நகர்ந்தாள்.

அதன் பின் இருவரும் வாடிக்கயாளர்களைக் கவனிக்க சென்றுவிட நேரம் போனதே தெரியவில்லை. இரவில் கரோலினிடம் சொல்லிவிட்டுக் கிளம்பிய கிருஷ்ணஜாட்சி வெளியே வருகையில் அங்கே அவளுக்காக ஹர்சவர்தன் காத்திருக்கவும் அவனை நோக்கிச் சென்றாள்.

"உங்களுக்கு வேற வேலையே இல்லையா? கொஞ்சநாளா உங்க தொல்லை இல்லாம இருந்துச்சு. இன்னைக்கு மறுபடியும் ஆரம்பிச்சிட்டிங்களா?" என்று வந்ததும் வராததுமாய் கத்த தொடங்க ஹர்சவர்தன் அவளை வேடிக்கை பார்த்தபடி கைகட்டி காரில் சாய்ந்து நின்றான்.

அவள் மூச்சுவிடாமல் அவனை திட்டிவிட்டு ஓயவும் காரிலிருந்து தண்ணீர் பாட்டிலை எடுத்து நீட்ட கிருஷ்ணஜாட்சியின் கண்ணில் எரிமலை குழம்பு பெருக்கெடுக்க அது வெளிவருதற்குள் தானே தண்ணீரை குடித்துவிட்டு பாட்டிலை காருக்குள் எறிந்தான்.

"கத்தி முடிச்சிட்டியா? இப்போ கிளம்பலாமா?" என்றவனின் செய்கையில் அவள் தான் அயர்ந்து போனாள். இனி சொல்வதற்கு எதுவுமில்லை என்ற எண்ணத்தில் அவளும் காரில் சென்று அமர்ந்தாள். கார் வீட்டை நோக்கி செல்லாமல் வேறுபக்கம் செல்வதைக் கூட அறியாமல் அவள் முகத்தை மூடி அமர்ந்துவிட்டாள்.

கார் நின்றதும் விழித்தவள் அது அவர்களின் வீடல்ல என்று உணர்ந்ததும் "இது எந்த இடம்? இங்க எதுக்கு என்னை அழைச்சிட்டு வந்திருக்கிங்க?" என்று கேட்டபடி இறங்க ஹர்சவர்தன் பதில் பேசாமல் புன்னகைத்தான்.

பின்னர் "வேற என்னவா இருக்க முடியும்? இது ரெஸ்ட்ராண்ட். இங்கே கேண்டில் லைட் டின்னர் ரொம்ப ஃபேமஸ்னு கேள்விப்பட்டேன். அதான் சாப்பிடலாம்னு தோணுச்சு. உன்னையும் கூட்டிட்டு வந்துட்-டேன்" என்று சொல்ல

கிருஷ்ணஜாட்சி "எனக்கு வெளியே சாப்பிடுற பழக்கம் கிடையாது" என்றாள் பட்டென்று.

அவனோ "இன்னைக்கு ஒரு நாள் சாப்பிடு ப்ளீஸ் கிருஷ்ணா! எனக்காக" என்று கூற

அவளோ கடுப்புடன் "உங்களுக்காக நான் ஏன் சாப்பிடணும்? என்னை இரிட்டேட் பண்ணாம வீட்டுக்கு கூட்டிட்டுப் போங்க. இல்லை சாப்பிட்டே தான் ஆகணும்னா நீங்க மட்டும் உள்ளே போய் தனியா கேண்டில் லைட் டின்னரை என்ஜாய் பண்ணுங்க. என்னால உங்க கூட வர முடியாது" என்றாள் தீர்மானமாக.

ஹர்சவர்தன் அவளது பிடிவாதத்தில் வெறுத்துப் போனவனாய் காரில் சென்று அமர்ந்து கார் கதவை அறைந்து சாத்திய விதத்திலேயே அவனது கோபம் வெளிப்பட்டது. கிருஷ்ணஜாட்சி அதை உதட்டுச்சுழிப்-புடன் அலட்சியம் செய்துவிட்டு மீண்டும் முகத்தை கரங்களில் புதைத்-தபடி காரில் அமர்ந்து கொண்டாள்.

மீண்டும் அவள் கண் விழிக்கையில் வீடு வந்திருக்க ஹர்சவர்தன் தரிப்பிடத்தில் காரை விட்டுவிட்டு இறங்கியவன் கிருஷ்ணஜாட்சி அவுட் ஹவுஸிற்குள் நுழையும் முன்னர்

"கிருஷ்ணா! எப்போ தான் நீ மனசு மாறுவ?" என்று கேட்டு வைக்க அவள் பாதி தூரம் சென்றிருந்தவள் மீண்டும் அவன் அருகில் வந்தாள்.

"இந்த ஜென்மத்துல இல்லை! நீங்க என்ன நினைச்சிட்டிருக்கிங்க? பேசக்கூடாத பேச்செல்லாம் பேசிட்டு ஒரு நாள் திடீர்னு வந்து நான் உன்னை வருசக்கணக்கா லவ் பண்ணுறேனு வசனம் பேசுனா நான் எல்லாத்தையும் மறந்துட்டு உங்க பின்னாடி ஓடி வரணுமோ? மத்ததை கூட மன்னிச்சிடுவேன், ஆனா வார்த்தைக்கு வார்த்தை என் அம்மாவை ஓடுகாலினு சொன்ன உங்கம்மா பத்மாவதி இருக்கிற வீட்டுல என் கால்

படவே படாது. நீங்க வீட்டுக்குள்ள போங்க. இல்லைனா உங்கம்மா இதுக்கும் என்னை அசிங்கப்படுத்த போறாங்க" என்று வெறுப்புடன் கூறிவிட்டு அகன்றாள்.

ஹர்சவர்தன் கோபத்துடன் புல்தரையை உதைத்து விட்டு வீட்டை நோக்கிச் சென்றவன் சில நிமிடங்களில் கையில் சூட்கேசுடன் அவுட் ஹவுஸை நோக்கிச் சென்றான்.

கிருஷ்ணஜாட்சி கதவை நீரஜாட்சி வரும் வரை எப்போதும் திறந்து வைத்திருப்பதில்லை. அன்றும் அவ்வாறு உள்பக்கம் தாழிட்டிருந்தவள் கதவு தட்டப்படும் சத்தம் கேட்டதும் நீரஜாட்சி தான் வந்துவிட்டாள் என்று திறக்க அங்கே கையில் சூட்கேசுடன் நின்று கொண்டிருந்த ஹர்சவர்தனை கண்டதும் திகைத்தாள்.

பின்னர் சுதாரித்தவள் "இந்த நேரத்துல கையில சூட்கேசோட இங்கே என்ன பண்ணுறிங்க? ஊரை விட்டுப் போக போறிங்களா? என் கிட்ட சொல்லிட்டு போக தானே வந்திங்க? பை டேக் கேர்" என்று பொரிந்துவிட்டு மீண்டும் கதவை தாழிடப் போக அவன் அதற்குள் கதவைப் பிடித்து நிறுத்தவே கேள்வியாய் அவனை நோக்கினாள்.

"நான் ஊரை விட்டுலாம் போகலை. அப்பிடியே போனாலும் ஹனிமூனுக்கு தான் போவேன். சோ நீ சொன்ன பை அண்ட் டேக் கேரை நீயே வச்சிக்கோ. இப்போ வழி விடு" என்றபடி அவளை விலக்கிவிட்டு வராண்டாவில் நுழைந்தவனை அவளால் தடுக்க இயலவில்லை.

கடுப்புடன் ஹாலுக்குள் செல்லும் வாயிலை மறித்தவள் "உங்களுக்கு தலையில எதுவும் அடி பட்டுடிச்சா? ஏன் இப்பிடிலாம் பிஹேவ் பண்ணுறிங்க? இன்னும் கொஞ்ச நேரத்துல நீரு வந்துடுவா. அவ வந்து ரசாபாசம் ஆகறதுக்குள்ள கிளம்புங்க" என்று எச்சரிக்க

அவனோ "நான் ஏன் போகணும்? உனக்கு தான் ஆத்துக்கு வர இஷ்டமில்லனு சொல்லிட்ட. அதுக்குனு அப்பிடியே விட்டுட முடியுமா? அதான் நான் என்னோட ஜாகையை அவுட் ஹவுஸுக்கு மாத்திட்டேன். இனிமே நான் இங்கே தான் இருக்கப் போறேன், என் ஆத்துக்காரியோட" என்று உறுதியான குரலில் கூறிவிட்டு அவள் கைகளை விலக்கியவன் ஹாலுக்குள் சென்றுவிட்டான்.

கிருஷ்ணஜாட்சி அவனை எப்படி வெளியேற்றுவது என்பது புரியாமல் திகைத்தபடி கையை பிசைந்து கொண்டு நின்றாள்.

8

பூங்காற்று 8

ஹர்சவர்தன் சாதாரணமாக ஹாலின் சோபாவில் சென்று அமர்ந்து கொள்ள கிருஷ்ணஜாட்சிக்கு இவனைப் பார்த்துவிட்டு நீரஜாட்சி கோபப்பட்டால் என்ன செய்வது என்ற தவிப்பு.

அவளது தவிப்பை அதிகரிப்பது போலவே நீரஜாட்சியின் ஸ்கூட்டி-யின் சத்தமும் கேட்க அவள் "ஹர்சா! நீரு வந்துட்டா, நீங்க ஒழுங்கா இப்போவே உங்க வீட்டுக்குப் போயிடுங்க. இல்லைனா..." என்று அவள் சொல்லிக் கொண்டிருக்கும் போதே நீரஜாட்சி "கிருஷ்ணா" என்று அவளது பெயரை ஏலம் விட்டபடி வராண்டாவில் நுழைந்துவிட்டாள்.

கிருஷ்ணஜாட்சி வாயிலைப் பார்த்து திரும்ப உள்ளே நுழைந்த நீர-ஜாட்சி அங்கே சோஃபாவில் சாய்ந்து அமர்ந்திருந்த ஹர்சவர்தனைக் கண்டதும் "நீங்களா?" என்று மெல்லிதாக அதிர்ந்தாள்.

அவன் புன்னகையுடன் "நானே தான். உனக்கு அதுல என்ன டவுட்?" என்று கேட்டுவிட்டு அவனது போனை நோண்ட ஆரம்பிக்கவும் நீரஜாட்சி பார்வையாலேயே இவன் இங்கே என்ன செய்கிறான் என்று கிருஷ்ணஜாட்சியிடம் வினவ அவள் பாவமாக விழித்தபடி நின்று கொண்டிருந்தாள்.

நீரஜாட்சிக்கு அவன் அமர்ந்திருக்கும் தோரணை எரிச்சலூட்டினா-லும் ஒரு வழியாக மனைவியின் அருமை இப்போதாவது தெரிந்ததே என்று ஏளனமாக உதட்டைச் சுழித்துவிட்டு

"நீங்க இங்க வந்து இப்பிடி சட்டமா உக்காந்திருக்கறது உங்க அம்-மாக்கு தெரியுமா அத்திம்பேர்?" என்று கேட்க அவனோ தீவிரமாக

போனில் கேம் விளையாடிக் கொண்டிருந்தவன் தலையை உயர்த்தி அவளைப் பார்த்துவிட்டு இல்லையென்று தோளை குலுக்கிவிட்டு மீண்டும் விளையாட ஆரம்பித்தான்.

கிருஷ்ணஜாட்சி அவனது செய்கையில் எரிச்சலுற்றவள் அவன் கையிலிருக்கும் போனை சட்டென்று பிடுங்கியபடி "அவ உங்க கிட்ட தான் பேசிட்டிருக்கா" என்று அவனை முறைத்தபடி கூற

ஹர்சவர்தன் "தெரியுது! இப்போ அதுக்கு என்ன பண்ண சொல்லுற? நீயே கேளு நீரு! நான் இவளண்ட பிரபோஸ் பண்ணி மூனு மாசம் முடிஞ்சுப் போச்சு. இப்போ வரைக்கும் இவ வாயில இருந்து அதை பத்தி ஒரு வார்த்தை வரட்டுமே. நானும் எவ்ளோ நாள் தான் காத்திண்டிருக்கறது? அதனால தான் ஆத்துக்கு அழைச்சு பார்த்தேன். எங்கம்மா இருக்கிற ஆத்துல இவ கால் வைக்க மாட்டேனு பிடிவாதம் பிடிச்சதால நான் இங்கே வந்துட்டேன். இதுல என்ன தப்பு?" என்று கேட்க நீரஜாட்சி ஏதோ கோபத்துடன் கூற வந்தவள் திடீரென்று அமைதியானாள்.

அவளின் மனதிற்குள் சில காட்சிகள் ஓட இவன் வந்தது கூட நல்லதிற்கு தான் என்று எண்ணியபடி "நோ பிராப்ளம் அத்திம்பேர். நீங்க இங்கேயே தங்கிக்கோங்க. அதோ இருக்கு பாருங்க, அது என்னோட ரூம். நீங்க அங்கே ஸ்டே பண்ணிக்கோங்க. நான் நம்மாத்துல போய் தங்கிக்கறேன். பிராப்ளம் சால்வ்ட்" என்றவளை ஹர்சவர்தன் நன்றியுடன் பார்க்க கிருஷ்ணஜாட்சியோ கொலைவெறிப்பார்வை பார்த்து வைத்தாள்.

"நீரு எங்கேயும் போகக் கூடாது. இங்க பாருங்க, நான் நல்லபடியா சொல்லிட்டிருக்கப்போவே போயிடுங்க. இல்லைனா நான் பட்டுவை கூப்பிட வேண்டியிருக்கும்" என்று ஹர்சவர்தனை மிரட்ட இருவருமே அவளின் கோபத்திற்கு அசைந்து கொடுக்கவில்லை.

நீரஜாட்சி ஒரு படி மேலே சென்று "நீ வேணும்னா உன் புக்காத்துக்கு போகாம அவுட் ஹவுஸே கதினு இரு. நான் ஏன் அப்பிடி இருக்கணும்? நான் இப்போவே போறேன். அத்திம்பேர் ஒரு பத்து நிமிசம், நான் கிளம்பிடுவேன்" என்றபடி அவள் அறையை நோக்கி செல்ல கிருஷ்ணஜாட்சி புலம்பியபடியே அவள் பின்னே சென்றாள்.

அவளது எந்த புலம்பலுக்கும் செவி மடுக்காமல் தன் காரியத்திலேயே கண்ணாக தன்னுடைய உடைமைகளை சூட்கேசில் எடுத்துக் கொண்டவள்

"ப்ச்! கிருஷ்ணா கொஞ்சம் நேரம் அமைதியா இருக்கியா? நான் உன்னை என்ன பூச்சாண்டி கிட்டவா விட்டுட்டு போறேன்? ஹீ இஸ் யுவர் ஹஸ்பெண்ட். மை டியர் சிஸ்டர். எனக்கும் அவரைப் பிடிக்காது தான். ஆனா உனக்காக மெனக்கெட்டு இவ்வளவும் பண்ணுறதை பார்க்கிறப்போ மனசுக்கு சந்தோசமா இருக்கு கிருஷ்ணா. அதை விட பெரிய சந்தோசம் எது தெரியுமா? இப்போவும் அம்மா அம்மானு சுத்தாம உன் பக்கம் உள்ள நியாயத்தை புரிஞ்சுகிட்டு இங்கேயே வந்தார் பாரு! அது தான். விலகி இருந்திங்கன்னா நீ அவரை புரிஞ்சிக்கிறதுக்கான வாய்ப்பு உனக்கு கிடைக்காமலே போயிடும். உனக்கு நான் அட்வைஸ் பண்ண வேண்டிய அவசியமே இல்லை. நீயே கொஞ்ச நாள் கழிச்சு புரிஞ்சுப்ப" என்று சொல்லிவிட்டு அவளிடமும் ஹர்சவர்தனிடம் சொல்லிக் கொண்டு அங்கிருந்து வெளியேறி ஸ்ரீநிவாசவிலாசத்தை நோக்கி நடைபோட்டாள் அவள்.

ஹர்சவர்தன் செல்பவளையே பார்த்துவிட்டு "அவளை சின்னபொண்ணுனு ரொம்ப குறைவா எடை போட்டது தப்பு. இப்போ உன்னை விட அவ மெச்சூர்டா யோசிக்கிறா. அவளைப் பார்த்து கத்துக்கோ. ஆமா நைட்டுக்கு என்ன டின்னர்? உன்னால தனியா பண்ண முடியலைனா சொல்லு, நானும் ஹெல்ப் பண்ணுறேன்" என்றபடி ஏதோ அவன் சொந்த வீட்டில் இருப்பவனை போல உள்ளே செல்லவும் தலையிலடித்தபடி அவனைத் தொடர்ந்தாள் கிருஷ்ணஜாட்சி.

அதே நேரம் ரகுநந்தன் ஹாலில் குட்டி போட்ட பூனையாக உலாவிக் கொண்டிருந்தவன் வாயிலில் நீரஜாட்சி சூட்கேசுடன் வந்து நிற்கவும் "ஏய் நீ என்னடி பண்ணுற இந்த நேரத்துல?" என்று கத்தினான்.

நீரஜாட்சி அவன் வாயில் கை வைத்து "சூ! மெதுவா பேசுடா, நான் இனிமே இங்கே தான் இருக்கப் போறேன்" என்றபடி அவன் அருகில் வந்து நிற்க ரகுநந்தனுக்கு இதை நம்பவும் முடியவில்லை, நம்பாமலும் இருக்க இயலவில்லை.

அவன் பதறிப் போய் அவளை வெளியேற்ற முயல அவளோ செல்லாமல் முரண்டு பிடித்தபடியே "ஐயோ பட்டு, சித்து இங்க வாங்க! சின்ன அம்மாஞ்சி என்னை வீட்டை விட்டுத் துரத்த பார்க்கிறான்" என்று கூப்பாடு போட

ரகுநந்தன் பதறியவனாய் "ஏய் ஏன்டி தண்டோரா போடாத குறையா கத்துற? எல்லாரும் வந்துட போறாங்க" என்று அவள் வாயை பொத்த

முயல அதற்குள் மொத்த வீடும் ஹாலில் கூடிவிட்டது.

பட்டாபிராமன் நீரஜாட்சியின் கையில் இருக்கும் சூட்கேசையும், அவளது மறுகையை பிடித்திருக்கும் ரகுநந்தனின் கரத்தையும் உற்று நோக்கியவர் "ஏன்டா குழந்தையோட கையை பிடிச்சிண்டு நிக்கற? முதல்ல அவ கையை விடு" என்று அதட்ட ரகுநந்தன் அவளை முறைத்தபடியே கையை விடுவித்தான்.

நீரஜாட்சி பதிலுக்கு கண் சிமிட்ட அது சரியாக பத்மாவதியின் கண்ணில் பட்டு தொலைத்தது.

அவர் "நீ பெத்த ரெண்டுமே சரியில்லங்கிறப்போ அவளை குறை சொல்லி என்ன ஆகப் போறதுடி பத்மா?" என்று தனக்குள் பொறுமி தீர்த்தபடி மாமனார் என்ன சொல்ல போகிறாரோ என்று பதபதைப்புடன் நின்று கொண்டிருந்தார்.

பட்டாபிராமன் நீரஜாட்சியிடம் "ஏன்டிம்மா இந்நேரத்துல பொட்டியும் கையுமா நிக்கற? என்னாச்சு நோக்கு?" என்று வினவ நீரஜாட்சி ஹர்சவர்தன் வந்ததிலிருந்து அவன் பேசிய அனைத்தையும் ஒரு வார்த்தை விடாமல் சொல்லிவிட குடும்ப உறுப்பினர்கள் அனைவருக்கும் அது ஆச்சரியம் என்றால் பத்மாவதிக்கு அது மிகப் பெரிய அதிர்ச்சி.

தனது மகனா இப்படி பெண்டாட்டிதாசனாக மாறிவிட்டான் என்று மனதிற்குள் பொறுமியவர் "பாருங்கோப்பா! என் பையன் இப்பிடி ஒரு காரியத்தை செய்யக் கூடியவனே இல்ல! கேக்க கூடாதவா பேச்செல்லாம் கேட்டு அவன் ஆடறான்" என்றார் நீரஜாட்சியை பார்த்தபடியே.

அதற்கு சளைக்காதவளாய் "ஏன் பட்டு ஒரு புருசன் தன் பொண்டாட்டியோட இருக்கறது அவ்வளவு பெரிய மோசமான காரியமா? அப்பிடினா இந்தாத்துல இருக்கற பெரிய மனுஷால்லாம் முதல்ல அவா அவா ஆம்படையானா தனியா அனுப்புங்கோ! அப்புறமா என் கிருஷ்ணாவையும், அத்திம்பேரையும் பத்தி பேசலாம்" என்று பதிலடி கொடுத்துவிட்டு அவரை அலட்சியமாக ஒரு பார்வை பார்த்தாள்.

ரகுநந்தன் இப்படியே விட்டால் மொத்த குடும்பமும் இந்த இருவரின் சண்டைக்காட்சியை விடிய விடிய பார்க்க வேண்டியது வரும் என்று எண்ணியவன் "ரெண்டு பேரும் கொஞ்சம் அமைதியா இருக்கேளா? ஏன் எந்நேரமும் சண்டை போட்டிண்டே இருக்கேள்? மா! அவ தான் ஏதோ உளருறானா நீங்க பெரியவங்க தானே! பொறுத்துப் போகமாட்டிங்களா?" என்று கூற இருவருமே முகத்தை தூக்கி வைத்துக் கொண்-

டனர்.

அவனோ "இவங்க இப்பிடியே முகத்தை தூக்கி வச்சிண்டு இருந்தாலும் பரவால்லடா நந்து! வாயை மட்டும் திறந்து எதுவுமே பேசிடக் கூடாது பகவானே" என்று வேண்டியபடி பட்டாபிராமனிடம் வந்தவன் தன்னையும் நீரஜாட்சியையும் தவிர அனைவரையும் அமர சொல்லிவிட்டு தான் பேச நினைத்த விஷயங்களை சொல்ல ஆரம்பித்தான்.

"தாத்தா! நானும் நீருவும் லவ் பண்ணுறோம். ரெண்டு பேரும் விவாகம் பண்ணிக்கலாம்னு ஆசைப்படறோம். இதை உங்க கிட்ட இன்னைக்கு சொல்லி அனுமதி வாங்கலாம்னு தான் நான் காத்திருந்தேன். அதுக்குள்ள என்னென்னமோ நடந்திடுத்து" என்றான் தனது தாயாரையும் நீரஜாட்சியையும் முறைத்தபடியே.

அவன் சொன்ன விஷயங்கள் அனைத்தையுமே ஹர்சவர்தன் திருமணம் முடிந்த நாளில் அவன் நடந்து கொண்ட விதத்திலிருந்தே அனைவரும் ஓரளவுக்கு ஊகித்திருந்ததால் யாருக்கும் இது அதிர்ச்சியை தரவில்லை. ஆனால் இருவரும் எலியும், பூனையுமாக சண்டையிட்டதை சற்று முன்னர் கூட நேரடியாக பார்த்த பட்டாபிராமனுக்கு இவர்களின் வருங்காலம் எப்படி இருக்கும் என்ற கவலை தான்.

சீதாலெட்சுமியும் கூடவே சேர்ந்து "இவா போடுற சண்டைக்கு வழக்கு தீர்த்து வைக்கவே நமக்கு நேரம் சரியா இருக்கப் போறதுண்ணா" என்று கேலியாகப் பேசவும்

நீரஜாட்சி "சித்தம்மா! உன் ஹியூமர் சென்ஸ் ஆசம்! பட் இப்போ எனக்கு சிரிப்பே வரலை" என்று சொல்லிவிட்டு அமர்த்தலாக நின்று கொண்டாள்.

பட்டாபிராமனுக்கும் கிட்டத்தட்ட அவரது மனைவியின் கூற்றே வருங்காலத்தில் நிகழலாம் என்ற எண்ணம்.

ஆனால் ரகுநந்தனோ "தாத்தா! சண்டை போடுறதெல்லாம் வச்சு எங்களை பத்தி ஒரு முடிவுக்கு வராதேள். அது சும்மா செல்ல சண்டை தாத்தா. வந்த வேகத்துலயே போயிடும். அதுக்காக எங்களை பிரிச்சிடாதேள்" என்று உணர்ச்சிபூர்வமாகக் கூற

நீரஜாட்சி அவன் காதில் "டேய் டிராமா கிங்! அவர் எப்போடா நம்மளை பிரிப்பேனு சொன்னார்? ஓவரா டயலாக் பேசாத" என்று முணுமுணுத்தவள் அவன் முறைத்ததும் அமைதியாகி விட்டாள்.

சிறிது நேரம் அமைதியில் கழிய பட்டாபிராமன் தொண்டையை கனைத்தபடி "ஏன்டா வேங்கடநாதா! நோக்கும் உன் ஆத்துக்காரிக்கும் இந்த விவாகத்துல இஷ்டமா?" என்று கேட்க வேங்கடநாதனின் தலை வேகமாக ஆமென்று ஆட பத்மாவதி என்ற பெண்மணியை அங்கே யாரும் மருந்துக்கு கூட கவனிக்கவில்லை.

கோதண்டராமனும் இதற்கு சரியென்று விட மைதிலி மனம் நிறைந்தவராய் "அப்பா மதுராவை தான் கூடவே இருந்து பார்த்துக்கற பாக்கியம் நமக்கு கிடைக்கல. அவ பொண்ணுங்களாச்சும் நம்மளோடவே இருப்பாங்கிறப்போ நான் மட்டும் வேண்டானா சொல்லப் போறேன்? நேக்கும் இந்த விவாகத்துல பூரண சம்மதம்" என்று கூறவே ரகுநந்தனுக்கு இப்போது தான் மனம் அமைதியானது.

நீரஜாட்சியிடம் திரும்பியவன் "சரிடி! அதான் எல்லாரும் விவாகத்துக்கு ஒத்துண்டாளே! நீ கிளம்பு" என்று அவளை வெளியேற்றுவதிலேயே கண்ணாக இருக்க

நீரஜாட்சி கடுப்புடன் "உனக்கு மண்டைக்குள்ள மசாலாவே இல்லடா. அவங்க ரெண்டு பேரும் அவுட் ஹவுஸில இருக்கறச்ச நான் எப்படி அங்கே தங்க முடியும்? பனைமரத்துல பாதி வளர்ந்தா மட்டும் பத்தாது. அறிவும் வேணும்" என்று சொல்லவே அவன் பதிலுக்கு ஏதோ சொல்ல வர அந்நேரம் பார்த்து அவனுக்கு மொபைலில் கால் வரவே அவளை முறைத்தபடி ஒரு ஓரமாக சென்று போன் பேசத் தொடங்கிவிட்டான்.

நீரஜாட்சி பட்டாபிராமனிடம் "பட்டு அவங்க பிரச்சனை தீரணும்னா கொஞ்ச நாளாச்சும் அவங்க ரெண்டு பேரும் சேர்ந்து இருக்கணும். அதுக்கு இடையில நான் அங்கே இருந்தா நல்லா இருக்காதுனு தான் இங்கே வந்துட்டேன். இங்கே அம்மாவோட ரூம் இருக்குல்ல, அதிலயே தங்கிக்கறேன். உங்க யாருக்கும் இதுல எந்த பிரச்சனையும் இருக்காதுனு எனக்கு தெரியும். அந்த நம்பிக்கையில தான் நான் சூட்கேசோட வந்திருக்கேன்" என்று கூற சீதாலெட்சுமிக்கும் அவள் கூறுவது சரியென்றே பட்டது.

இளைய மருமகளிடம் "மைதிலி நீ மதுராவோட அறை சாவியை இவளண்ட குடு. நீ அங்கேயே இருந்துக்கோடி ராஜாத்தி" என்று கூறியவர் மகன்கள், மருமகள்களை உறங்கச் செல்லுமாறு கூறிவிட்டு கணவருடன் தனது அறையை நோக்கி சென்றார் அவர்.

நீரஜாட்சியும் அனைவரும் கலைந்துவிடவே மாடியை நோக்கிச் சென்றவள் சிறிது நேரத்தில் மைதிலி சாவியோடு வர அதை வாங்கிக் கொண்டாள்.

அவர் "தினமும் இந்த அறையை சுத்தம் பண்ணி வச்சிடுவேன்-டாம்மா! அதனால நோக்கு வேற எந்த சிரமமும் இருக்காது. உன் ஜாமானை எல்லாம் காத்தாலே பீரோல்ல அடுக்கலாம். நீ போய் தூங்கி ரெஸ்ட் எடு" என்று சொல்லிவிட்டு கிளம்பினார்.

அவர் சொன்னபடியே அறை ஒரு தூசி தும்புமின்றி அவ்வளவு சுத்தமாக இருந்தது. சூட்கேசை தரையில் வைக்கும் போது தான் தனக்கு எதிர் அறை ரகுநந்தனுடையது என்பதை அவள் கவனித்தாள். வெளியே வந்தவள் வராண்டாவில் உலாவும் போது ரகுநந்தன் மாடிக்கு வந்து சேர்ந்தான்.

அவளை அங்கே காணவும் அதிர்ந்தவன் "ஏய் நீ இங்க என்னடி பண்ணிண்டிருக்க? உன்னை அவால்லாம் அனுப்பி வச்சிட்டானு நினைச்சு மேல வந்தா நீ இங்கே நிக்கற?" என்று பதற நீரஜாட்சிக்கு அவனது பதற்றம் நகைப்பை உண்டுபண்ணியது.

இவனுடன் கொஞ்சம் விளையாடினால் என்ன என்று எண்ணியபடி அவனிடம் பேச ஆரம்பித்தாள்.

"நீ ஏன் டென்சன் ஆகற நந்து? நான் அவங்க யாருக்கும் தெரியாம இங்க வந்துட்டேன். இன்னைக்கு நைட் நான் உன்னோட உன் ரூம்ல தான் இருக்கப் போறேன்" என்று சொல்லிவிட்டு விஷமமாக சிரிக்க

ரகுநந்தன் கடுப்புடன் "அடியே எதுவும் சொல்லிடப் போறேன்! ஒழுங்கா உன் பெட்டியை தூக்கிண்டு அவுட் ஹவுஸை பார்த்து கிளம்பு. என்னோட இருக்கப் போறாளாம்! விளையாட்டுக்கும் ஒரு அளவு இருக்கு" என்று சொல்லிக் கொண்டிருக்கும் போதே அவள் அவனைக் கடந்து அவனது அறைக்குள் செல்ல முயல ரகுநந்தன் பட்டென்று அவளை இழுத்துத் தன் எதிரே நிறுத்தினான்.

"நீரு விளையாட்டுத்தனத்துக்கு ஒரு எல்லை இருக்குடி. போய் ஒழுங்கா தூங்கு"

"அதையே தான் நானும் சொல்லுறேன். எனக்கு தூக்கம் வருது. வா நம்ம போய் தூங்குவோம்" என்று கேலியாகக் கூற

ரகுநந்தன் "ஹே பகவான்! இவளை என்ன நேரத்துல மதுரா அத்தை பெத்தாங்கன்னு தெரியலையே" என்று வாய்விட்டுப் புலம்ப நீர-

ஜாட்சி கலகலவென்று நகைத்தாள்.

"நீ நான் சொன்னதை நம்பிட்டல்ல! நீ காண்டானது கூட நல்லா தான் இருக்கு. என்ன சொல்லு, அடுத்தவங்களை இரிட்டேட் பண்ணி பார்க்கிறப்போ வர்ற சந்தோசத்துக்கு வேற எதுவும் ஈடாகாது" என்று கூறவும் தான் அவள் விளையாடுகிறாள் என்பதே அவனுக்கு புரியவந்தது.

நீரஜாட்சி "ரொம்ப பதறாதேடா! எங்களுக்கும் எப்போ எப்படி பிஹேவ் பண்ணணும்னு தெரியும். நான் அம்மாவோட ரூம்ல தான் நம்ம கல்யாணம் முடியற வரைக்கும் ஸ்டே பண்ண போறேன். ஆனா அப்பப்போ உன்னை டிஸ்டர்ப் பண்ணுவேன். இப்போ பதறாம போய் தூங்கு" என்று சொல்லிவிட்டு அவள் அவனது எதிர்ப்பக்க அறைக்குள் சென்று கதவை தாழிட்டுக்கொண்டாள்.

ரகுநந்தன் "ஹப்பாடா புயல் அடிச்சு ஓய்ஞ்ச மாதிரி இருக்கு. ஒரு நிமிசத்துல என்னையே கலங்கடிச்சிட்டா இந்த குட்டி பிசாசு" என்று அவளை செல்லமாக கடிந்துவிட்டு தனது அறைக்குள் சென்றான்.

9

பூங்காற்று 9

கிருஷ்ணஜாட்சி காலையில் எழும் போதே "நீரு எழுந்திருடி!" என்ற வழக்கமான கூவலுடன் எழ, சிறிது நேரம் கழித்து தான் நீரஜாட்சி ஸ்ரீநிவாசவிலாசம் சென்ற நிகழ்வு அவள் புத்தியை எட்டியது. அவள் இல்லாமல் அவுட் ஹவுஸே வெறிச்சோடியது போல தோன்ற சலிப்புடன் எழுந்தவள் போர்வையை மடித்து ஓரமாக வைத்துவிட்டு மற்ற வேலைகளை கவனிக்க ஆரம்பித்தாள்.

சரியாக ஏழு மணிக்கு வராண்டாவில் கேட்ட ஷூ அணிந்த கால்களின் சத்தம் அவளுக்கு ஹர்சவர்தனும் இங்கே தான் இருக்கிறான் என்பதை நினைவுறுத்த அவள் முகம் எரிச்சலை தத்தெடுத்துக் கொண்டது.

ஆனால் அவனோ புன்முறுவல் பூத்த முகத்துடன் சமையலறைக்குள் வந்தவன் "ஹாய் கிருஷ்ணா! குட் மார்னிங், ஸ்ட்ராங்கா சுகர் தூக்கலா ஒரு காபி குடேன் பிளீஸ். நான் கார்டன்ல தான் இருப்பேன் சரியா?" என்று சொல்லி அவளது கன்னத்தை தட்டிவிட்டுச் செல்ல அவளோ அவன் மீதுள்ள கோபத்தை பாத்திரங்கள் மீது பிரயோகித்தபடி காபியை போட ஆரம்பித்தாள்.

அவனது காதில் அது தெளிவாக விழ புன்னகையுடன் தோட்டத்தை நோக்கிச் சென்றவன் அங்கே அன்னையும் தம்பியும் ஏதோ சோகம் கப்பிய முகத்துடன் பேசிக் கொண்டிருக்க என்னவாயிற்று என்ற யோசனையுடன் அவர்களை நெருங்கினான்.

"நந்து என்னாச்சு? ஏன் இவ்ளோ சீரியஸா பேசிண்டிருக்கிங்கம்மா?" என்றபடி அன்னை அமர்ந்திருந்த பெஞ்சில் அவருக்கு அடுத்து

அமர்ந்து அவரது தோளை ஆதரவாக பற்றிக் கொண்டபடி கேட்க பத்மாவதிக்கு தன் மகன்கள் ஒன்றும் தன்னை அடியோடு வெறுத்துவிடவில்லை என்ற நிம்மதி.

"ஒன்னும் இல்லடா கண்ணா! ரெண்டு பேரும் உங்க வாழ்க்கைக்கு ஏத்தவாளா பார்த்து தேர்ந்தெடுக்கறேள். இதுல நான் எந்த தப்பும் சொல்லமாட்டேன். உங்க சந்தோசம் தான் அம்மாக்கும் முக்கியம். ஆனா உங்க மனசோட ஒரு ஓரத்துல கூட இந்த அம்மா மேல வெறுப்பு வந்துடாம பார்த்துக்கோங்கோ. நேக்கு என் குழந்தேளை விட பெரிய சொத்துனு எதுவும் கிடையாதுடா" என்று ஏக்கத்துடன் கூறி முடிக்க

ரகுநந்தன் "மா! நீங்க ஏன் இப்பிடிலாம் யோசிக்கறேள்? இப்போ எங்களுக்கு அப்பாவை ரொம்ப பிடிக்கும்னா அதுக்கு அர்த்தம் உங்களை பிடிக்காதுங்கிறது இல்ல. அதே மாதிரி தான் இவனுக்கு மன்னியை பிடிக்கும்னா அதுக்கு உங்களை இவன் வெறுக்கறதா அர்த்தம் இல்லம்மா! இதை நீங்களும் புரிஞ்சிக்கணும்" என்றான் அழுத்தமான குரலில்.

தாயாரின் முன் முழந்தாளிட்டிருந்தவன் எழுந்து "ஆனா நேக்கு உங்க மேல வருத்தம் இருக்குமா! மன்னி விஷயத்துல நீங்க நடந்துக்கிட்ட விதம் கொஞ்சம் கூட சரி கிடையாது. உங்க மகன்ங்கிறதால அதை நியாயப்படுத்த என்னால முடியாது. நான் சொன்னது உங்க மனசை கஷ்டப்படுத்தியிருந்தா ஐ அம் ரியலி சாரிம்மா. பட் என்னால தப்பை என்னைக்குமே தப்புனு மட்டும் தான் சொல்ல முடியும். என்னோட அம்மா என்னை அப்பிடி தான் வளர்த்திருக்கா" என்று சொல்லிவிட்டு வீட்டை நோக்கி சென்றான்.

அவன் சொன்னதை கேட்டதும் ஒரு பக்கம் தனது மகன் இவ்வளவு தெளிவாக யோசிப்பவனாக வளர்ந்திருப்பது அவருக்கு பெருமையைக் கொடுத்தாலும், அவன் கூறிய வார்த்தைகளில் உள்ள உண்மை அவரைச் சுட்டது.

தலை குனிந்து அமர்ந்திருந்தவரின் கன்னத்தைப் பிடித்த ஹர்சவர்தன் "மா! இட்ஸ் டூ பேட்! இப்பிடி நீங்க இருந்தேள்னா பார்க்கறதுக்கு கொஞ்சம் கூட நல்லா இல்ல. கொஞ்சம் சிரிங்க" என்று அவரை சிரிக்க வைக்க முயல அவரும் மகனின் ஆசைக்காக சிரித்து வைத்தார்.

ஹர்சவர்தன் அவரது கையைப் பற்றி அழுத்தியவன் "மா! நேக்கு கிருஷ்ணாவை ரொம்ப வருசமா பிடிக்கும்மா! ஆனா உங்களுக்கு

அவளை பிடிக்காதுங்கிறதுக்காக தான் நான் அவளை விட்டு விலகியிருந்தேன். அவ கிட்ட என் மனசுல உள்ளதை சொல்ல நினைக்கறச்சே உங்க முகம் தான் என் மைண்ட்ல வரும். உடனே அந்த எண்ணத்தை தூக்கிப் போட்டுடுவேன்.

நான் அவளை விவாகம் பண்ணிப்பேனு கனவுல கூட நினைச்சது இல்ல. ஆனா தாத்தாவோட பிடிவாதத்தால அவ என்னோட கையால மணமேடையில தாலி வாங்கிக்கிண்டா. நான் அவளண்ட நடந்துண்ட முறையால அவளுக்குமே என்னை பிடிக்காதுனு நினைச்சு தான் அவளை நீங்க திட்டறச்ச நான் அமைதியா இருந்தேன். அவ என்னை விட்டு விலகிப் போயிட்டா அவளுக்குப் பிடிச்ச வாழ்க்கையை அமைச்சுப்பானு யோசிச்சேனே தவிர அவளோட ஆம்படையானா நான் அவளை உங்க வார்த்தைகள்ல இருந்து காப்பாத்தணும்னு நினைக்கல. இது நேக்கு லேட்டா புரிஞ்சாலும் இனி அவளை என்னால மறக்க முடியாதுங்கிற நிலை வந்துடுத்து. அவ ரொம்ப நல்லவம்மா! உங்களுக்கும் அவளைப் பிடிக்கும்" என்றான்.

இவை யாவும் நூறுசதவீத உண்மைகளே என்று பத்மாவதிக்குப் புரிந்தாலும் மனதில் ஏதோ ஒரு உறுத்தல் இருந்து கொண்டே இருந்தது.

மகனது சிகையை வாஞ்சையுடன் வருடிக் கொடுத்தவர் "நான் முன்னமே சொல்லிட்டேனே கண்ணா! உங்க விருப்பம் தான் நேக்கும் முக்கியம்னு. உன் ஆத்துக்காரி மோசமானவனு நான் சொல்ல வரலை. அவளோட தங்கையோட ஒப்பிடறச்ச அவ சொக்கத்தங்கம் தான். ஆனா என் மனசு ஏனோ ஒப்பலைடா. அந்தக் காலத்து மனுஷியோன்னோ. கொஞ்சம் நாளாகும் ஹர்சா. நான் என் மனசை மாத்திக்க முயற்சி செய்யறேன், என் பசங்களுக்காக இதை கூட பண்ண மாட்டேனா?" என்றபடி எழுந்தவர் அவனிடம் சொல்லிவிட்டு வீட்டிற்குள் செல்லும் பாதையில் கால் பதித்து நடக்க ஆரம்பித்தார்.

ஹர்சவர்தன் தாயின் பேச்சு கொடுத்த நிம்மதியில் புன்னகையுடன் திரும்பி அவுட் ஹவுஸை நோக்கி நடை போட எத்தனித்தவன் இவ்வளவு நேர உரையாடல்களையும் கேட்டபடி அவர்கள் அமர்ந்திருந்த பெஞ்சின் பின்னே இருக்கும் பிச்சிக்கொடியின் பின்னர் காபி கப்புடன் நின்று கொண்டிருந்த கிருஷ்ணஜாட்சியைக் கண்டதும் மேலும் முன்னேறாமல் சட்டென்று நின்றான்.

கிருஷ்ணஜாட்சி மாமியாரும் கணவனும் பேசிய அனைத்தையும் ஒரு வார்த்தை மிச்சமில்லாமல் கேட்டுவிட்டவள் வேறு எதுவும் கூறாமல் "காபி" என்று கூறிவிட்டு அவன் கையில் காபி கப்பை திணித்துவிட்டு அவுட் ஹவுஸை நோக்கிச் செல்ல அவனும் காபியை அருந்தியபடியே மனைவியை தொடர்ந்தான்.

****

ரகுநந்தன் பத்மாவதியிடம் பேசிவிட்டு வீட்டிற்குள் வந்தவன் மைதிலியின் கொடுத்த காபியை அருந்திவிட்டு தனது அறைக்குச் செல்ல மாடிப்படி ஏறினான்.

கீழே சீதாலெட்சுமி "டேய் நந்தா! நீரு இன்னும் எழுந்திருக்காம தூங்கிண்டிருக்காடா! அவ அறைக்கதவை தட்டி எழுப்பி விடுடா" என்று கூறியது காதில் விழுந்ததும் "சரி பாட்டி" என்று கூறியவண்ணம் மாடியை அடைந்தான்.

மாடிவராண்டாவில் நடைபோட்டவன் சாத்தியிருந்த நீரஜாட்சியின் அறைக்கதவை தட்ட முயல அவன் கைவைத்ததும் கதவு திறந்து கொண்டது. "என்னடா இவ கதவை கூட லாக் பண்ணாம தூங்கிண்டிருக்கா?" என்ற கேள்வியுடன் உள்ளே நுழைந்தவன் துணிமூட்டை போல் தலை முதல் கால் வரை இழுத்துப் போர்த்தி உறங்கிக் கொண்டிருந்தவளைக் கண்டதும் சிரிப்பைக் கட்டுப்படுத்தியபடி அவளிடம் சென்றான்.

"ஏய் நீரு! எழுந்திருடி! நியாயப்படி நீ என்னை எழுப்பணும். இங்கே எல்லாமே உல்டாவா நடக்கறது" என்றபடி போர்வையை விலக்கிவிட நீரஜாட்சி "விடிஞ்சிருச்சா?" என்றபடி எழுந்து அமர்ந்தாள்.

கையை உயர்த்தி சோம்பல் முறித்தவள் கடிகாரத்தை பார்க்க "வாட்? செவன் தேர்ட்டி தானா? அதுக்குள்ள ஏன்டா என்னை எழுப்புன? யூஸ்வலா சண்டேனா நான் நைன் ஓ கிளாக் தான் எழுந்திருப்பேன்" என்று சொல்லிவிட்டு மீண்டும் தலையோடு மூடிக் கொண்டு நித்திரைக்குச் செல்ல விளைய

அதற்குள் போர்வையை பிடித்துக் கொண்டவன் "ஏய் இன்னொரு தடவை எகிப்து மம்மி மாதிரி உறங்க ஆரம்பிச்சியோ நான் பொல்லாதவனா ஆயிடுவேன். ஒழுங்கா எழுந்துக்கோ. இல்லைனா பக்கெட் தண்ணியை கொண்டு வந்து தலையில ஊத்த வேண்டியிருக்கும்" என்று மிரட்டிவிட்டுச் செல்ல எத்தனிக்க அவனை செல்லவிடாமல் வழியை மறித்தாள் நீரஜாட்சி.

"நீ உன் இஷ்டத்துக்கு என் ரூம்குள்ள வந்திருக்கலாம். ஆனா நான் நினைச்சா தான் இங்கே இருந்து போக முடியும்" என்று வாசலின் நிலையை அடைத்தவண்ணம் நின்றவளைக் கண்டு அவனுக்கு சிரிப்பு தான் வந்தது.

"இத்துணூண்டு இருந்துண்டு நோக்கு வாய் மட்டும் வளசரவாக்கம் வரைக்கும் நீள்றது. ஓரமா போடி! நான் போய் நியூஸ் பார்க்கணும்" என்றபடி அவளை விலக்கிவிட்டு அவன் அறைக்குச் செல்ல அவள் உதட்டைச் சுழித்துவிட்டு படுக்கை விரிப்பை மடித்து வைக்க சென்றாள்.

10

பூங்காற்று 10

நீரஜாட்சி ஸ்ரீனிவாசவிலாசத்துக்கு வந்ததும் செய்த முதல் காரியம் அந்த வீட்டின் பழைய சாமான்களை போட்டு வைத்திருக்கும் அறையில் இத்தனை நாட்கள் வைக்கப்பட்டிருந்த மதுரவாணியின் புகைப்படங்கள் அனைத்தையும் தூசி தட்டி எடுத்தது தான்.

வீட்டின் அனைத்து அறைகளிலும் குடும்பத்தாரின் புகைப்படங்கள் மாட்டப்பட்டிருக்க தன் அன்னையின் ஒரு புகைப்படம் கூட இல்லாமலிருப்பது குறித்து மைதிலியிடம் கேட்க அவர் "மதுராவோட போட்டோ எல்லாமே ஸ்டோர் ரூம்ல இருக்கு நீரு" என்று சொல்லிவிட்டு அந்த அறையை காட்டிவிட அதற்கு பிறகு மற்ற வேலைகளை அவள் கவனித்துக் கொண்டாள்.

மதுரவாணியின் புகைப்படங்களை வெளியே எடுத்துவந்தவள் அங்கிருக்கும் சில புகைப்படங்களை கழற்றிவிட்டு அவற்றை மாட்டத் தொடங்கினாள். சீதாலெட்சுமிக்கு மகளது புகைப்படங்களைக் கண்டதும் பழைய நினைவில் கண்கள் கலங்க அவற்றை அவரது விரல்கள் தடவிக் கொடுத்தன.

அவரை அறியாமல் "எவ்ளோ அழகுடி நீ! நீ வாழறதை பார்க்கற கொடுப்பினை இல்லாம போயிடுச்சே நேக்கு" என்றவாறு அவரது உதடுகள் முணுமுணுக்க பத்மாவதிக்கும் ஹாலின் நடுவில் கிடந்த அந்த புகைப்படம் ஏனோ பழைய நினைவுகளைக் கொண்டு வந்தது.

"யார் இதெல்லாம் இங்கே மாட்டி வச்சது?" என்று தனது வெண்கலக்குரலில் முழங்கியவரின் சத்தத்தில் இன்னொரு மூலையில் மற்றொரு

புகைப்படத்தை மாட்டிக் கொண்டிருந்த நீரஜாட்சி திரும்பி பார்த்துவிட்டு அவள் நின்று கொண்டிருந்த ஸ்டூலிலிருந்து இறங்கி மெதுவாக அன்ன-நடை போட்டு அவர் எதிரில் வந்து நின்றாள்.

"நான் தான் பத்து மாமி! உங்களுக்கு இதுல என்ன பிரச்சனை?"

"இந்தாத்துல இவ போட்டோ இருக்கக் கூடாதுனு நான் தான் பழைய சாமான் போடுற அறையில தூக்கிப் போட்டேன். இப்போ மறு-படியும் ஏன் எடுத்து மாட்டிண்டிருக்க?"

"எங்க அம்மா போட்டோ இங்கே இருக்க கூடாதுனு முடிவு பண்ண நீங்க யார் மாமி?"

"நான் இந்த ஆத்து மாட்டுப்பொண்ணுடி. நேக்கு இங்கே என்ன இருக்கணும், இருக்க கூடாதுனு முடிவு பண்ண எல்லா உரிமையும் இருக்கு"

"அதே மாதிரி நானும் இந்த ஆத்து மாட்டுப்பொண்ணா ஆகப் போறேனோன்னோ, சோ எனக்கும் இங்கே எது இருக்கணும், யார் இருக்கணும்னு முடிவு பண்ண எல்லா உரிமையும் இருக்கு. எங்க அம்மா போட்டோ இங்கே தான் இருக்கும். உங்களுக்கு பார்க்க இஷ்டமில்-லனா முகத்தைத் திருப்பிட்டு போங்க மாமி. யாரும் உங்களை பார்க்கச் சொல்லி வற்புறுத்தல" என்று அவள் பிடிவாதம் காட்டிப் பேச இதுவரை தனது பேச்சை யாரும் தட்டி அனுபவப்படாத பத்மாவதிக்கு இவளின் வாயாடல்கள் அனைத்தும் பெரும் அதிர்ச்சியைக் கொடுத்தது.

ஆனால் சமாளித்தவராய் "நீ இன்னும் மாட்டுப்பொண்ணு ஆகலைடி. அதுக்குள்ள தலை கால் புரியாம ஆட்டம் போடாதே" என்று நக்கலாய் கூற

நீரஜாட்சி "ஓ! ஆமால்ல! நானும் இதை யோசிக்கலையே. பேசாம ஒன்னு பண்ணுறேன் மாமி, இன்னைக்கு நானும் நந்துவும் சும்மா அவுட்டிங் போலாம்னு இருந்தோம். அப்பிடி போறச்ச ஒரு முருகன் கோயிலோ, பிள்ளையார் கோயிலோ பார்த்து அவனை என் கழுத்துல தாலி கட்டச் சொல்லிடுறேன். அப்போ உங்களுக்கு பிரச்சனை இல்-லையே?" என்று கேட்க பத்மாவதிக்கு இந்த பெண்ணிடம் வாயைக் கொடுத்து அவளைத் தூண்டிவிடுவது முட்டாள்தனம் என்பது புரிபட மோவாயை தோளில் இடித்தபடி அங்கிருந்து சென்று விட்டார்,.

நீரஜாட்சி அவர் செல்வதை அலட்சியமாக பார்த்துவிட்டு மற்ற புகைப்படங்களை மாட்ட ஆரம்பித்தாள்.

******

ரகுநந்தன் தனது தாத்தாவிடம் தன் காதல் விவகாரத்தை சொன்னவுடன் பட்டாபிராமன் வீட்டின் பெரியவராக அடுத்து ஆக வேண்டிய காரியங்களைச் செய்யுமாறு மகன்களிடம் கட்டளையிட்டவர் அன்றே கிருஷ்ணஜாட்சியிடமும் இந்தத் திருமணத்தைப் பற்றி பேசிவிட்டார்.

அவளோ "பட்டு நீருவுக்கு பிடிச்சுருக்கு. அது மட்டுமில்லாம சின்ன அம்மாஞ்சி ரொம்ப நல்லவர். அவர் எப்போவுமே நீருவை நல்லா பார்த்துப்பார்னு எனக்கு நம்பிக்கை இருக்கு. அதனால எனக்கு எந்த அப்ஜெக்சனும் இல்ல" என்று கூறிவிட அதன் பின் திருமண வேலைகள் ஜெகஜோதியாக ஆரம்பித்தது.

பட்டாபிராமன் கிருஷ்ணஜாட்சியிடம் இன்னொரு வேண்டுகோளும் வைத்தார்.

"கிருஷ்ணா! உன் தங்கைக்கு எல்லாமே நீ தான். அதோட நீ மறுத்தாலும் நீ தான் இந்தாத்தோட மூத்த மாட்டுப்பொண்ணு. அதனால இந்த கல்யாணவேலைகளை நீயும் ஹர்சனும் சேர்ந்து பார்த்துக்கோங்கடாம்மா. உன் மாமா வேங்கடநாதனால தனியா இழுத்துப் போட்டு இதெல்லாம் பார்க்க முடியாது. ராமனுக்கு உடல்நிலை இன்னும் பழையபடிக்கு வரலை" என்று கூற அவளாலும் மறுக்க முடியாது போயிற்று.

அத்தோடு அவளின் செல்லத்தங்கையின் திருமணத்துக்கு வேலை செய்வது அவளுக்கும் கசக்குமா என்ன? விசயத்தை ஹர்சவர்தனிடம் தெரிவித்த போது அவனும் அதற்கு மறுபேச்சின்றி தலையாட்டி வைத்தான்.

நிச்சயதார்த்தத்துக்கு நாள் குறிக்கப்பட்ட பின்னர் வீட்டிலேயே நிச்சயம் செய்து கொள்ளலாம் என்று பட்டாபிராமன் கூறிவிட்டார். ஏனெனில் முதல் திருமணத்தில் நடந்த நிகழ்வுகள் அவர் மனதை அந்தளவுக்கு பாதித்திருந்தது. திருமணத்தை மட்டும் மண்டபத்தில் வைத்துக் கொள்ளலாம் என்ற அவரது முடிவுக்கு குடும்பத்தினர் சம்மதித்துவிட்டனர். ஆனால் யாருமே பத்மாவதியின் கருத்தை கேட்கவும் இல்லை. அவரும் சொல்ல விரும்பவில்லை.

ஆனால் வேங்கடநாதனிடம் "ஏண்ணா! ஹர்சாவோட நிச்சயத்தை பெருசா கழிச்சோமே. இவனுக்கு மட்டும் சிம்பிளா பண்ணுனா நந்து எதுவும் நினைச்சுக்க போறான்ணா" என்றார் கவலையுடன்.

வேங்கடநாதன் கடந்த சில மாதங்களாக மனைவியின் முகத்தைக் கூட பார்ப்பதை தவிர்த்தவர் "அவ என் பையன். இந்த சின்ன விஷ-யத்துக்குலாம் உடன்பிறந்தானை பார்த்து பொறாமைப்படற சின்னப்புத்தி அவனுக்கு கிடையாது. நீ உன்னை மனசுல வச்சிண்டு என் பசங்-களைப் பத்தி பேசாதே" என்று பதிலளித்துவிட்டு அவரிடம் இருந்து விலகி நடந்தார். பத்மாவதியால் கணவரின் போக்கை நினைத்து வருத்-தப்பட மட்டுமே முடிந்தது.

பெருமூச்சு விட்டுக் கொண்டு திரும்பியவரின் காதில் மைதிலியின் பேச்சு சத்தம் விழுந்தது.

"ஆமாடி மைத்தி! வர்ற இருபத்தேழு தான். மாப்பிள்ளைக்கு வசதியா இருக்கும்னு தான் அப்பா ஞாயிறா பார்த்து தேதி குறிச்சி-ருக்கா. நீ சனிக்கிழமையே வந்துடுடி. இப்போ ஸ்ருதியை அழைச்சிண்டு நோக்கு கால் பண்ணுறேன்" என்று சொல்லிவிட்டு போனை வைத்தவர் அடுத்து ஸ்ருதிகீர்த்திக்கு போன் செய்து நிச்சயதார்த்தத்தை பற்றி தெரி-வித்து விட்டு வைத்தார்.

போனை பேசிவிட்டு திரும்பியவரின் கண்ணில் அவரது எதிரில் நிற்-கும் தமக்கை பட அவரிடம் "என்னக்கா! கண்ணுல ஜீவனே இல்லாம நடமாடற? இது உன் பையனோட விவாகம். பழைய விஷயங்களை மறந்துட்டு நடக்கப் போறதை மட்டும் கவனிப்போம். நீ என்னோட வா" என்று பத்மாவதியை தன்னுடன் அழைத்துச் சென்றார்.

பத்மாவதியும் இத்தனை மாதங்களில் மாமனார், மாமியார், கணவர்,மைத்துனர் என்று அனைவரும் தன்னை ஒதுக்கி வைத்தபோதும் ஆறுதலாக இருந்த தங்கையின் பேச்சை ஏற்றபடி அவருடன் சென்றார்.

ஒரு நல்ல நாளாக பார்த்து அனைவருக்கும் நிச்சயம் மற்றும் திரு-மணத்துக்குப் புத்தாடை எடுக்க முடிவெடுத்தனர். ரகுநந்தனும் ஹர்சவர்-தனும் வேலை இருப்பதால் வர இயலாது என்று கூறிவிட பெண்கள் மட்டும் செல்லலாம் என்று முடிவு செய்தனர்.

கிருஷ்ணஜாட்சி கடையில் நுழைந்ததுமே மைதிலியிடம் "மாமி! நீரு-வுக்கு நானே எடுத்துடுறேன்" என்று பொதுப்படையாக கூறிவிட நீர-ஜாட்சிக்கும் அதுவே சரியென்று பட்டது.

மைதிலி அதை மறுக்க வர "சின்ன மாமி! பின்னாடி யாரும் உடுத்த துணி கூட எங்க காசுல எடுத்தது தான்னு பேசிடக் கூடாதுனு கிருஷ்ணா யோசிக்கிறா. அவளே எனக்கு எடுத்துத் தரட்டும். நீங்க

மத்த எல்லாருக்கும் செலக்ட் பண்ணுங்க" என்றாள் நீரஜாட்சி பத்மாவதியை மனதில் வைத்து.

அதன் பின் மைதிலியும் அவர்களை வற்புறுத்தவில்லை. சிறிது நேரத்தில் மைத்திரேயியும், ஸ்ருதிகீர்த்தியும் கூட வந்துவிட உற்சாகமாக புடவைத்தேர்வில் ஈடுபட்டனர் பெண்கள்.

கிருஷ்ணஜாட்சி அவளது தங்கைக்கு பார்த்து பார்த்து புடவையை தேர்வு செய்தாள். நிச்சயத்திற்கு அடர்மஞ்சள் நிறத்தில் அரக்கு பார்டரிட்ட புடவையை தேர்வு செய்தவள் நீரஜாட்சியிடம் காட்ட அவளுக்குமே அது மிகவும் பிடித்து விட்டது. அடுத்து இருவரும் திருமணத்துக்காக புடவைகளைப் பார்க்க எதுவுமே திருப்தியாக இல்லை.

கடைசியாக மைத்திரேயி சந்தன நிறத்தில் அடர்ரோஜாநிற பார்டருடன் கூடிய ஒன்பது முழம் புடவையை காட்ட சகோதரிகள் இருவருக்குமே அது பிடித்துவிட்டது. அடுத்து ஆபரணங்களை வாங்கச் செல்ல எத்தனிக்க நீரஜாட்சிக்கு ரகுநந்தனிடமிருந்து போன் வரவே "மைத்திக்கா, கிருஷ்ணா நகையெல்லாம் எனக்கு இன்ட்ரெஸ்ட் இல்ல. நீங்களே பார்த்து வாங்கிடுங்க. நான் கால் பேசிட்டு வந்துடுறேன்" என்றபடி நகர்ந்தாள்.

"ஹலோ! நீ சைட்ல தானே இருக்க, இப்போ எதுக்கு கால் பண்ணுன?" என்று கேட்டவளிடம் ரகுநந்தன் தான் இன்னும் சிறிது நேரத்தில் அங்கே வந்துவிடுவேன் என்று கூற அவள் ஏன் என்று கேட்பதற்குள் அழைப்பு துண்டிக்கப்படவே அவள் தோளை அலட்சியமாக குலுக்கிவிட்டு கடையை வேடிக்கை பார்க்க ஆரம்பித்தாள்.

சிறிது நேரத்தில் வீட்டுப்பெண்கள் அனைவரும் திரும்பிவிட அவர்களுடன் கிளம்ப முயன்றவள் ரகுநந்தன் பேசியது நினைவில் வரவும் "நீங்க எல்லாரும் கிளம்புங்க. நந்து வர்றேனு சொன்னான். நான் அவனோட வீட்டுக்கு வர்றேன்" என்று கூற பத்மாவதியை தவிர மற்ற அனைவரும் ஒரு நமட்டுச்சிரிப்புடன் தலையாட்டிவிட்டு நகர அதற்குள் அவனும் வந்துவிட்டான்.

கிருஷ்ணஜாட்சியிடம் அனுமதி பெற்று விட்டு நீரஜாட்சியை ஆபரணங்கள் இருக்கும் பிரிவுக்கு அழைத்துச் செல்ல மற்றவர்கள் வீட்டுக்கு செல்வதற்காக தரிப்பிடத்தில் இருக்கும் காரை நோக்கிச் சென்றனர்.

நீரஜாட்சி மறுபேச்சின்றி அவனுடன் வர ரகுநந்தன் மோதிரங்கள் பிரிவில் அவளை அமர வைத்தவன் அவளுக்கு பிடித்த டிசைனில்

பார்க்கச் சொன்னான்.

நீரஜாட்சி "இதெல்லாம் எனக்கு வேண்டாம் நந்து. உங்க அம்மாக்கு தெரிஞ்சா எதாச்சும் சொல்லுவாங்க" என்று மறுக்க ரகுநந்தன் அதை காதில் போட்டுக் கொண்டால் தானே.

அவளுக்கும் சேர்த்து அவனே தேர்வு செய்தவன் "கொஞ்சம் விரலை நீட்டு" என்று கூற அவள் யோசனையுடன் இருக்கவே அவனே விரலை பிடித்து மோதிரத்தைப் போட்டுப் பார்த்தான்.

"வாவ்! கரெக்டா இருக்கு நீரு. ஓகே ப்ரோ, இதையே பில் போட்டுடுங்க" என்றவன்

"அப்பிடியே நான் சொன்னதும் சேர்த்து பில் போட்டுருங்க" என்று எதையோ பூடகமாக கூற நீரஜாட்சி அது என்ன என்ற யோசனையுடன் அவனைத் தொடர்ந்தாள்.

எல்லாவற்றையும் வாங்கிவிட்டு அவளை வீட்டில் கொண்டு சென்று விட்டவன் மதியவுணவை முடித்துவிட்டு மீண்டும் அலுவலகம் சென்றுவிட்டான்.

வெளிப்புற வராண்டாவில் மரத்தின் நிழல் குளுமையாக விழுவதால் அதில் அமர்ந்த பெண்கள் அனைவரும் புடவைகளை சீதாலெட்சுமியிடம் காட்டிக் கொண்டிருந்தனர்.

கிருஷ்ணஜாட்சி நீண்டநாட்களுக்குப் பிறகு அவர்களுடன் அமர்ந்திருந்ததை பார்த்த நீரஜாட்சி "இப்போ நீ வராண்டா வரைக்கும் வந்துட்ட கிருஷ்ணா! இந்த கல்யாணம் மட்டும் ஆகட்டும், நீ வீட்டுக்குள்ளவும் வந்துடுவ! அதை பத்து மாமியால கூட தடுக்க முடியாது. நீயும் மறுக்க முடியாத அளவுக்கு நான் ஒரு பிளான் வச்சிருக்கேன்" என்று தீவிரமான முகபாவத்துடன் சொல்லிவிட்டு பட்டாபிராமனுக்கு உணவு எடுத்து வைக்க சென்றுவிட்டாள்.

அதன் பின் அவளும் சாப்பிட்டு விட்டு வெளியே அலைந்து திரிந்த களைப்பில் அவளது அறைக்குச் சென்றவள் நன்கு உறங்கிவிட்டாள். அப்போது உறங்க ஆரம்பித்தவள் பத்மாவதி தனது பெருங்குரலில் "விளக்கேத்துற நேரத்துல ஆத்துல இப்பிடி இழுத்துப் போர்த்திண்டு தூங்குனா விளங்குமா?" என்று அங்கலாய்த்த சத்தத்தில் விழித்துக் கொண்டாள்.

"ச்சே! எப்பிடி இவ்ளோ நேரம் தூங்குனேன் நான்?" என்றபடி எழுந்தவள் முகம் கழுவிவிட்டு கீழே இறங்கி வந்தாள்.

பத்மாவதியை நோக்கி ஒரு கேலிப்புன்னகையை வீசிவிட்டு வராண்டாவில் அமர்ந்திருக்கும் சீதாலெட்சுமி, பட்டாபிராமனை நோக்கி சென்றாள்.

அவர்களுடன் அமர்ந்து வம்பளக்க ஆரம்பித்தவள் சிறிது நேரத்தில் மைதிலியும் அதில் கலந்து கொள்ளவும் நேரம் போனதே தெரியாமல் அந்த கலகலப்பான உரையாடலில் மூழ்கிவிட்டாள்.

நேரம் ஆவதை அறிந்த மைதிலி "அப்பா, அம்மா ரெண்டு பேரும் பேசுனது போதும். நேரமாச்சு பாருங்கோ! எழுந்து சாப்பிட வாங்கோ!" என்றபடி அவர்களை உள்ளே அழைத்துச் செல்ல நீரஜாட்சியும் அவர்களுடனே இரவுணவை முடித்துவிட்டு தனது அறைக்குள் தஞ்சமடைந்தாள்.

"மதியம் நல்லா தூங்கியும் ராத்திரி சீக்கிரமாவே தூக்கம் வருதே! நம்ம என்ன டிசைனோ?" என்றபடி போர்வையை தலைகூடி மூடியவள் படுத்த சில நிமிடங்களில் உறங்கியும் விட்டாள்.

நல்ல ஆழ்ந்த உறக்கத்தில் இருக்கும் போது அறையின் கதவு திறக்கும் சத்தம் ஏதோ கனவில் கேட்பது போல அவளுக்கு தோன்ற அதனால் கலைந்த உறக்கத்தை மீண்டும் தொடர முயன்றவளின் முகத்தை மூடியிருந்த போர்வையை யாரோ விலக்கினர்.

எரிச்சலுடன் எழுந்தவள் "நீயா? என் தூக்கத்தை கெடுத்தே தீருவேன்னு எதும் சபதம் போட்டிருக்கியா? இப்பிடி மிட்நைட்ல வந்து உறக்கத்தை கெடுக்கிற" என்று கத்த அவளின் உதட்டில் கை வைத்து "ஷ்ஷ்! கத்தாதேடி" என்று மெல்லிய குரலில் அதட்டினான் ரகுநந்தன்.

"பதினொரு மணி நோக்கு மிட்நைட்டா?" என்று கேலி செய்ய

நீரஜாட்சி "உனக்கு தூக்கம் வராம இருக்கலாம் மேன். நான் யூஸ்வலா இந்நேரத்துக்கு ஆழ்ந்த நித்திரைக்கு போயிருப்பேன்" என்று குறைப்பட்டாள்.

ரகுநந்தன் அவளின் கன்னத்தை கிள்ளியவாறே "ஒரு நாள் முழிச்சிண்டிருந்தா ஒன்னும் கெட்டுப் போயிடாதுடி" என்று கூறியவாறே அவள் முன் பிரிக்கப்படாத நகைக்கடை பைகளை வைத்துவிட்டு எழுந்தவன் கதவை தாழிட்டு விட்டு வந்து பழையபடி அமர்ந்தான்.

நீரஜாட்சி "இந்த ரிங்கை காட்டவா நீ என்னை எழுப்புன?" என்று கேட்க அவன் மறுப்பாய் இடவலமாக தலையாட்டிவிட்டு அதிலிருந்து இரண்டு பெட்டிகளை எடுத்தான்.

நீரஜாட்சி அது என்னவாக இருக்கும் என்ற ஆர்வத்துடன் பார்க்க அவன் அதிலிருந்து இரண்டு செயின்களை எடுக்கவும் விதிர்விதிர்த்து போனாள்.

அவள் விழி விரிய பார்க்க ரகுநந்தன் அதை எடுத்தவன் தன் உள்ளங்கையில் வைத்து அவளிடம் காட்டினான்.

அதில் இரண்டு செயின்களும் 'நந்து, நீரு' என்ற பெயர்களை தாங்கியிருக்கவும் நீரஜாட்சி உள்ளுக்குள் அதிர்ந்தவளாய் அவனைப் பார்த்தாள்.

ரகுநந்தன் "இதை நான் நமக்காக ஸ்பெஷலா செய்ய சொல்லி வாங்குனேன் நீரு. இந்த 'நந்து'ங்கிற செயின் உன்னோட கழுத்துல இருக்கணும்ங்கிறது என்னோட ஆசை. அதே மாதிரி இந்த 'நீரு'ங்கிற செயினை நீயே உன் கையால எனக்கு போட்டு விடு பார்ப்போம்" என்று கூற அவள் என்ன செய்யவென்று தெரியாமல் விழித்தாள்.

"என்னாச்சு நீருகுட்டி? இப்பிடி பார்த்துண்டே இருந்தா என்ன அர்த்தம்? சட்டுப்புட்டுனு போட்டு விடுடி" என்றான் கண்ணில் காதலுடன்.

அவள் இன்னும் அசையாமல் இருக்கவே "சரி நீ வெக்கப்படுறனு நினைக்கிறேன். நானே போட்டுவிடறேன்" என்றபடி தனது பெயரை தாங்கியிருக்கும் செயினை கையில் எடுத்தவன் அவளது கழுத்தில் மாட்டிவிட நீரஜாட்சியின் சிரம் தானாகவே குனிந்து அதை ஏற்றுக் கொண்டாள்.

அது அவளது கழுத்தில் விழவும் உள்ளே திக்கென்று இருக்க ரகுநந்தனை நிமிர்ந்து பார்க்க அவன் நீரஜாட்சியின் பெயரைத் தாங்கிய செயினை அவளது கரத்தில் திணித்தான்.

"ம்ம்... போட்டு விடு" என்று புன்முறுவலுடன் தலை குனிய அவளது கரங்கள் நடுக்கத்துடன் அந்த செயினை அவன் கழுத்தில் போட்டுவிடவும் நிமிர்ந்தான் அவன்.

அவளது பெயரை வாஞ்சையுடன் வருடிக் கொடுத்தபடி "இந்த செயின் என் கழுத்துல இருக்கறது நீயே என் கூட இருக்கற மாதிரி நீரு. அதே மாதிரி தான் நோக்கும். நான் மணமேடையில கட்டப் போற தாலியை விட இது நேக்கு ரொம்ப புனிதமானது நீரு. எப்போவும் இதை உன் கழுத்தை விட்டு இறங்கவிட்டுடாதே" என்று கூற அவள் கண்கள் கலங்கத் தொடங்கியது.

"இப்போ எதுக்குடி அழற?" என்றவாறு அவளை தனது மார்பில் சாற்றிக் கொண்டவன்

"நீருகுட்டிக்கு என்னாச்சு? இப்போ அழற அளவுக்கு நீ என்ன பண்ணி வச்ச?" என்று கொஞ்சலுடன் கேட்க அவளோ தான் போட்ட திட்டங்களை எண்ணி வருந்துவதை அவனிடம் எவ்வாறு கூறுவது என்ற தயக்கத்திலேயே இன்னும் அதிகமாக அழத் துவங்கினாள்.

ரகுநந்தனுக்கு அவளது அழுகை வியப்பை கொடுக்க அவனது கரங்கள் அவளது சிகையை ஆறுதலாக தடவிக் கொடுத்தது.

நீரஜாட்சிக்கு அவனது செய்கை ஆறுதலைத் தர கண் மூடி கண்ணீர் உகுத்தவள் "நீ என்ன ரொம்ப லவ் பண்ணுற நந்து. இந்தளவு காதலுக்கு நான் தகுதியானு நினைச்சு அழறேன்" என்று கேவலுடன் கூற அவளை எழுப்பியவன் அவளது கன்னங்களை அழுத்தித் துடைத்தான்.

"நீ மட்டும் தான் என்னோட முழுக்காதலுக்கும் தகுதியானவடி நீருகுட்டி. உன்னோட அன்பை கூட நீ கோவமா தான் காட்டுவ! உன்னால நடிக்க முடியாது" என்று அவன் பேசிக்கொண்டே செல்ல நீரஜாட்சிக்கு அவனது கடைசி வரி மனதை இன்னும் ரணமாக்கியது.

"ஓகேவா! இனி அழக்கூடாது" என்று கூறியவன் அவளது கன்னத்தில் மென்மையாக முத்தமிட்டு விட்டு எழுந்தான். நீரஜாட்சியும் தலையாட்டிவிட்டு எழ அவள் கன்னத்தில் தட்டிவிட்டு கதவை நோக்கி செல்ல நீரஜாட்சி "நந்து" என்று அழைக்க அவன் புன்னகையுடன் திரும்பினான்.

"ஐ லவ் யூ நந்து" என்று அடிமனதிலிருந்து கூற அவனும் பதிலுக்கு "ஐ லவ் யூ நீருகுட்டி" என்று கூறி மனம் நிறைய புன்னகைத்தவன் அவளிடம் அழக் கூடாது என்று சைகை காட்டிக் கதவை அடைத்துவிட்டு சென்றான்.

ரகுநந்தன் சென்றதும் நீரஜாட்சி தனது கழுத்தை தடவியவள் அந்த செயினில் இருந்த 'நந்து' என்ற வார்த்தை அவனே அவளுடன் இருப்பது போன்ற மாயையைத் தோற்றுவிக்க அவளது உதடுகள் "இதை நான் எப்போவுமே என் கழுத்தை விட்டு கழட்டமாட்டேன் நந்து" என்றது உறுதியுடன்.

அவளது அனைத்து உறுதியும் உடைய அவளது கரங்களால் அதை கழற்றி வீசி எறியப்போகும் நாள் நெடுந்தூரம் இல்லை என்பதை அவள்

அறியவில்லை.

11

பூங்காற்று 11

ஸ்ரீனிவாசவிலாசம் நிச்சயதார்த்தத்துக்குத் தயாராகிக் கொண்டிருக்க மைத்திரேயியும், ஸ்ருதிகீர்த்தியும் மைதிலி சொன்னபடி முன்னரே வந்து அவருக்கு நிச்சயதார்த்த ஏற்பாடுகளில் உதவினர். ஸ்ருதிகீர்த்தியின் கணவன் ராகுலை அச்சமயத்தில் அலுவலகத்திலிருந்து டெல்லிக்கு ஏதோ மீட்டிங்குக்காக அனுப்பிவிட வீட்டில் தனித்திருக்க பிடிக்காதவள் பிறந்த வீட்டுக்கு வந்துவிட்டாள். வழக்கமாக இப்படி வெளியூர் பயணங்களில் அவனுடன் அவளும் செல்வது வழக்கம். ஆனால் அவளது வயிற்றில் வளரும் குழந்தையைக் கருத்தில் கொண்டு ராகுல் அவளை வரவேண்டாமென்று கூறிவிட்டான்.

சகோதரனின் நிச்சயதார்த்தத்தில் கலந்துகொள்ள பிறந்த வீட்டுக்கு வந்தவள் நீரஜாட்சியிடம் மட்டும் சற்று விலகியே இருந்துகொண்டாள். நீரஜாட்சியும் அவளை புருவத்தூக்கலோடு ஒரு பார்வை பார்த்துவிட்டு சென்றுவிடுவாள். அன்றும் அப்படி நடந்த போது ஸ்ருதிகீர்த்தி நீரஜாட்சியை பார்த்தபடி நடந்து சென்றவள் தரைவிரிப்பில் கால் சிக்கிக் கொள்ள தடுமாறி விழப்போனாள். நீரஜாட்சி பதறிப்போனவளாய் ஓடி வந்து அவள் கையை பிடித்து அவளை விழாமல் நிறுத்தியவள் "உனக்கு அறிவு இல்ல? ஆகாயத்தை பார்த்து தான் நடப்பியோ?" என்று கடிந்து கொள்ள

ஸ்ருதிகீர்த்தி "நான் கவனிக்கல" என்றாள் மொட்டையாக.

நீரஜாட்சி "நீ எதை தான் கவனிச்ச? முன்னாடி எப்பிடியோ, இப்போ உன் வயித்துல இருக்கிற குழந்தையை மனசுல வச்சு நடந்துக்கோ.

அதே மாதிரி குழந்தை வயித்துல இருக்கறச்ச மனசை நிர்மலமா வச்சுக்கணும்னு நான் ஒரு புக்ல படிச்சேன். ஏன்னா அம்மா நினைக்கறது குழந்தைக்கு புரியுமாம். நீ பாட்டுக்கு வழக்கம் போல என்னையும் கிருஷ்ணாவையும் பத்தி கன்னாபின்னானு நினைச்சு வைக்காதே. அது உன் குழந்தையோட மனசையும் பாதிக்கும்" என்று சொல்லிவிட்டு அங்கிருந்து நகர முற்பட அவளது கையைப் பிடித்து தடுத்து நிறுத்தினாள் ஸ்ருதிகீர்த்தி.

என்னவென்று பார்த்தவளிடம் "நான் சின்னப்பிள்ளைத்தனமா நிறைய காரியம் பண்ணிருக்கேன். ஆனா என்னைக்கும் மனசார நீங்க கெட்டுப் போகணும்னு நான் நினைச்சது இல்ல. மன்னி என்னை விட அழகா இருக்கானு நேக்கு கொஞ்சம் பொறாமை உண்டு. அதுவும் சின்ன வயசுல தான். மத்தப்படி நேக்கு உங்க ரெண்டு பேர் மேலயும் எந்த துவேசமும் இல்ல" என்று மெதுவாகக் கூற நீரஜாட்சி ஒன்றும் பதிலளிக்காமல் அவள் கையை மட்டும் தட்டிக்கொடுத்துவிட்டுச் சென்றாள். அவளால் எப்போதும் மனிதர்களை உடனுக்குடன் நம்பமுடியாது. அது அவளது பிறவிகுணம்.

அதே சமயம் கிருஷ்ணஜாட்சி ஹர்சவர்தனிடம் "இன்னைக்கு மேரேஜ் ஹால் மேனேஜர் கிட்ட பேசறேனு சொன்னிங்களே, பேசிட்டிங்களா? கேட்டரிங் வெளியே வேண்டாம்னு பட்டு சொல்லிட்டார். சோ அதுல எந்த கரெக்சனும் இல்ல. வெளியூர்ல இருந்து வர்ற ரிலேட்டிவ்ஸை எங்க ஸ்டே பண்ண வைக்கறது?" என்று அவள் பாட்டுக்கு பேசிக்கொண்டே செல்ல அவனோ கன்னத்தில் வைத்தபடி மனைவி பேசும்போது அவளது முகத்தில் செல்லமாக தொட்டுவிட்டுச் செல்லும் கூந்தல் கற்றையை பார்த்தபடி அமர்ந்திருந்தான்.

கிருஷ்ணஜாட்சி தான் கேட்ட எதற்கும் பதில் வராததால் அவனை நிமிர்ந்து பார்த்தவள் அவனது நிலைத்த பார்வை அவள் முகத்தை விட்டு அகலாததால் அவன் கண் முன் கையை ஆட்டினாள்.

அவன் புன்னகைத்துவிட்டு அந்த கூந்தல் சுருளை அவள் காது மடலின் பின்புறம் ஒதுக்கியபடி "இந்த நூடுல்ஸ் ஹேரை மெயிண்டெயின் பண்ணுறது ரொம்ப கஷ்டமல்ல" என்று கேட்க கிருஷ்ணஜாட்சி அவனை முறைத்தாள்.

"இப்போ இது ரொம்ப முக்கியமா? நான் எவ்ளோ சீரியஸா பேசிட்டிருக்கேன்? நீங்க......" என்று படபடத்தவளின் உதட்டில் விரல் வைத்து

தடுத்தவன்

"கொஞ்சம் மூச்சு விட்டுக்கோங்க மிசஸ்.ஹர்சா. நான் எல்லா அரேஜ்மெண்டும் பக்காவா பண்ணிட்டேன். நீ அழகா ரெடியாகி நிச்சயத்தார்த்தத்துல நின்னா மட்டும் போதும்" என்று கூறிவிட்டு விரலை எடுத்துக் கொண்டான்.

கிருஷ்ணஜாட்சி தோளை குலுக்கிவிட்டு எழ முயல அவளை கரம் பற்றி தன் அருகில் இருத்திக் கொண்டவன் "நீங்க பாட்டுக்கு எழுந்து போனா என்ன அர்த்தம் மேடம்? எவ்ளோ கஷ்டப்பட்டு இந்த அரேஜ்ன்மெண்டை தனியொருவனா நின்னு முடிச்சிருக்கேன். எதாச்சும் பார்த்து பண்ணுங்க" என்று கூற

கிருஷ்ணஜாட்சி ஏளனமாக "அஹான்! பண்ணிட்டா போச்சு" என்றவள் தன்னுடைய பர்சில் எதையோ தேடினாள்.

பர்சிலிருந்து ஐம்பது ரூபாய் நோட்டை எடுத்தவள் "அம்பது ரூபா போதுமா?" என்று கேட்டபடி அவன் கையில் அதை திணிக்க ஹர்சவர்தன் "என்ன கிண்டலா?" என்று கூறிவிட்டு அவள் கையிலிலேயே அதை திருப்பி திணித்தான்.

"இதை நீயே வச்சுக்கோ" என்று கூறிவிட்டு செல்ல முயன்றவனை தடுத்து நிறுத்தியது கிருஷ்ணஜாட்சிக்கு வந்த மொபை அழைப்பு.

கிருஷ்ணஜாட்சி போனை எடுத்தவள் "சொல்லு வர்ஷா" என்று கூற ஹர்சவர்தனும் நின்று அவள் என்ன பேசுகிறாள் என்று கவனிக்க ஆரம்பித்தான்.

கிருஷ்ணஜாட்சி "அதுல்லாம் முடியாது.......நீ இப்பிடிலாம் பண்ணக் கூடாது, நீருக்கு தெரிஞ்சா அவ ரணகளம் பண்ணிடுவாடி....உன்னை அழைச்சே ஆகணும்னு ஸ்ட்ரிக்டா சொல்லிட்டா" என்று பேசிக் கொண்டே செல்ல வர்ஷா நிச்சயதார்த்தத்துக்கு வர தயங்குகிறாள் என்பதை புரிந்து கொண்டான் அவன்.

பொறுத்துப் பார்த்துவிட்டு ஹர்சவர்தன் அவள் கையிலிருக்கும் போனை பிடுங்கியவன் "ஹலோ வர்ஷா, நான் தான் பேசறேன். இப்போ நீ ஏன் என்கேஜ்மெண்டுக்கு வரமாட்டேனு பிடிவாதம் பிடிக்கற?" என்று படபடக்க மறுமுனையில் வர்ஷா மவுனமானாள்.

அவனிடம் பேசத் தொண்டை அடைத்தது அவளுக்கு. பின்னர் தயங்கி தயங்கி "ஹர்சா மாமா, மாமில்லாம் இருப்பா! அவாளுக்கு என் மேல கோவம் இருக்குமேடா. அதுவும் இல்லாம இப்போ நான் இருக்கிற

நிலமையில நான் எமோசனல் ஆகக் கூடாதுனு டாக்டர் வார்ன் பண்ணிருக்கார்!" என்று அவள் கூற

ஹர்சா "நீ அப்பிடி என்ன நிலமையில இருக்க?" என்றான் புரியாமல்.

அவன் அருகில் நின்று கேட்டுக் கொண்டிருந்த கிருஷ்ணஜாட்சி மனதிற்குள் "என்ன நடந்துச்சுனு தெரியாம இடையில எண்ட்ரி குடுத்தா இப்பிடி தான் ஆகும்" என்று கையைக் கட்டிக்கொண்டு வேடிக்கை பார்க்க ஆரம்பித்தாள்.

மறுமுனையில் வர்ஷா "ஹர்சா நோக்கு எல்லாத்தையும் விளக்கணுமாடா? அருண் அப்பாவா புரொமோட் ஆயிட்டார், போதுமா?" என்று கூற

ஹர்சா "ஏய் எவ்ளோ ஹேப்பியான நியூஸ்டி இது, இவ்ளோ சலிப்பா சொல்லுற? உடம்பை கவனமா பார்த்துக்கோ. நீ அருண் கூட சேர்ந்து கல்யாணத்துக்கு வந்தா போதும். இந்த அக்கா தங்கையை நான் பார்த்துக்கிறேன். பை, டேக் கேர்" என்று பேசிமுடித்துவிட்டு கிருஷ்ணஜாட்சியிடம் நீட்டினான்.

"அவ டேரக்டா மேரேஜுக்கு வருவா. நீரு கிட்ட சொல்லிடு" என்று கூறிவிட்டு நகர

கிருஷ்ணஜாட்சி "மாமா மகள் மேல சார்க்கு ரொம்ப அக்கறையோ?" என்று எவ்வளவோ முயன்றும் பொறுக்க முடியாமல் கேட்டுவிட

ஹர்சவர்தன் அவள் புறம் திரும்பியவன் "மாமா மகள் மேல அக்கறை மட்டும் தான் இருக்கு. ஆனா அத்தை மகள் பின்னாடி தானே என் மனசு பிடிவாதமா போகுது" என்று கூறி விஷமமாக புன்னகைக்க

கிருஷ்ணஜாட்சி உதட்டைச் சுழித்தவள் "எதுக்கும் உங்க மனசை செயின் போட்டு கட்டி வச்சுக்கோங்க. இல்லனா பார்க்கிறவங்க பின்னாடிலாம் போயிடப்போகுது" என்று அலட்சியமாக சொல்லிவிட்டு அங்கிருந்து நகர குறுநகையுடன் முதல் முறையாக மனைவியிடமிருந்து வந்த உரிமையுடன் கூடிய கேலிப்பேச்சை ரசித்தபடி அலுவலகம் செல்ல தயாரானான் ஹர்சவர்தன்.

****

நிச்சயதார்த்த நாளின் காலையிலேயே அனைவரும் பரபரப்பாக சுற்றிக் கொண்டிருக்க மைதிலியும் ஸ்ருதிகீர்த்தியும் கரோலினுடன் சேர்ந்து

நீரஜாட்சியை அலங்கரித்துக் கொண்டிருந்தனர்.

கிருஷ்ணஜாட்சி புடவையில் தயாரானவள் வீட்டுக்குள் செல்லலாமா வேண்டாமா என்று மதில் மேல் பூனையாக யோசித்துக் கொண்டிருந்-தாள்.

அவளுடன் வந்து சேர்ந்த ஹர்சவர்தன் "என்ன யோசிச்சிண்டிருக்க? ஆத்துக்குள்ள போகலாமா வேண்டாமானா? அம்மா ஆத்துக்குள்ள வரக்கூடாதுனு சொன்னது மதுரா அத்தையோட பொண்ணை. ஆனா எப்போ ஆதி மாமா உன்னை தாரை வார்த்து குடுத்தாரோ அப்போவே நீ என்னோட ஆம்படையாளா ஆயிட்ட! உனக்கு இந்தாத்துக்குள்ள போறதுக்கு எல்லா உரிமையும் இருக்கு" என்று சொன்னதோடு நிற்காமல் மனைவியின் கரம் பற்றி தன்னுடன் வீட்டினுள் அழைத்துச் செல்ல ஆரம்பித்தான்.

இக்காட்சி பட்டாபிராமன், சீதாலெட்சுமி தம்பதியினரின் கண்ணில் பட்டு அவர்களின் மனதை குளிர்விக்க வேங்கடநாதன் முதல் முறையாக மகனின் செய்கையில் பூரித்துப்போனார்.

ஹர்சவர்தன் கிருஷ்ணஜாட்சியுடன் வரும் காட்சியை கண்ட பத்மா-வதிக்கு பெரிதாக வருத்தமும் இல்லை; அதே நேரம் சந்தோசத்திலும் அவர் துள்ளிக் குதிக்கவில்லை.

மைதிலி இருவரையும் வாசலில் நிற்குமாறு கூறியவர் சிறிது நேரத்-தில் ஆரத்தி எடுக்கும் தட்டுடன் திரும்பி வர கிருஷ்ணஜாட்சிக்கு ஏனோ திருமணநாள் நினைவில் கண்கள் கலங்க ஆரம்பித்தது.

மைதிலியும் அதை கண்டு கொண்டவராய் "என்னடிம்மா இது குழந்-தையாட்டம்? ஏன்டா கண்ணா உன் ஆம்படையாள் கிட்ட சொல்லுடா, நான் ஒன்னும் அவ்ளோ மோசமான மாமியார் இல்லனு" என்று கேலி செய்தவாறே ஆரத்தி எடுத்துவிட்டு இருவருக்கும் திலகம் வைத்தவர் கிருஷ்ணஜாட்சியின் முன்வகிட்டில் மறக்காமல் குங்குமத்தையும் வைத்து உள்ளே செல்லுமாறு கூறிவிட்டு ஆரத்தியை வெளியே கொட்டிவிட்டு வந்தார்.

வீட்டினுள் வந்தவரை "அம்மா மைதிலி, கொஞ்சம் இங்கே வந்துட்டு போடிம்மா" என்ற மாமனாரின் குரல் காதில் விழ "இதோ வர்றேன்பா" என்றபடி அவர்கள் அமர்ந்திருந்த இடத்துக்குச் சென்றவரின் விழியில் பதிந்தது மாமனார், மாமியாரின் கலங்கியிருந்த கண்கள்.

இருவரையும் பார்த்தவர் "என்னாச்சு உங்களுக்கு? தாத்தா, பாட்டி, பேத்தி எல்லாருமா சேர்ந்து இன்னைக்கு அழுதே தீருவோம்னு ஏதும் சபதம் போட்டிருக்கேளா?" என்று கேலி செய்வது போல பேச்சை மாற்ற முயல

சீதாலெட்சுமி எழுந்து மைதிலியின் கரங்களைப் பிடித்துக் கொண்டபடி "எங்களுக்கு அப்புறம் அவா ரெண்டு பேரும் தனிச்சு நின்னிடுவாளோனு நாங்க கவலைப்படாத நாளே இல்ல மைதிலி. நீ அவா ரெண்டு பேரையும் இவ்ளோ அக்கறையா கவனிச்சிக்கறதை பாக்கறச்ச எங்களுக்கு நிம்மதியா இருக்குடிம்மா! இனி பகவான் எப்போ அழைச்சாலும் பயப்படாம அவரண்ட போயிடுவோம்" என்று கூற பட்டாபிராமனும் மனைவியின் கூற்றை ஆமோதித்தவாறே தலையசைத்தார்.

மைதிலி "நன்னா இருக்கே நீங்க பேசறது? அது எப்பிடி பகவான் உங்களை அழைப்பார்? உங்க பேத்திகளோட பிள்ளைகளை தூக்கி கொஞ்ச வேண்டாமா? அப்பா நீங்களே சொல்லுங்கோ" என்று பொய்க்கோபத்துடன் கேட்டு இருவரையும் சிரிக்க வைத்துவிட்டு அங்கிருந்து அகன்று மற்ற வேலைகளை கவனிக்கச் சென்றார்.

அதே நேரம் ரகுநந்தன் தனது அறையில் தயாராகிக் கொண்டிருக்க ஹர்சவர்தன் கதவைத் தட்டவும் "உள்ளே வாங்க" என்று கூறியபடியே சட்டையின் கைகளை மடித்துவிட துவங்க ஹர்சவர்தன் உள்ளே நுழைந்தான்.

"டேய் ஸ்லீவை ஏன்டா மடிச்சு விடற?" என்றவாறு தம்பியின் அருகில் வந்தவன் கழுத்தின் காலர் பட்டனை போட்டுவிட

ரகுநந்தன் "டேய் அண்ணா! எனக்கு காலர் பட்டன் போடற பழக்கம் சுத்தமா பிடிக்காதுடா. மூச்சு முட்டற மாதிரி ஃபீலிங்" என்றபடி கழற்றிவிட்டான்.

ஹர்சவர்தன் "டேய் என்கேஜ்மெண்ட் அன்னைக்கு ஃபார்மலா அழகா இருக்க வேண்டாமா?" என்று கேட்க

"இதிலேயே நான் அழகா தான்டா இருக்கேன்" என்றபடி அடம்பிடித்தவனை கீழே அழைத்துச் சென்றான் ஹர்சவர்தன்.

இவன் இவ்வாறு அடம்பிடிக்க நீரஜாட்சியோ ஒவ்வொரு விஷயத்துக்கும் அடம்பிடித்து அவளுக்கு அலங்காரம் செய்பவர்களை அயரவைத்துக் கொண்டிருந்தாள்.

"இவ்ளோ பூவா? ஒரு ஊருக்கு தேவையான பூவை என் தலையில வைக்கப் பாக்கிறிங்களே" என்று அதிலும் குறை கண்டுபிடித்துக் கூற மைத்திரேயி பொறுமையிழந்து விட்டாள்.

"சித்தநாழி உன் திருவாயை மூடிண்டிருக்கியாடி? தினத்துக்குமா உனக்கு இவ்ளோ பூ வச்சு அலங்காரம் பண்ணப் போறோம்? சத்தம் போடாம இருக்கணும்" என்று அவள் போட்ட அதட்டலில் அமைதியானவள் முழு அலங்காரமும் முடிந்ததும் ஓடிச் சென்று ஆளுயரக் கண்ணாடியில் தன்னை முன்னும் பின்னுமாக பார்த்துக் கொண்டாள்.

"நாட் பேட் மைத்திக்கா! நீ அழகா தான் ஜோடிச்சிருக்க. இதுக்காக நீ என்னை திட்டுனதை நான் மன்னிச்சிடுறேன்" என்று பெருந்தன்மையுடன் கூற கீழே "சாஸ்திரி வந்துட்டார்" என்ற சத்தம் வரவும் பெண்கள் அனைவரும் கீழே சென்றனர்.

கிருஷ்ணஜாட்சி மட்டும் நீரஜாட்சியின் அருகில் வந்தவள் தங்கையின் முகத்தை வழித்து நெட்டி முறித்து திருஷ்டி கழித்தாள்.

"நீ அழகுடி நீரு. இன்னைக்கு சின்ன அம்மாஞ்சி கண்ணை எடுக்காம உன்னை மட்டும் தான் பார்க்க போறார்" என்று கேலி செய்ய கீழே நிச்சயம் ஆரம்பிப்பதற்கான நேரம் ஆகிவிட்டது என்ற குரல் கேட்கவும் தங்கையின் கையைப் பற்றி கீழே அழைத்துச் சென்றாள்.

நீரஜாட்சி தமக்கையுடன் கீழே வர அவளுக்கு ஆரத்தி எடுக்க பத்மாவதியும் மைதிலியும் வந்து நின்றனர். அவளுக்கு ஆரத்தி எடுத்து அமர வைக்க ரகுநந்தன் அமர்ந்திருக்கும் இடத்தின் எதிர்ப்பக்கம் அமர்ந்தாள் நீரஜாட்சி.

சாஸ்திரி "பொண்ணை பெத்தவா வந்து மாப்பிள்ளைக்கு ஆரத்தி எடுங்கோ" என்று கூற கிருஷ்ணஜாட்சி தானே ரகுநந்தனுக்கு எடுத்துவிட்டு நீரஜாட்சியுடன் அமர்ந்து கொண்டாள். ரகுநந்தன் ஹர்சவர்தனின் காதில் ஏதோ சொல்ல அவனும் சரியென்று தலையாட்டிவிட்டு கிருஷ்ணஜாட்சியின் அருகில் சென்று அமர்ந்து கொண்டான்.

அவனை கேள்வியாய் நோக்கியவளிடம் "அவளுக்கு பெத்தவா ஸ்தானத்திலிருந்து இன்னைக்கு எல்லா சடங்கையும் நம்ம தான் பண்ணணும்னு நந்து சொல்லறான் கிருஷ்ணா" என்று பதிலிறுத்துவிட்டு நடப்பதை வேடிக்கை பார்க்கத் தொடங்கினான்.

நிச்சயதார்த்தத்தின் முதல் சடங்காக முறைப்படி தானே சென்று நீரஜாட்சியிடம் அவள் அணிந்து கொள்ள வேண்டிய பட்டுப்புடவையை

அளித்தார் பத்மாவதி.

அவளும் எதுவும் சொல்லாமல் மைத்திரேயியுடன் மாடிக்கு அதை மாற்ற சென்றுவிட ரகுநந்தனுக்கு வேஷ்டி சட்டையை வழங்கிவிட்டு ஹர்சவர்தன் அவனை அழைத்துச் சென்றான்.

இதற்கிடையில் மணமகனின் தாய்மாமா என்பதால் ஆதிவராஹனும் அவரது மனைவி விஜயலெட்சுமியும் வர பட்டாபிராமன் "தாய்மாமாவே இவ்ளோ தாமதமா வரலாமோ?" என்று கேள்வியுடம் அவரை வரவேற்க விஜயலெட்சுமியை தன்னுடன் அழைத்துக் கொண்டார் பத்மாவதி.

முகத்தில் சுரத்தே இல்லாமல் வெறித்தபடி அமர்ந்திருந்தவரை பார்த்து பத்மாவதிக்கு மனதுக்குக் கஷ்டமாக இருந்தது.

அவர் வருந்திக் கொண்டிருக்கையிலேயே ரகுநந்தனும், நீரஜாட்சியும் திரும்பிவிட மருமகளின் கழுத்தில் மாலை அணிவிக்க எழுந்தார் அவர்.

அதேநேரம் ஹர்சவர்தன் ரகுநந்தனுக்கு அணிவிக்க இருவரும் அருகருகே அமரவைக்கப் பட்டனர். லக்னப்பத்திரிக்கை வாசிக்கப்பட்டு தட்டுகளும் மாற்றப்பட மணமக்கள் பெரியவர்களிடம் ஆசிர்வாதம் வாங்க எழ முதலில் பட்டாபிராமன் சீதாலெட்சுமியிடம் சென்றனர்.

இருவரும் காலில் விழ மலர்களைத் தூவி பேரன் பேத்தியை ஆசிர்வதித்தனர் அந்த வயோதிக தம்பதியினர். அதன் பின் வேங்கடநாதன் பத்மாவதியின் முறை வர நீரஜாட்சி ரகுநந்தனிடம் "நந்து நீ என் சைடுக்கு வா, நான் அந்த சைட் வர்றேன்" என்று கூற அவன் குழம்ப அவளே அவனின் மறுபுறம் மாறி நின்று கொண்டாள்.

இருவரும் வேங்கடநாதன் தம்பதியினரிடம் ஆசிர்வாதம் வாங்க குனியும் போதே ரகுநந்தன் மெதுவாக "ஏன்டி சைட் மாத்தி வந்து நின்ன?" என்று கேட்க

நீரஜாட்சி "ம்ம்ம்.. என்னால பத்து மாமி கால்ல விழ முடியாது. அதான்" என்று பதிலிறுத்து விட்டு தனது தலையின் மீது கை வைத்து ஆசிர்வதிக்கும் மாமாவை பார்த்துப் புன்னகைத்தவாறே எழுந்தாள். ரகுநந்தன் இந்த சூழ்நிலையில் கூட பிடிவாதம் பிடிப்பவளை எண்ணி திகைத்தவனாக எழுந்தான்.

இருவரும் அடுத்து கோதண்டராமன், மைதிலியிடம் செல்ல அவர்களும் மகன், மருமகளை மனதார ஆசிர்வதித்தனர். அவர்களிடம் ஆசிர்வாதம் வாங்கிக் கொண்டு தங்களை நோக்கி வந்தவர்களை கிருஷ்ணஜாட்சியும் ஹர்சவர்தனும் அணைத்துக்கொண்டனர்.

மைத்திரேயி, அவளது கணவன் மற்றும் குழந்தையுடன் குடும்பமாக வாழ்த்த ஸ்ருதிகீர்த்தி இருவருக்கும் கை கொடுத்து வாழ்த்துகளை தெரிவித்தாள்.

அதன் பின் மணையில் அமரவைக்கப் பட்ட பின்னர் ரகுநந்தன் நீரஜாட்சியின் காதில் "எத்தனை கோட்டிங் மேக்கப்டி?" என்று கேட்டுவைக்க அவள் "உன்னை விட ஒரு கோட்டிங் கம்மி தான்டா" என்று பதிலடி கொடுத்துவிட்டு புகைப்படத்துக்கு போஸ் கொடுக்க ஆரம்பித்தாள்.

"நான் நேச்சுரல் பியூட்டி நீருகுட்டி. உன்னை மாதிரி நிப்பான் பெயிண்ட் இல்ல" என்று அவன் இன்னும் சீண்ட

அவள் கடுப்பில் "என்கேஜ்மெண்ட் முடிஞ்ச ஆணவத்துல தலை கால் புரியாம ஆடாதேடா" என்றாள் முறைத்தபடி.

"நீ முறைக்கறது வீடியோல ரெக்கார்ட் ஆகும்டி. சோ கொஞ்சம் வெக்கப்படு... சாரி சாரி... வெக்கப்படற மாதிரி ஆக்ட் பண்ணு பார்ப்போம்" என்று அவன் மீண்டும் மீண்டும் கேலி செய்ய ஒரு கட்டத்தில் கடுப்பானவள் அவன் கால் விரலை நறுக்கென்று கிள்ளி விட "அம்மா" என்றவனின் அலறலில் அனைவரும் இவர்களை நோக்கி திரும்பிவிட்டனர்.

"அடியே ராட்சசி" என்றவாறு சிரித்து சமாளித்தவாறே அவளைத் திட்டியவனிடம்

"இனிமே நீ என்னை கிண்டல் பண்ணுனேனு வையேன், ஆட்கள் இருக்காங்கன்னு கூட பார்க்க மாட்டேன். அந்த தாம்பளத்துல ஒன்னை எடுத்து மண்டையிலேயே போட்டுடுவேன். பீ கேர்ஃபுல்" என்று கூறிவிட்டு புகைப்படத்துக்காக அத்தனை பற்களையும் காட்டி போஸ் கொடுக்க ஆரம்பித்தாள் நீரஜாட்சி.

இந்த ஜோடிகளின் செல்லச் சண்டையை அவர்களுக்கு தெரியாமல் பார்த்து சிரித்துக்கொண்டனர் அவர்களின் குடும்பத்தார். இவ்வாறு அன்றைய நிச்சயதார்த்தம் ஒரு அழகிய நிகழ்வாக ஆரம்பித்து சிறப்பாக முடிவுற்றது.

12

பூங்காற்று 12

நிச்சயதார்த்தம் எந்தக் குறைபாடுமின்றி நல்ல முறையில் முடிவடைய நாட்கள் ஜெட் வேகத்தில் கடந்தன. பட்டாபிராமன் கடந்த முறை போலன்றி இந்தத் திருமணத்தில் அனைத்து சம்பிரதாயங்களும் முழுவதுமாக எவ்வித தடங்கலுமின்றி நடைபெற வேண்டும் என்று முன்னரே வேங்கடநாதனிடம் அழுத்தமாகக் கூறிவிட்டார்.

அவரும் பத்மாவதிக்கு புரியும் வகையில் தந்தை கூறிய விஷயத்தை அவரது காதில் போட்டுவிட்டு திருமண வேலைகளில் மூழ்கிப் போனார்.

பத்மாவதி எதிலும் ஒட்டாமல் விலக முயன்றாலும் மைதிலி "அக்கா இது உன் மகனோட விவாகம். இதுல நீயே பட்டும் படாம நடந்துண்டா நந்து அம்மாக்கு நம்ம மேல அக்கறையே இல்லைனு நினைச்சுக்க மாட்டானா?" என்று இழுத்துப் பிடித்து அவரை ஒவ்வொரு காரியத்திலும் ஈடுபடவைத்தார்.

அதே நேரம் நிச்சயம் மற்றும் முகூர்த்தத்துக்கான புடவைகளை கிருஷ்ணஜாட்சி எடுத்துவிட ஊஞ்சல் வைபவத்துக்கு இன்னும் சில சடங்குகளின் போது அணிய தேவையான புடவைகளை மைத்திரேயியுடன் சேர்ந்து தானே பார்த்து பார்த்து தேர்ந்தெடுத்திருந்தார் மைதிலி.

இளைய மருமகளுக்கு பேத்திகளின் மீது இருக்கும் பாசத்தை எண்ணி பட்டாபிராமன் தம்பதியினர் மகிழ்ந்து போயிருக்க சீதாலெட்சுமி நீரஜாட்சியை அழைத்து மதுரவாணிக்காக தாங்கள் வாங்கி வைத்திருந்த நகைகளை அவள் வசம் ஒப்படைத்தார்.

அவளோ "சித்தம்மா இதுலாம் ஓல்ட் ஃபேசன் ஜூவெல்ஸா இருக்கு. இருந்தாலும் அட்ஜெஸ்ட் பண்ணிக்கறேன்" என்று கேலி செய்தபடியே வாங்கிக் கொண்டாள்.

பின்னர் சந்தேகத்துடன் "சித்தம்மா எல்லா நகையையும் எனக்கே குடுத்தா கிருஷ்ணாக்கு எதுவும் கிடையாதா?" என்று கேட்க

சீதாலெட்சுமி "இது அவளுக்கு குடுக்க தான் வச்சிருந்தேன். அவ கல்யாணம் என்ன நம்ம எதிர்ப்பார்த்தா நடந்துச்சு? திடுதிடுப்புனு நடந்த கல்யாணம், அதுக்கு அப்புறம் நடந்த ஏகப்பட்ட சம்பவங்கள்னு மனநிம்மதியே காணாம போயிடுத்தே! அப்போ நகைகளை பத்தி யோசிக்க நேரம் இல்லடிம்மா" என்று கூறிவிட அவள் அந்த நகைகளை கிருஷ்ணஜாட்சி வசமே ஒப்படைத்துவிட்டாள்.

"என்னால இதை பத்திரப்படுத்தி வைக்க முடியாது கிருஷ்ணா. நீயே வச்சுக்கோ" என்று கூறிவிட்டு செல்லும் தங்கையை பார்த்தவள் மனதிற்குள் "அம்மாவே இல்லாதப்போ இந்த நகையை மட்டும் வச்சு நான் என்ன பண்ண போறேன்?" என்று சொல்லிக் கொண்டு சலிப்புடன் அவற்றை வார்ட்ரோபின் உள்ளறையில் வைத்து பூட்டினாள்.

****

திருமண நாள் அருகில் வர வர நீரஜாட்சிக்கு சிறிது சிறிதாக பதற்றமும் அதிகரிக்க ஆரம்பித்தது. மொத்தக் குடும்பமும் பரபரப்பாக ஓடிக் கொண்டிருக்க சீதாலெட்சுமி அவளைத் திருமணம் முடியும் வரை அலுவலகம் செல்லவேண்டாம் என்று கூறிவிட்டதால் அவள் வீட்டில் அமர்ந்து தனது திருமணத்துக்காக மற்றவர்கள் ஆர்வமாக ஏற்பாடுகளை கவனிப்பதை வேடிக்கை மட்டும் பார்த்துக்கொண்டிருந்தாள்.

கண்களில் கனவு மின்ன செல்லும் ரகுநந்தனை கண்டால் மட்டும் அவள் மனதிற்குள் குற்றவுணர்ச்சி எழும். தான் தேவையில்லாமல் அவனை வைத்து விளையாடுகிறோமோ என்று அவள் யோசிப்பாள். ஆனால் அவளாலுமே அந்த திருமணம் நின்று போவதை பற்றி யோசிக்க முடியவில்லை. எனவே வெளிப்பார்வைக்கு அமைதியாக தெரிந்தாலும் உள்ளுக்குள் ஆயிரம் குழப்பங்களுடன் நீரஜாட்சி உலாவினாள்.

ஆனால் திருமண நிகழ்வுகள் அனைத்திலும் மணப்பெண்ணுக்குரிய உற்சாகத்துடன் முழுமனதோடு தான் கலந்து கொண்டாள். திருமணம் வாழ்வில் ஒரு முறை மட்டுமே வரும் அற்புதமான தருணம்! அதை ஏன்

தேவையில்லாத குழப்பங்களைப் பற்றி சிந்தித்து தான் அனுபவிக்காமல் விட வேண்டுமென்று தனக்குத் தானே சமாதானம் சொல்லிக்கொண்டாள். ஆனால் தனது மனதில் ரகுநந்தன் மீதான காதல் எப்போதோ நுழைந்துவிட்டது என்பதை மட்டும் அவள் புரிந்து கொள்ளவில்லை.

திருமணத்துக்கு மூன்று நாட்கள் முன்னர் பந்தல்கால் நடப்பட்டு அதற்கான பூஜைகளும் நடைபெற்றுக்கொண்டிருக்க நீரஜாட்சி அவள் தோழி கவிதாவை போனில் வறுத்தெடுத்துக் கொண்டிருந்தாள்.

"ஏய் பேசாதடி! இன்னும் டூ டேய்ஸ்ல மேரேஜ்! ஆனா நீ இன்னும் சென்னைக்கு வந்திட்டிருக்க? ஒழுங்கா சொன்னபடி நாளைக்கு நீ இங்கே இருக்கிற. இல்லனா நீருனு உனக்கு ஒரு ஃப்ரெண்ட் இருந்தாங்கிறதையே மறந்துடு. வை போனை" என்று அவளை ஒரு வழி பண்ணிவிட்டு போனை வைத்தவள் திரும்பி நடக்க முயலுகையில் யாரோ கையை பிடித்து நிறுத்த திரும்பி பார்த்தாள்.

வேறு யாருமில்லை , ரகுநந்தன் தான் நின்று கொண்டிருந்தான்.

"யாரை போன்ல இந்த திட்டு திட்டுற? பாவம்! அவா பயந்துடப் போறா" என்று கேலி செய்தபடி அவளுடன் பேச ஆரம்பிக்க

"இந்த கவிதா தான் என்னை டென்சன் பண்ணுறா. அவங்க அப்பா அம்மா கூட போனதுக்கு அப்புறமா அவ என்னை சுத்தமா மறந்துட்டா. ஐ ஹேட் கவிதா" என்று அவள் சிறுகுழந்தை போல் குறை சொல்ல அவன் நமட்டுச் சிரிப்புடன் அவள் தலையில் செல்லமாகத் தட்டினான்.

"அது எப்பிடி உன் கல்யாணத்துக்கு அவ லேட்டா வருவா? டுமாரோ ஷார்ப்பா வந்து நிப்பா உன் ஃப்ரெண்ட். ரெண்டு பேரும் ஃபெவிகால் போட்டு ஒட்டாத குறையா சுத்திண்டிருந்துட்டு இப்போ அவளை வெறுக்கறேனு சொல்லுறியே, இது நியாயமா?" என்றவனை ஏறிட்டுப் பார்த்தாள் நீரஜாட்சி.

"எனக்கு குடுத்த பிராமிஸை காப்பாத்தாதவங்களை நான் அப்பிடி தான் சொல்லுவேன்" என்று பிடிவாதமாகக் கூறிவிட்டு அங்கிருந்து செல்ல அதற்குள் அவனை ஏதோ பூஜைக்கு அழைக்கவும் ரகுநந்தனும் இதை பெரிதுப்படுத்தாமல் சென்றுவிட்டான்.

நீரஜாட்சியை வருந்தவைக்காமல் சொன்னபடி மறுநாள் வந்து நின்றாள் கவிதா. அதன் பின் தான் அவள் முகத்தில் தெளிவே வந்தது. அப்போது தான் இரயில் நிலையத்திலிருந்து வீட்டுக்கு வந்திருந்தவளை தனது அறைக்கு அழைத்துச்சென்றாள் நீரஜாட்சி.

"ஏன்டி என் கையை கட்டி இழுத்துட்டுப் போன மாதிரி இவ்ளோ வேகமா கூட்டிட்டு வந்த?" என்று கேட்டவாறு ஒரு நாற்காலியை இழுத்துப் போட்டு அமர்ந்தாள் கவிதா.

நீரஜாட்சி கதவைத் தாழிட்டுவிட்டு அவளிடம் வந்தவள் தனது திட்டத்தை ஒருவரி விடாமல் கூறவும் கவிதா ஆச்சரியத்தில் வாயைப் பிளந்தாள்.

"அப்போ இதுக்காக தான் நீ கல்யாணத்துக்கு சரினு சொன்னியா? நீ நந்து அண்ணாவை லவ் பண்ணலையா?" என்று அவளை உலுக்கவும்

நீரஜாட்சி குழப்பத்துடன் "எனக்கு தெரியலையே கவிதா! எனக்கு அவனை ரொம்ப பிடிக்கும். யாருமே கிருஷ்ணாவை பத்தி யோசிக்காதப்போ கூட அவன் யோசிச்சான். அவங்க அண்ணன், அம்மானு எல்லார் கிட்டவும் கிருஷ்ணாவுக்காக ஆர்கியூ பண்ணுனான். இது எல்லாத்துக்கும் மேல அவன் என்னை ரொம்பவே லவ் பண்ணுறான் கவி. இப்பிடி ஒருத்தனை வேண்டானு சொல்ல எந்த பொண்ணுக்கு மனசு வரும்? இந்தக் கல்யாணம் நடந்தா நந்துவும் நானும் வாழ்க்கையில் ஒன்னு சேர்ந்துடுவோம். அதே மாதிரி கிருஷ்ணாவும் இந்த வீட்டுக்குள்ள வந்துடுவா. பத்து மாமியோட திமிரும் கொஞ்சம் அடங்கும்" என்றாள்.

கவிதா தோழியின் நலனில் அக்கறை கொண்டவளாய் "நீ இதை நந்து அண்ணா கிட்ட சொல்லிடறது தான் பெட்டர்!" என்று கூற

நீரஜாட்சி "புரியாம பேசாதே கவி. இதை எப்பிடி நான் அவன் கிட்ட சொல்ல முடியும்? கிருஷ்ணா இந்த வீட்டுக்குள்ள வரலைனு சொன்னா நானும் அவளை மாதிரியே தாலியை கழட்டிவீசிடுவேனு சொல்லி அவளை இங்கே வர வைக்கப்போறேனு நான் அவன் கிட்ட சொன்னா அவன் நிச்சயமா என்னை மன்னிக்கமாட்டான். அவன் ஏற்கெனவே சொல்லுவான்டி 'நம்ம ரெண்டு பேர் சம்பந்தப்பட்ட விஷயத்துல நீ யாரையும் உள்ள இழுக்க கூடாது'னு. அதனால அவனுக்கு இது தெரியாம இருக்கறது தான் நல்லது" என்று அந்தப் பேச்சுக்கு முற்றுப்புள்ளி வைத்தாள்.

தோழியிடம் தனது மனபாரத்தை இறக்கி வைத்த பிறகு அவள் பெரும் நிம்மதியடைந்தாள். அடுத்து வந்த சடங்குகள் அனைத்திலும் நிர்மலமான மனதுடன் கலந்து கொண்டாள்.

*****

திருமணத்துக்கு முந்தைய நாள் மாலையில் மாப்பிள்ளை அழைப்புக்கு (ஜானவாசம்) அனைவரும் மண்டபத்துக்கு வந்துவிட அதன் பின் நடக்கும் நிச்சயதார்த்தத்துக்காக நீரஜாட்சியை தயார் செய்து கொண்டிருந்தனர் பெண்கள். இது ஒரு பெயரளவுக்கு நடைபெறும் நிகழ்வு.

ரகுநந்தன் அலங்கரிக்கப்பட்ட காரில் வந்து இறங்கவும் கிருஷ்ணஜாட்சி அவனுக்கு ஆரத்தி எடுத்து உள்ளே அழைத்துச் செல்ல அவனை தொடர்ந்து அவனது தந்தை மற்றும் குடும்பத்தினர் அனைவரும் வந்தனர்.

வந்தவர்களை மேடைக்கு அனுப்பி விட்டு வந்தவள் வாயிலில் வர்ஷா அருணுடன் வருவதைக் கண்டதும் இன்முகமாய் சென்று அவர்களையும் வரவேற்று இருவரையும் மேடைக்கு செல்லுமாறு கூறினாள்.

அருண் தயங்கவே ஆதிவராஹனை அழைத்து அவர்கள் இருவரையும் மேடைக்கு அழைத்துச் செல்லுமாறு கூறிவிட்டு நீரஜாட்சி தயாராகிவிட்டாளா என்று கவனிக்கச் சென்றாள்.

அந்த சடங்கில் நெருங்கிய உறவினர் மற்றும் நண்பர்கள் மட்டுமே கலந்து கொண்டதால் அங்கே மைத்திரேயி, ஸ்ருதிகீர்த்தியின் புகுந்த வீட்டினர் மற்றும் அந்த குடும்பத்தின் நெருங்கிய நண்பரான சேஷனின் குடும்பத்தினர் மட்டுமே இருக்க அனைவரின் கண்களும் மேடையை நோக்கியே இருந்தது.

பத்மாவதி இளையமகனின் சிகையை சரி செய்தபடி அமர்ந்திருந்தவர் ஆதிவராஹனுடன் மேடையேறிய வர்ஷாவையும் அவளது கணவன் அருணையும் பார்த்துவிட்டார்.

இத்தனை நாட்கள் மனதில் பூட்டி வைத்திருந்த வெறுப்பு மேலோங்க "நில்லுடி அங்கேயே" என்று தனது வெண்கலக்குரலில் முழங்கிவிட்டு எழுந்து அவர்களை நோக்கிச் செல்ல வேங்கடநாதன் முதற்கொண்டு அனைவரும் திகைத்தனர்.

பத்மாவதி ஆதிவராஹனை வெறித்தவாறே "யாரை கேட்டு இவளை இங்கே அழைச்சிண்டு வந்திருக்கேள் அண்ணா? இவளால என் பிள்ளை மானம் போனது பத்தாதா? இப்போ என்ன பண்ணி நடக்கப் போற விவாகத்தை நாசம் பண்ண வந்திருக்கா இவ?" என்று ஆவேசமாய் பேச ஆரம்பித்தார்.

மைதிலியுடன் நின்று கொண்டிருந்த விஜயலெட்சுமிக்கு தான் ஆடாவிட்டாலும் தன் தசை ஆடும் என்பது போல தனது மகள் ஏச்சு பேச்சு வாங்குவது புத்தியில் உறைத்தது.

அதே நேரம் நீரஜாட்சியை அலங்கரித்துக்கொண்டிருந்த கிருஷ்ண-ஜாட்சி பத்மாவதியின் சத்தத்தில் அந்த அறையில் இருந்து வெளியே வர நீரஜாட்சியும் மற்றவர் சொன்னதை காதில் போட்டுக் கொள்ளாமல் தமக்கையைத் தொடர்ந்து சென்றாள்.

அங்கே வர்ஷா கண்ணீருடன் நிற்க அருண் தலை குனிந்து நிற்பது கண்ணில் படவுமே மேடைக்கு விரைந்தனர் இருவரும்.

பத்மாவதி "நோக்கு கொஞ்சமாச்சும் கூச்சநாச்சம் இருந்தா இந்தாத்து விவாகத்துக்கு வந்திருப்பியா? அன்னைக்கு உன்னால என் பிள்ளையை, என் மாமனாரை மொத்த கல்யாண மண்டபமும் என்ன பேச்சு பேசு-னானு நோக்கு தெரியுமாடி?" என்று வாய்க்கு வந்தபடி வசை பாடிய-வரை அமைதியாக்க வேங்கடநாதன் முயல அவரோ யார் பேச்சையும் கேட்காமல் இஷ்டத்துக்கு பேசிக்கொண்டிருந்தார்.

மற்றவர்களை விலக்கி விட்டு வந்த கிருஷ்ணஜாட்சி பத்மாவதியை வெறுப்புடன் பார்த்தவள் விஜயலெட்சுமியிடம்

"இப்போ கூட வாயை திறந்து உண்மையை சொல்ல மாட்டிங்களா பெரியம்மா? எங்க அம்மாவை உங்களுக்கு பிடிக்காதுனு நீங்க அன்-னைக்கு எல்லார் முன்னாடியும் எங்க அம்மாவை பத்தி உண்மையை சொல்லாம மறைச்சிங்க. ஆனா வர்ஷா நீங்க பெத்த பொண்ணு தானே! உங்க நாத்தனார் இப்பிடி வாய்க்கு வந்தபடி கர்ப்பிணியா இருக்கற-வளை வசைபாடுறதை கேட்டும் கல்லா நிக்கிறிங்களே, உங்களுக்குலாம் மனசாட்சியே இல்லையா?" என்று கடினமான குரலில் கேட்க பத்மாவதி சட்டென பேச்சை நிறுத்தினார்.

விஜயலெட்சுமியிடம் வந்தவர் "இவ என்ன சொல்லுறா மன்னி? நீங்க எந்த உண்மையை மறைச்சேள்? தயவு பண்ணி சொல்லிடுங்கோ! மதுராவை பத்தி எதையோ மறைச்சிட்டேள்னு இவ பழி போடுறாளே அதையாச்சும் இல்லைனு சொல்லுங்கோ மன்னி" என்று அவசரமாக கேட்கவும் விஜயலெட்சுமி தலையை குனிந்து கொண்டார்.

"அவ பழி போடலை பத்மா! நான் மதுராவை பத்தி நிறைய உண்-மைகளை மறைச்சிட்டேன் தான். நான் தான் பாவி! அந்தப் பாவம் தான் என் பொண்ணு தலையில விடிஞ்சிடுத்து" என்று முகத்தில்

அறைந்து கொண்டு அழ ஆரம்பித்தார்.

அங்கே இருந்த அனைவருக்கும் அவரது பேச்சு அதிர்ச்சியை அளிக்க ஆதிவராஹன் வெறுப்புடன் மனைவியை பார்த்துவிட்டு அதற்கு சற்றும் குறையாத வெறுப்புடன் தங்கையிடம் வந்தார்.

"அவ பேசறது நோக்கு இன்னுமா புரியலை பத்மா? இருபத்தஞ்சு வருசத்துக்கு முன்னாடி மதுரா மண்டபத்திலிருந்து வெளியே போக காரணமே உன் மன்னி தான். அவ போகலைனா இவளால என்னை விவாகம் செஞ்சுக்க முடியாதுனு சொல்லி, செத்துடுவேனு மிரட்டி அவளை இந்த முடிவுக்கு வர வச்சது இவ தான்.

எல்லாம் முடிஞ்சு வந்தா நானே உங்க குடும்பத்துல உண்மையை சொல்லுறேனு மதுராவையும், மதியையும் ஏமாத்துனது உன்னோட மன்னி தான். மதிக்கு என்னைக்குமே குடும்பத்தை எதிர்த்து மதுராவை அழைச்சிண்டு போகணுங்கிற எண்ணமே கிடையாது. நான் சொன்னதை நம்பலைனா நீயே உன் மன்னி கிட்ட கேளு" என்று அனைத்தையும் கூறிவிட பத்மாவதி அதிர்ச்சியுடம் விஜயலெட்சுமியைப் பார்க்கவும் அவர் அமைதியாக தலையசைத்து ஒத்துக் கொண்டார்.

ஆதிவராஹன் "இதே மாதிரி தான் வர்ஷா மாப்பிள்ளையை பத்தி இவளண்ட சொன்னப்போ அவ கிட்டவும் தானும் செத்து, என்னையும் சாப்பாட்டுல விஷம் வச்சு கொன்னுடுவேனு மிரட்டியிருக்கா உன் மன்னி. என் பொண்ணு அதனால தான் கல்யாண சடங்குகள்ல சிரிச்சமுகமா இருந்திருக்கா. நீ எடுப்பார் கைப்பிள்ளை மாதிரி என் மகளையும், மதுராவையும் இவ பேச்சை கேட்டு வெறுத்து இன்னைக்கு அவப்பெயரோட நிக்கற பத்மா" என்று முடித்துவிட்டு மகளை தோளோடு அணைத்துக் கொண்டார்.

நீரஜாட்சி இவை அனைத்தையும் கேட்டதற்கு பின்னர் தேவை இல்லாமல் தன் தாயும் தந்தையும் விஜயலெட்சுமியின் சுயநலத்தாலும், பத்மாவதியின் முட்டாள்தனமான கோபத்தாலும் குடும்பத்தை விட்டு விலக்கி வைக்கப்பட்டனரே என்ற வருத்தத்தால் வாய் மூடி மவுனியானாள்.

பட்டாபிராமன், சீதாலெட்சுமி தம்பதியினரும் அவரது புத்திரச்செல்வங்களும் தான் இதில் பரிதாபத்துக்கு உரியவர்கள்.

மூத்தமருமகளின் முட்டாள்தனம் தனது மகளை சாகும் தருவாயில் கூட பார்க்க விடாமல் செய்துவிட்டதே என்று சீதாலெட்சுமி வாய்

விட்டே புலம்பி அழ ஆரம்பித்தார் என்றால் பட்டாபிராமனோ

"நீ ஏன்டி அழறே? மூத்த மருமாளை மகளா நினைச்சு மகளை ஒதுக்கி வச்சோமோன்னோ, அதுக்கு இன்னும் பகவான் நமக்கு நிறைய தண்டனையை பாக்கி வச்சிருக்கறார்" என்று மனம் வெதும்பினார்.

ரகுநந்தன் கிருஷ்ணஜாட்சியிடம் "மன்னி! இதை நீங்க உங்க விவா-கத்தப்போ நடந்த பிரச்சனையிலயே சொல்லிருக்கலாமே!" என்று மனம் பொறுக்காமல் கேட்டுவிட

கிருஷ்ணஜாட்சி "சொன்னா மட்டும் எல்லாரும் நம்பிடுவாங்களா? எத்தனை பேர் சாபமோ எங்க அம்மா அப்பாக்கு சாவு கூட நல்ல விதமா வரலை. இதுல நான் இந்த உண்மையை சொல்லிருந்தா உங்க அம்மா இன்னும் கேவலமா தான் என்னை பெத்தவங்களைப் பேசிருப்-பாங்க. செத்தும் இவங்க வாயில அவங்க விழ வேண்டாமேனு தான் நான் யார் கிட்டவும் சொல்லலை!

இப்போவும் வர்ஷாவை இவங்க பேசுனதால தான் நான் கோவப்-பட்டு உண்மையை சொல்ல சொன்னேனே தவிர என் அம்மாவை பத்தி இவங்க தெரிஞ்சிக்கணும்னு நான் சொல்லலை. என் அம்மாவும் அப்பா-வும் எப்படிபட்டவங்கன்னு இவங்க யாரும் சர்டிபிகேட் குடுக்க வேண்டிய அவசியம் இல்லேனு தோணுச்சு" என்று பேச்சை முடித்தவள் பத்மாவ-தியிடம் வந்தாள்.

"இந்த கல்யாணமாச்சும் நடக்கணும்னு நினைக்கிறிங்களா? இல்ல...' என்று இழுத்தவளை ஏறிட்டவர்

"இந்த கல்யாணம் நிக்க வேண்டிய அவசியம் ஏதும் இல்லைடிம்மா! இனி நான் எந்த விவகாரத்திலயும் முடிவு எடுக்கறதா இல்ல. அப்போ இருந்து இப்போ வரைக்கும் என்னோட முடிவு எல்லாமே தவறா தானே இருந்துருக்கு. நீயே எல்லாரையும் அமரச் சொல்லிடு. கல்யாணம் நடக்-கும்" என்று உறுதியான குரலில் கூறிவிட்டு வர்ஷாவிடம் சென்றார்.

"நீயும் உன் ஆத்துக்காரரும் முடிஞ்சா இந்த முட்டாளை மன்னிச்சி-டுங்கோ. போய் உக்காருங்கோ" என்றபடி மேடையை கைகாட்ட வர்ஷா தயங்கியவள் அருண் சொல்லவும் மேடை ஏறினாள். மைதிலி அவளை கைப்பற்றி அமரவைத்துவிட்டு ரகுநந்தனையும் அமரச் சொன்னார்.

பின்னர் கூடியிருந்தவர்களிடம் சிரமம் பார்க்காமல் அமருமாறு வேண்டிக் கொண்டவர் தமக்கையையும் மேடைக்குச் செல்லுமாறு கூறி-னார்.

மாமனார் மாமியார் என்று அனைவரிடமும் "நடந்ததை நினைச்சே வருத்தப்பட்டுண்டே இருந்தா பொழுது விடிஞ்சிடும். எல்லாத்தையும் திருஷ்டி பரிகாரம்னு நினைச்சிண்டு சிரிச்ச முகமா இருந்து இந்த சடங்கை முடிக்கப் பாருங்கோ" என்று பொதுப்படையாக கூறிவிட அனைவரும் கனத்த மனதுடன் மேடையில் அமர்ந்தனர்.

அனைவரும் மேடையில் அமர ஹர்சவர்தன் அப்போது தான் ஹோட்டலில் இருந்து வந்தவன் கிருஷ்ணஜாட்சியிடம் "சாப்பாடு எல்லாமே தயாராயிடுச்சு கிருஷ்ணா. பை த வே ஏன் எல்லாரும் ஒரு மாதிரி ரெஸ்ட்லெஸ்ஸா இருக்கேள்?" என்று புரியாமல் கேட்க

"உங்க தம்பி கிட்ட கேட்டுக்கோங்க" என்று கூறிவிட்டு அவள் நீரஜாட்சியை மீண்டும் மணப்பெண் அறைக்கு அழைத்துச் சென்றாள்.

அதன் பின் அவன் ரகுநந்தனிடமே விவரத்தைக் கேட்டு தெரிந்து கொண்டவன் சிறிது நேரத்தில் நிச்சயதார்த்தம் ஆரம்பித்துவிட மனைவியிடம் எதுவும் பேசாமல் அமைதியானான்.

நிச்சயதார்த்தம் எந்த தடங்கலுமின்றி நடந்துவிட பட்டாபிராமனிடம் சேஷனும்" உன் இளைய மருமகள் சொன்ன மாதிரி இது எல்லாமே திருஷ்டி பரிகாரம்னு எடுத்துக்கோடா. இனி உன் மூத்தமருமகள் அந்த குழந்தைகளை வெறுக்க மாட்டா. அது போதும் நோக்கு" என்று ஆறுதல் கூறி அவரையும் சீதாலெட்சுமியையும் வீட்டுக்கு அனுப்பி வைத்துவிட்டு தானும் குடும்பத்தினருடன் கிளம்பினார்.

ஹர்சவர்தன் அருணையும் வர்ஷாவையும் வழியனுப்பிவிட்டு வந்தவன் ரகுநந்தனிடம் "டேய் நீ இன்னைக்கு இங்கே தான் தங்கணும். காத்தாலே நிறைய சடங்கு சம்பிரதாயம்லாம் இருக்கு. ரொம்ப நேரம் முழிச்சிண்டிருக்காம சாப்பிட்டு தூங்கு" என்று அறிவுறுத்திவிட்டு மைத்திரேயி, ஸ்ருதிகீர்த்தி, பத்மாவதி மற்றும் மைதிலியை வீட்டில் விடச் சென்றான்.

கிருஷ்ணஜாட்சியும் நீரஜாட்சியும் ஆதிவராஹனிடம் பேசிக் கொண்டிருந்தமையால் அவனை கவனிக்கவில்லை. வீட்டிற்கு சென்றவனின் புத்தியில் இரு சகோதரிகளும் மிஸ்ஸிங் என்பது உரைக்க மீண்டும் மண்டபத்தை அடைந்தவன் இருவரையும் காரில் சென்று அமருமாறு கூறிவிட்டு கிளம்பினான்.

வரும் வழியில் மூவரும் எதுவுமே பேசிக் கொள்ளவில்லை. அமைதியாக அவர்களை வீட்டில் விட்டவன் கிருஷ்ணஜாட்சியிடம்

"கிருஷ்ணா நானும் இன்னைக்கு ரகுவோட மண்டபத்துலயே ஸ்டே பண்ணிக்கப் போறேன். நீ நீருவை உன்னோட அழைச்சுண்டு போயிடு" என்று கூற கிருஷ்ணஜாட்சி தலையாட்டி விட்டு நீரஜாட்சியை அழைத்-துக் கொண்டாள்.

அவுட் ஹவுஸ் செல்ல விழைந்தவள் திடீரென்று தாத்தா பாட்டியின் நினைவு தாக்கவே வீட்டுக்கே தங்கையை அழைத்துச் சென்றாள்.

இரு சகோதரிகளும் கூடத்தில் நுழையும் போது அவர்கள் கண்ட காட்சி அவர்களுக்கு ஆச்சரியத்தையும் வருத்தத்தையும் ஒரு சேர கொடுத்தது.

அங்கே பத்மாவதி மதுரவாணி குடும்பத்தினருடன் சேர்ந்து இருக்கும் புகைப்படத்தை மார்போடு அணைத்துக் கொண்டபடி கண்ணீர் பெருக்-கிக் கொண்டிருந்தார். கண்ணீரைத் துடைத்தபடி நிமிர்ந்தவர் கூடத்தில் நிற்கும் இரு பெண்களையும் கண்ட போது இதே கூடத்தில் ஏழு வரு-டங்களுக்கு முன்னர் இதே பெண்கள் நின்றதையும் அவர்களை தான் பேசக் கூடாத வார்த்தைகளால் வதைத்ததையும் நினைத்துப் பார்த்தார்.

மெதுவாக புகைப்படத்தை சோபாவில் வைத்துவிட்டு அவர்களை நோக்கி வந்தவர் இருவரையும் நோக்கி கைகூப்பியபடி "என்னை மன்-னிச்சுடுங்கோ" என்று தேம்பி தேம்பி அழ இரு சகோதரிகளும் இதை எதிர்ப்பார்க்கவில்லை.

கிருஷ்ணஜாட்சி பதறியவளாய் "என்ன பண்ணுறிங்க மாமி? முதல்ல கையை கீழே போடுங்க" என்று அவரது கையை இறக்க முயல

பத்மாவதி "நான் பண்ணுன பாவத்துக்கு இது பத்தாதுடிம்மா! மது-ராக்கு நான் பண்ணுன பாவம் என் அறிவுக்கு எட்டாம நான் பண்-ணுனது. ஆனா உங்க ரெண்டு பேரையும் இந்தாத்துக்கு வந்த நாள்ல இருந்து தனியாளா நிக்க வச்சது தெரிஞ்சு பண்ணுனது தானே. உங்க படிப்பு, வேலைனு எல்லாத்தையும் நாசம் பண்ணிட்டேனே. நேக்கு நல்ல கதியே கிடைக்காது" என்று முகத்தில் அறைந்தபடி அழத் தொடங்கி-னார்.

கிருஷ்ணஜாட்சி நீரஜாட்சியை பார்க்க அவள் சமையலறைக்கு தண்ணீர் எடுத்து வருவதற்காக சென்றாள்.

அவள் சென்றபின்னர் பத்மாவதியை சோபாவில் அமர வைத்தவள் "பழசை நினைச்சு இனிமே யாரும் வருத்தப்பட வேண்டாம் மாமி. விடிஞ்சா கல்யாணம். அதை மட்டும் யோசிப்போமே. இப்போ நம்ம

என்ன அழுதாலும் நடந்த எதுவுமே மாறப்போறது இல்ல. ஆனா நடக்க இருக்கிறதை நம்மளால நல்லபடியா நடத்தி வைக்கமுடியும் மாமி. நீங்க வீணா மனசை போட்டுக் குழப்பிக்காதிங்க.

எங்க அம்மா உங்களை எப்போவுமே குறைச்சு பேசுனது இல்லை மாமி. எப்போவுமே உங்களை அவங்க மதிப்பா தான் நினைச்சிருந்தாங்க. அதனால நீங்க அம்மாவை நினைச்சு கவலைப்பட்டு அழாதிங்க. எங்களை பத்தி நினைச்சு அழறிங்கன்னா அதுவும் தேவை இல்ல. எங்க ரெண்டு பேரையும் பிடிக்காட்டியும் இவ்ளோ நாள் ஒரு பாதுகாப்பான இடத்துல நாங்க தங்கிக்க நீங்க அனுமதிச்சிருக்கிங்க. அது ஒன்னு போதும் எங்களுக்கு. கண்ணை துடைச்சுக்கோங்க" என்று அவள் ஆறுதல் சொல்லும் போதே நீரஜாட்சி தண்ணீருடன் திரும்பினாள்.

பத்மாவதியிடம் தண்ணீரை நீட்டியவள் "போய் தூங்குங்க மாமி. நேரம் ஆச்சு" என்று மட்டும் கூற பத்மாவதியும் தண்ணீரை குடித்துவிட்டு தனது அறையை நோக்கி தளர்ந்த நடையுடன் சென்றார்.

அவர் சென்று கொண்டிருப்பதை பார்த்துவிட்டு நீரஜாட்சி "இவங்களை என்ன கேட்டகரில சேர்க்கறதுனே தெரியல கிருஷ்ணா. இவங்க நல்லவங்கனு டக்குனு என்னால நினைக்க முடியல. அதே நேரம் கெட்டவங்களா இருந்தா இந்நேரம் நம்ம கிட்ட மன்னிப்பு கேட்டிருக்க மாட்டாங்க. எப்பிடியோ இத்தனை வருசம் நம்ம அம்மா அப்பாவை பத்தி தப்பா நினைச்சிட்டிருந்த ஒரே ஒரு மனுஷிக்கும் அவங்களைப் பத்தி தெரிய வந்துச்சே" என்று கூறிவிட்டு அவளுடன் அவுட் ஹவுஸிற்கு சென்றாள்.

அவுட் ஹவுஸ் சென்று திரும்பியவள் உடை மாற்றிவிட்டு தூங்கச் செல்ல அவளுக்கு என்னவோ அன்று தூக்கம் வரவில்லை. தாய் தந்தையின் வாழ்க்கையின் மிகப் பெரிய உண்மை தெரிந்த அதிர்ச்சியினாலா இல்லை பத்மாவதியின் மாற்றத்தினாலா என்று அவளுக்குத் தெரியவில்லை.

இருந்தாலும் கண்ணை மூடியவளின் மனத்திரையில் ரகுநந்தனின் சிரித்த முகம் வரவே சட்டென்று எழுந்து அமர்ந்தவள் "இந்த மாமிக்கு பாடம் கத்துக் குடுக்கணும்னு தான் நான் இந்த கல்யாணத்துக்கு ஒத்துக்கிட்டேன்னு இன்னும் நந்துவுக்கு தெரியாதே. ஆனா இதை அவன் கிட்ட மறைச்சிட்டு அவன் கட்டுற தாலியை என்னால ஏத்துக்க முடியாது" என்று தனக்குள் கூறிக் கொண்டவள் தனது போனை எடுத்து

அவனது எண்ணுக்கு அழைத்தாள்.

தூக்க கலக்கத்துடன் "ஹலோ" என்றவனிடம் அவசரமாக "நந்து உன் கிட்ட ஒரு முக்கியமான விஷயம் பேசணும்" என்று அவள் கூறி-விட்டு அவனது அடுத்த கேள்விக்காக காத்திருந்தாள்.

ஆனால் ரகுநந்தனோ "நீரு நான் இன்னைக்கு செம டயர்ட். நாளைக்கு வேற காத்தாலே எழுப்பிவிட்டுருவேனு ஹர்சா சொல்லிட்-டான். சோ எதுவா இருந்தாலும் காத்தாலே பேசிக்கலாம். குட் நைட்" என்று அவள் பேச வாய்ப்பளிக்காமல் பேசிவிட்டு போனை வைத்தான்.

நீரஜாட்சி போனை வெறித்தபடி அமர்ந்திருந்தவள் கடவுளை வேண்-டியபடி மறுபடியும் படுக்கையில் விழுந்தாள். மனக்கலக்கத்துடன் புரண்டு புரண்டு படுத்தவள் தூங்கியும் விட்டாள்.

13

பூங்காற்று 13

திருமண நாளின் விடியல் அழகாக ஆரம்பிக்க நீரஜாட்சியை அதிகாலையிலேயே எழுப்பிவிட்டாள் கிருஷ்ணஜாட்சி. அவள் கண்ணை கசக்கிக் கொண்டு எழும்புகையிலேயே அவுட் ஹவுசினுள் நுழைந்தார் பத்மாவதி.

"கிருஷ்ணா நீரஜா எழும்பிட்டாளா? தலையில எண்ணெய் வச்சிக்கணும்டி" என்று கூறியபடி நீரஜாட்சியிடம் வந்தவர் அவளைச் சீக்கிரமாக குளித்துவிட்டு தயாராக கூற அவளும் அவர்சொன்னபடி குளித்துவிட்டு புடவையைச் சுற்றிக்கொண்டு வந்தாள். அதன் பின்னர் அடுத்த சடங்குக்கு அவளை அழைத்துச் செல்ல கிருஷ்ணஜாட்சியும் சீக்கிரமாக குளித்துவிட்டு நீரஜாட்சிக்கு நலங்கு வைப்பதற்காக சென்றுவிட்டாள்.

அங்கே மைதிலி, சீதாலெட்சுமி, மைத்திரேயி, ஸ்ருதிகீர்த்தி இவர்களுடன் அவர்களின் மாமியார்களும் இருக்க பத்மாவதியே முன் நின்று நீரஜாட்சிக்கு மஞ்சள் பூசி நலங்கு வைக்க மற்றவர்களும் அதைப் பின்பற்றி சடங்கை ஆரம்பித்தனர்.

அதே நேரம் மண்டபத்தில் ரகுநந்தன் விரதத்துக்காக தயாரானான். ஹர்சவர்தனும், அவனது தந்தை, சித்தப்பா மற்றும் சகோதரிகளின் கணவர்கள் என அனைவரும் சூழ்ந்து கேலி செய்ய அவனும் திருமணச்சடங்குகளில் ஐக்கியமானான்.

வீட்டில் நீரஜாட்சியை மீண்டும் குளித்து வர சொல்லிவிட்டு மற்ற சம்பிரதாயங்களையும் அவளை முடிக்க வைத்துவிட்டு அனைவரும் மண்டபத்திற்குச் செல்ல தயாராகுகையில் கிருஷ்ணஜாட்சியை தனது

அறைக்கு அழைத்துச்சென்றார் பத்மாவதி. கிருஷ்ணஜாட்சியும் நீரஜாட்சியுடன் அவளது தோழி மற்றும் மைத்திரேயி இருப்பதால் பத்மாவதியுடன் அவரது அறைக்கு சென்றாள்.

அங்கே சென்றதும் தனது மர பீரோவில் இருந்து நகைப்பெட்டிகளை எடுத்தவர் அவளை அமரச் சொல்லிவிட்டு தனது கையாலே அணிவிக்க கிருஷ்ணஜாட்சி பதறியவளாய் "இதெல்லாம் எதுக்கு மாமி?" என்று தடுக்க முயல

அவர் பெருமூச்சுடன் "இது எல்லாமே என் மூத்த மருமாளுக்குனு நான் பார்த்து பார்த்து வாங்கி வச்சதுடிமா! வேண்டானு சொல்லிடாதே. நீ என்னை மன்னிச்சிட்டேனு சொன்னது உண்மைனா இது எல்லாத்தையும் நீ இன்னைக்கு போட்டுக்கணும்" என்று கூறிவிட அதன் பின் அவள் மறுபேச்சு பேசவில்லை.

சில நிமிடங்களில் ஆபரணங்கள் மின்ன நின்றவளின் முகம் வழித்து திருஷ்டி கழித்தவர் அவளின் மாங்கல்யமற்ற கழுத்தை வெறித்துவிட்டு குங்குமச்சிமிழில் இருந்து குங்குமத்தை எடுத்து கிருஷ்ணஜாட்சியின் முன்வகிட்டில் வைத்துவிட்டு "தீர்க்க சுமங்கலியா இருக்கணும்" என்று ஆசிர்வதித்துவிட்டு அவளை நீரஜாட்சி தயாராகிவிட்டாளா என்று பார்த்துவர அனுப்பினார்.

கிருஷ்ணஜாட்சி பத்மாவதியின் செய்கையில் திகைத்தாலும் வயதில் பெரியவரை மறுத்து பேச வழியின்றி அனைத்தையும் இன்முகத்தோடு ஏற்றுக்கொண்டு நீரஜாட்சியை அலங்கரிக்க சென்றாள்.

அவள் சென்றதும் பத்மாவதி தானும் மகனின் திருமணத்துக்கு பட்டாடை உடுத்தி தயாரானவர் அறையை பூட்டிவிட்டு கீழே சென்றார்.

நேரே பூஜையறைக்கு சென்றவர் நீண்டநாட்களுக்கு முன்னர் தனது கையால் அங்கே வைக்கப்பட்ட மாங்கல்யத்தை எடுத்தவர் "பகவானே இன்னைக்கு எல்லாமே நல்லபடியா முடியணும். என் குழந்தேளுக்கு இனி எந்த சிரமமும் கஷ்டமும் வராம பார்த்துக்கோ" என்று வேண்டிவிட்டு பூஜையறையை அடைத்துவிட்டு மைதிலியை அழைத்தார்.

நீரஜாட்சி தயாராகிவிட்டாளா என்று கேட்டுக் கொண்டிருக்கும் போதே மண்டபத்திலிருந்து கார்கள் வந்துவிட முதலில் நீரஜாட்சியை அவளது சகோதரி மற்றும் மைத்திரேயியுடன் அனுப்பியவர் கவிதாவையும் ஸ்ருதிகீர்த்தியையும் அவர்களுடன் செல்ல பணித்தார்.

அடுத்த காரில் பெரிய பெண்மணிகள் அனைவரும் ஏறிக் கொள்ள சிறிது நேரத்தில் இரண்டு கார்களும் மண்டபத்தை அடைய அங்கே வர்ஷா மணப்பெண்ணுக்கு ஆரத்தி எடுக்க தயாராக நின்றாள்.

நீரஜாட்சி காரில் இருந்து இறங்கியவள் அந்த இருள் பிரியாத காலை வேளையில் மண்டபத்தின் ஒரு புறத்தில் மின்விளக்குகளால் அலங்கரிக்கப்பட்டிருந்த "**நந்து வெட்ஸ் நீரு**"என்ற பெயர்களை கண்ட-தும் முகம் பூவாய் மலர அவளது மருதாணியில் சிவந்திருந்த கரங்கள் கழுத்தில் இருந்த செயினிலிருக்கும் நந்து என்ற பெயரை மென்மையாக வருடிக் கொடுத்தது.

மங்கலவாக்கியம் முழங்க ஆரம்பிக்க வர்ஷா வந்து ஆரத்தி எடுத்து அவளை உள்ளே அழைத்துச் செல்ல உறவினர் புடைசூழ மண்டபத்தில் நுழைந்தவளின் விழிகளோ ரகுநந்தனை தான் தேடியது.

திருமணநாள் ஏற்படுத்திய இனம்புரியாத மகிழ்ச்சியில் மனதின் கலக்-கங்கள் எல்லாம் ஓடி ஒளிந்து கொள்ள அவளின் அகமும் புறமும் ரகு-நந்தனின் பார்வைக்காக தவமிருக்க அவளது சிந்தனையின் நாயகன் இத்தனை வருட பிரம்மச்சரியவாழ்வை முடித்து கிருஹஸ்தன் ஆவதற்-கான பூஜையை செய்து கொண்டிருந்தான்.

நீரஜாட்சி அவனை பார்ப்பதற்குள் மணமகள் அறைக்குள் அழைத்-துச் செல்லப்பட்டாள். அவளுக்கு ஊஞ்சலுக்கான பட்டுச்சேலையை கட்-டிவிட சொல்லிவிட்டு பத்மாவதி தனது இளைய புத்திரன் பூஜையை முடித்து விட்டானா என்று பார்க்கச் சென்றார். அங்கே பூஜை முடிந்-துவிடவே ஹர்சவர்தனிடம் "ஹர்சா இவனை காசியாத்திரைக்கு ரெடி பண்ணுடா" என்றவர் ரகுநந்தனிடம் வந்து நெட்டி முறித்து திருஷ்டி கழித்தார்.

"கண்ணா கொஞ்சம் மேல பாரு" என்ற சொன்னபடி அவன் விழிக-ளில் மையை தடவி விட அவன் "மா! இது வேறயா?" என்று சிணுங்க அவனை கேலி செய்தான் ஹர்சவர்தன்.

"நீ இன்னைக்கு கல்யாணமாப்பிள்ளைடா! உன் மேல திருஷ்டி பட்-டுடக் கூடாதுனு தான் மை பூசி விடுறாங்க. கண்ணை சிமிட்டாம இருடா" என்று கூற அவனும் இது வரை மை பூசி பழக்கமில்லாதவன் கண் கலங்க நின்றான்.

தாயார் சென்றதும் ரகுநந்தன் "டேய் நேக்கு கண்ணை உறுத்துதுடா. இந்த நீரு எப்பிடி தான் டெய்லி இதை கண்ணு நிறைய போட்டுட்டு

சுத்தறாளோ?" என்று உச்சுக் கொட்ட

ஹர்சவர்தன் அந்த அறையில் அவர்களுடன் நின்ற சகோதரிகளின் கணவர்மாரிடம் "பார்த்தேளா அத்திம்பேர், இப்போ கூட இவனுக்கு நீரு நியாபகம் தான்" என்று கேலி செய்துவிட்டு அவனை காசியாத்திரைக்கு தயாராக்க ஆரம்பித்தான்.

அதே நேரம் நீரஜாட்சிக்கு முழு அலங்காரமும் முடிந்துவிட மைத்திரேயி அவளது கன்னத்தில் திருஷ்டி படாமலிருக்க கருப்பு மையினால் பொட்டு வைத்துவிட்டு அவளை கண்ணாடி முன் நிற்க வைக்க நீரஜாட்சிக்கு தனது கண்களையே தன்னால் நம்ப முடியவில்லை.

ரகுநந்தனின் 'நிப்பான் பெயிண்ட் ஜோக்' நினைவுக்கு வரவே அதை நினைத்து அவள் தனியே சிரித்துக் கொள்ள கவிதா "என்னாச்சு கல்யாணப்பொண்ணு தனியா சிரிக்கிற? அதுக்குள்ளவா கனவு காண ஆரம்பிச்சிட்ட?" என்று கேலி செய்து அவளை இன்னும் வெட்கத்தில் மூழ்கடித்தாள்.

இவ்வாறு ஆளாளுக்கு அவளை கேலி செய்து முகம் சிவக்க வைத்துக் கொண்டிருக்கையில் கரோலினும் மெர்லினுடன் வந்து சேர அந்த அறையில் கலகலப்பு மண்டபத்தையே நிறைத்தது என்றால் மிகையில்லை.

அதே நேரம் பத்மாவதியும் மைதிலியும் பரபரப்பாக உறவினர்களை வரவேற்று அமரவைத்து விட்டு மாமனார் மாமியாரிடம் வந்து சேர்ந்தனர்.

பட்டாபிராமன் அன்றைக்கு எல்லா காரியத்தையும் இழுத்துப் போட்டு செய்தபடி வலம் வந்த மூத்தமருமகளைக் கனிவாக பார்த்தபடி "பத்மா! கொஞ்சம் நேரம் உக்காரும்மா! காத்தாலே இருந்து நிக்காம சுத்திண்டிருக்கியே" என்று அக்கறையாக கூற அவரும் ஒரு நாற்காலியை இழுத்துப் போட்டு மாமனாருடன் அமர்ந்தார்.

"என்னப்பா பண்ணறது? இங்கே மாப்பிள்ளை பொண்ணு ரெண்டு பேருமே நம்மாத்துகாராளா போயிட்டாளே. அப்போ நான் தானே ஓடியாடி பண்ணனும்? மத்த எல்லா சம்பிரதாயம், சடங்கு எல்லாத்தையும் மைதிலி நல்லபடியா செஞ்சு முடிச்சா. என்னால முடிஞ்சது கல்யாணத்துக்கு நான் செய்யறேன்பா" என்றார் மனநிறைவுடன்.

சீதாலெட்சுமி மூத்தமருமகளின் கையைப் பற்றி அழுத்தமாக தட்டிக் கொடுக்க அங்கே வந்த வேங்கடநாதன் "மாமியாரும் மருமகளும் அப்பு-

றமா போஸ் குடுத்துக்கோங்கோ! அங்கே நந்து காசியாத்திரையை முடிச்சிட்டான். அடுத்து மாலை மாத்தணுமோன்னோ! பத்மா நீ போய் நீரு ரெடியாயிட்டாளானு பார்த்துட்டு அவளை அழைச்சிண்டு வா" என்று படபடத்துவிட்டு செல்ல சீதாலெட்சுமியும் பட்டாபிராமனும் மாலை மாற்றும் சடங்கை கண்டுகளிக்க எழுந்தனர்.

சிறிது நேரத்தில் நீரஜாட்சி அடர்சிவப்பு நிற பட்டில் முழு அலங்கார பூஷிதையாக வர சீதாலெட்சுமி "என் ராஜாத்தி! பேருக்கு ஏத்த மாதிரி நீ இன்னைக்கு பார்க்க மகாலெட்சுமி மாதிரியே இருக்கேடி" என்க

நீரஜாட்சி "அப்போ இவ்ளோ நாள் நான் எப்பிடி இருந்தேன் சித்தம்மா?" என்று குறைபட மைத்திரேயி "அடியே இன்னைக்கு நோக்கு விவாகம். இன்னைக்காச்சும் கொஞ்சம் பேச்சைக் குறைச்சுக்கலாமே" என்று கேலி செய்தபடி அழைத்துச் சென்றாள்.

மைதிலி கிருஷ்ணஜாட்சியிடம் "கிருஷ்ணா நீ போய் ஹர்சன் கிட்ட நந்துவை அழைச்சிண்டு வரச் சொல்லு" என்று கட்டளையிட அவள் மணமகன் அறையை நோக்கிச் சென்றாள்.

அவள் கதவை நாசூக்காக தட்ட கதவை திறந்தவன் ஹர்சவர்தன் தான். அடர்பச்சை நிற பட்டுப்புடவையில் பொற்பாவையென நின்ற மனைவியின் அழகில் மெய்மறந்து நின்றவனை கேலியாக பார்த்த கிருஷ்ணஜாட்சி "அண்டசராசரமும் உங்க வாயில தெரியுது" என்று கேலி செய்துவிட்டு அவன் தலையில் தட்ட வாயை மூடிக் கொண்டான் அவன்.

"இவ்ளோ அழகா இருந்தா யாரா இருந்தாலும் ரசிக்க தான் செய்வாங்க கிருஷ்ணா. பை த வே நான் எப்பிடி இருக்கேனு நீ சொல்லவே இல்லையே" என்று அவள் முன் வந்து நின்றவனின் தோற்றம் அவளது கருத்தைக் கவராமல் இல்லை.

பட்டு வேஷ்டி சட்டையில் ஜொலித்த அந்த ஆறடி அழகனின் தோற்றத்தில் மெய்மறந்தவள் அதை மறைத்தவாறே உதட்டை சுழித்துவிட்டு "ஏதோ இருக்கிங்க, சோளக்கொல்லை பொம்மைக்கு வேஷ்டி சட்டை போட்ட மாதிரி" என்று கேலி செய்தவாறு அவனை விலக்கிவிட்டு அறையினுள் சென்றாள்.

உள்ளே அவள் நுழைந்ததும் ரகுநந்தன் சங்கடத்துடன் விழிக்க கிருஷ்ணஜாட்சி "ரொம்ப வெக்கப்படாதிங்க அம்மாஞ்சி. இன்னைக்கு நீங்க அங்கவஷ்திரம் தான் கட்டிக்கணும். ஈவினிங் ரிசப்சனுக்கு தான்

இனிமே ஷேர்ட் தருவோம்" என்று கேலி செய்துவிட்டு அவனை வெளியே அழைத்து வரக் கூறிவிட்டு அங்கிருந்து நகர்ந்தாள்

ரகுநந்தன் அவள் சென்றதும் "டேய் பார்த்தியா? மன்னி கூட கேலி பண்ணிட்டுப் போறாடா. நேக்கு ஷேர்ட் வேணும்டா" என்று மீண்டும் அடம்பிடிக்க

ஹர்சவர்தன் "அதெல்லாம் முடியாது. நீ இப்பிடி தான் இருக்கணும். ஒழுங்கா என்னோட வா. நானெல்லாம் என்னோட விவாகத்துல இல்லயா? ஏதோ இவன் மட்டும் தான் வானத்துல இருந்து குதிச்ச மாதிரி" என்று அதட்டி அவனை வெளியே அழைத்துவந்தான்.

வீடியோ அவனை நோக்கி திரும்ப அந்த அகண்ட மணமேடையை அடைந்தவனின் பார்வை தனது எதிரில் சிவப்புநிறப்பட்டில் செம்பாவையென நின்ற நீரஜாட்சியைக் கண்டதும் கனிய, ரகுநந்தன் உலகம் மறந்தான்.

நீரஜாட்சி ஆறடி உயரமும், அகன்ற தோளுமாய் ஆண்மைக்கே இலக்கணமாய் தன் எதிரே நிற்பவன் இனி தன்னவன் என்ற பெருமிதத்தோடு அவனைப் பார்த்துப் வெட்கப்புன்னகை பூக்க அந்த சடங்கு இனிதே ஆரம்பித்தது.

நீரஜாட்சியின் இரு தாய்மாமாக்கள் மற்றும் அண்ணன் முறையான விஜயராகவன் மற்றும் ராகுல் அவளைத் தோளில் தூக்கிக் கொள்ள அதே நேரம் ரகுநந்தனை ஆதிவராஹன், ஹர்சவர்தன் மற்றும் அருணுடன் சேர்ந்து சேஷனின் பேரன்கள் தோளில் தூக்கிக் கொள்ள இருவரும் அவரவர் கையில் இருக்கும் மாலையை தத்தம் இணையின் கழுத்தில் போட வர அவர்களை தூக்கியிருந்தவர்கள் தூரத்தை அதிகரித்தனர்.

நீரஜாட்சி உதட்டை பிதுக்கியவளாய் "பெரிய மாமா சும்மாவே உங்க மகன் பனைமரத்துல பாதி! இதுல அவனை தூக்கிட்டாங்கன்னா அவன் என்னை விட ரொம்ப ஹைட்டா இருப்பான். நான் எக்கி எக்கி போட்டாலும் இவங்கள்லாம் அவனை தள்ளிக்கொண்டு போயிடுறாங்க. நீங்க என்னன்னு கேளுங்க" என்று குறை கூற

இதை வேடிக்கை பார்த்துக் கொண்டிருந்த உறவினர்கள் குடும்பத்தினருடன் சேர்ந்து ரகுநந்தனும் நகைக்க ஆரம்பித்தான்.

சீதாலெட்சுமி "எல்லாம் சுலபமா கிடைச்சுடாதுடிம்மா! முடிஞ்சா என் பேரன் கழுத்துல மாலையை போடு பார்ப்போம்" என்று கிண்டல் செய்ய

ரகுநந்தன் "அப்பிடி சொல்லுங்கோ பாட்டி" என்று அவரிடம் பேசி விட்டு நீரஜாட்சியை நோக்கி கண்சிமிட்ட அவள் வெளிப்படையாக "இதெல்லாம் சீட்டிங்" என்று கூற மீண்டும் அனைவரும் நகைக்க அந்த சடங்கு களை கட்டியது.

நீரஜாட்சி முகம் சுணங்குவதை விரும்பாத ரகுநந்தன் தானே தலை குனிய அவள் குதூகலத்துடன் மாலையை அவன் கழுத்தில் போட்டு-விட்டாள். அடுத்து அவனது முறை.

அவளும் நல்லப்பெண்ணாக தலை குனிய அவளது கழுத்தை ரகு-நந்தன் போட்ட மாலை அலங்கரித்தது. ஒருவழியாக அந்தச் சடங்கு முடிவடைய அடுத்து மணமக்கள் மணமக்கள் மண்டபத்தின் இன்னொரு புறம் இருக்கும் ஊஞ்சலுக்கு அழைத்துச் செல்லப்பட்டனர்.

ஊஞ்சலில் அமர வைக்கப்பட்ட மணமக்கள் நாராயணன் மற்றும் மகாலெட்சுமியின் அம்சமாகவே கருதப்படுவர். நீரஜாட்சியும் ரகுநந்தனும் அதில் அமர சூழ்ந்து நின்ற பெண்கள் பாடல் படித்தபடி அவர்களுக்கு திருஷ்டி கழிக்க அரிசியை அவர்கள் தலையை சுற்றிவிட்டு தூர எறிந்-தனர். அதன் பின் பாலினால் பாதங்களை கழுவிவிட ஊஞ்சலை ஆட்-டியபடி பாடல்கள் பாட ஆரம்பித்தனர்.

ரகுநந்தனின் கரங்கள் நீரஜாட்சியின் தோளை அணைத்திருக்க அவளது முகம் மனதின் சந்தோசத்தை அப்படியே பிரதிபலித்தது.

அவளது காதருகில் குனிந்தவன் "ஐ லவ் யூ நீரு" என்று அப்-போதும் கூற அவள் கண்ணை விரித்து சுற்றி நின்றவர்களை கண்ணா-லேயே சுட்டிக்காட்ட அவனோ "என் ஆத்துக்காரி கிட்ட நான் சொல்-லுறேன்டி. அவாளுக்கு என்னவாம்?" என்று கேலி செய்ய ஊஞ்சல் சடங்கும் கேலியும் கிண்டலுமாக நகர்ந்தது.

அது முடிவடைய அடுத்து கன்னிகாதானம் செய்து வைப்பதற்கான நேரம். பத்மாவதி நீரஜாட்சிக்கு முகூர்த்தப்புடவையை அணிவித்துவரு-மாறு பெண்கள் அனைவரையும் அனுப்பி வைக்க ரகுநந்தன் மணமே-டைக்கு அழைத்துச் செல்லப்பட்டான்.

சிறிது நேரத்தில் அடர்ரோஜாவண்ண பார்டர் வைத்த சந்தனவண்ண பட்டில் கழுத்தில் மாலைகள் அணிந்து வந்தவள் மணமேடையில் அமர அவளை கன்னிகாதானம் செய்து வைக்க பட்டாபிராமன் ஆதிவரா-ஹனை இருவருக்கும் இடையே அமரச் சொன்னார்.

பயபக்தியுடன் "பகவானே! என் பொண்ணுக்கு என்னால செய்ய முடியாத சடங்கை மதுராவோட பொண்ணுக்குச் செய்யற பாக்கியத்தை நேக்கு குடுத்துருக்கேள். இவா ரெண்டு பேரையும் வாழ்க்கையில எந்த கஷ்டமும் இல்லாம ஷேமமா வாழ வைங்கோ" என்று மனதாற இறை-வனை வேண்டியபடி நீரஜாட்சியை ரகுநந்தனுக்கு கன்னிகாதானம் செய்து வைத்தார் ஆதிவராஹன்.

அதன் பின் மாங்கல்யதாரணத்துக்கும் பட்டாபிராமன் ஆதிவரா-ஹனிடம் அவளை தாரை வார்த்து கொடுக்குமாறு முன்னரே வேண்டி-யதை நினைவுறுத்த நீரஜாட்சி கேலியாக

"பெரியப்பா உங்களுக்கு மன தைரியம் ஜாஸ்தி. இல்லைனா என்னை மடியில உக்கார வைக்கறதுக்கு இவ்ளோ ஆர்வமா முன் வருவிங்களா?" என்று கூற சுற்றி இருக்கும் குடும்பத்தினர் கலகலக்க அவரும் புன்னகை பூத்தவராய் தாரை வார்த்துக் கொடுக்க தயாரானார்.

அவரது மடியில் நீரஜாட்சி அமர உற்றார் உறவினர் ஆசியுடன், அனைவரும் அட்சதை தூவி வாழ்த்த, அக்னி சாட்சியாக ரகுநந்தன் மாங்கல்யத்தை நீரஜாட்சியின் சங்கு கழுத்தில் அணிவித்து அவளைத் தனது சரிபாதியாக்கியவன் அவளது கணவன் என்னும் உரிமையைப் பெற்றுக்கொண்டான்.

கழுத்தில் மாங்கல்யம் விழவும் நீரஜாட்சி நிமிர்ந்து ரகுநந்தனை பார்த்தாள். அவனது கண்ணில் தெரிந்த அளவற்ற காதல் அவளது கண்ணில் ஆனந்தக்கண்ணீரை வரவழைத்தது.

ரகுநந்தன் புன்னகையுடன் அவளைப் பார்த்தவன் "இனிமே யாரா-லயும் நம்மளை பிரிக்கமுடியாது நீருகுட்டி" என்று அவளுக்கு மட்டும் கேட்கும் குரலில் கூறிவிட்டு அவள் நெற்றியில் முத்தமிட அந்த அழகிய தருணத்தில் அவர்களின் வாழ்வின் புதிய அத்தியாயம் ஆரம்பமானது.

14

பூங்காற்று 14

மாங்கல்ய தாரணம் முடிந்ததும் மணமக்கள் சப்தபதி வைத்துவிட்டு பெரியவர்களிடம் ஆசிர்வாதம் வாங்கிக் கொள்ள செல்ல ரகுநந்தன் மறக்காமல் நீரஜாட்சியிடம் "நீரு சைட் மாத்திக்கிறியா?" என்று கேட்க அவள் வேண்டாமென்று மறுத்துவிட்டு பொறுப்பான மருமகளாக பத்மாவதி மற்றும் வேங்கடநாதனின் காலில் கணவனுடன் சேர்ந்து விழுந்து ஆசிர்வாதம் வாங்கிக்கொண்டாள்.

அடுத்து கோதண்டராமன் மைதிலியை நோக்கி செல்லும் போது ரகுநந்தன் "கிரேட் இம்ப்ரூவ்மெண்ட் நீருகுட்டி" என்று பாராட்ட அவனிடம் நாக்கை துருத்தி அழகு காண்பித்துவிட்டு சின்ன மாமா, சின்ன மாமியின் காலில் விழுந்து ஆசிர்வாதம் வாங்கிக் கொண்டாள்.

ஆசிர்வாதம் வாங்க வேண்டிய பெரியவர்களின் பட்டியல் சற்று நீளம் என்பதால் ஒருவர் பாக்கியின்றி அனைவரின் ஆசிர்வாதத்தையும் வாங்கி முடித்ததும் நீரஜாட்சி தான் மனதில் நினைத்த திட்டத்தை செயல்படுத்த இது தான் சரியான சமயம் என்று எண்ணியவள் "கிருஷ்ணா" என்று அழைத்தவாறு ஏதோ சொல்லப் போக அது பத்மாவதியின் பெரிய குரலில் அடங்கிவிட்டது.

இவர் எதற்காக கிருஷ்ணஜாட்சியை அழைக்கிறார் என்று புருவங்கள் முடிச்சிட அவள் கேள்வியாய் நோக்கும் போதே ஹர்சவர்தனிடம் சென்றவர் தனது பர்ஸில் இருந்து கிருஷ்ணஜாட்சியின் கழுத்தில் அவன் கட்டிய தாலியை எடுத்தார்.

"ஹர்சா இதை எல்லார் முன்னாடியும் கிருஷ்ணா கழுத்துல கட்டி முறைப்படி அவளை உன்னோட மனைவி ஆக்கிக்கோடா. கடந்த முறை ஏதோ நடந்து போச்சு. ஆனா இந்தத் தடவை என் ரெண்டு மகன்க-ளும், மருமகள்களும் முறைப்படி நம்மாத்துல காலடி எடுத்து வைக்க-ணும்னு ஆசைப்படறேன்டா கண்ணா" என்று மகனிடம் அதை நீட்ட அவன் மறுக்காமல் வாங்கிக் கொண்டான்.

தன் அருகில் நின்ற மனைவியிடம் வந்தவன் "லாஸ்ட் டைம் யாருமே உன் விருப்பத்தை கேக்கல கிருஷ்ணா. குடும்ப கவுரம், அது இதுனு பேசி உன்னை மணையில உக்கார வச்சிட்டா. ஆனா இந்த தடவை அந்த தப்பு நடக்கக்கூடாதுனு நினைக்கிறேன். நோக்கு என்னை விவாகம் பண்ணிக்கிறதுல சம்மதமா? நோக்கு சம்மதம் இல்லைனா சொல்லிடு. நான் எவ்ளோ நாளானாலும் அதுக்காக காத்திண்டிருப்பேன்" என்று கூற அவன் விழிகளோ 'தயவு செய்து சம்மதம் என்று சொல்-லேன்' என்று இறைஞ்சுவது கிருஷ்ணஜாட்சியின் கண்ணில் படாமல் இல்லை. ஆனாலும் அவளது விழிகள் தங்கையின் சம்மதத்தை எதிர்ப்-பார்த்து காத்திருந்தது.

நீரஜாட்சி தான் செய்ய நினைத்தது அனைத்தையும் எந்தவித ரசாபாசமும் இன்றி பத்மாவதியே செய்து முடித்துவிட்டதை நினைத்து பெருமூச்சு விட்டுக் கொண்டாள். அவர் இல்லையென்றால் இந்நேரம் அவளது திட்டம் செயல்படுத்தப்பட்டு அவளை மணந்தவனின் கண்ணில் இப்போது இருக்கும் காதல் காணாமல் போயிருக்கும்.

அப்படி எதுவும் நடக்காமல் அவளது விருப்பம் நிறைவேற கடவுள் துணையிருந்ததே பெரிய விஷயம் என்று எண்ணியவள் கிருஷ்ணஜாட்-சியை சரியென்று சொல்லுமாறு கண்ணால் வேண்டினாள்.

அவள் தங்கையின் சம்மதம் கிடைத்த மகிழ்ச்சியில் ஹர்சவர்தனிடம் "எனக்குச் சம்மதம் ஹர்சா" என்று கூற அடுத்த சில நிமிடங்களில் ஹர்-சவர்தன் மணமேடையில் அவள் கழுத்தில் மூன்று முடிச்சிட்டிருந்தான்.

கடந்த முறை போலன்றி இம்முறை ஒவ்வொரு முடிச்சின் போதும் "பகவானே! இது வரைக்கும் நடந்ததை எல்லாம் மறந்துட்டு நாங்க ஒரு புது வாழ்க்கையை ஆரம்பிக்க போறோம். உங்க ஆசிர்வாதம் எப்போ-வும் எங்களுக்கு வேணும்" என்று கடவுளை வேண்டிக் கொண்டான்.

கிருஷ்ணஜாட்சி தன் அருகில் கண் மூடி அமர்ந்திருந்தவனைப் பார்த்தவள் "போதும் கடவுள் கிட்ட வேண்டுனது. ரொம்ப பெரிய வேண்-

டுதலா இருக்கும் போல" என்று கூற அவன் தனது புன்னகையை மட்-டும் பதிலாக அளித்துவிட்டு அவளது கரம் பற்றி எழுப்பிவிட்டான்.

பின்னர் மனைவியுடன் சேர்ந்து தாத்தா பாட்டியின் காலில் விழுந்து ஆசிர்வாதம் வாங்கியவன் அவரிடம் "இனியாச்சும் என் கிட்ட முகம் குடுத்து பேசுவேள் தானே?" என்று புருவம் உயர்த்த அவர் மனநிறை-வுடன் அவனது முகத்தை வருடிக் கொடுத்து கண்ணாலேயே பதிலளித்-தார்.

அதன் பின் இரு தம்பதியினரும் அனைவரிடமும் ஆசி பெற்றுவிட்டு கிரகபிரவேசத்துக்காக வீட்டுக்கு அழைத்துச் செல்லப்பட்டனர். ரகுநந்தன் காரில் அமரும் போதே "நீரு சீக்கிரமா ஆத்துக்கு போய் ஷேர்ட்டை மாத்தணும்டி. எனக்கு இந்த காஸ்டியூம்ல இருக்க சிரமமா இருக்கு" என்று சலித்தபடி அமர்ந்தான்.

அவனை அடுத்து அமர்ந்தவள் "ஏன் இதுக்கு என்னடா? அரு-மையா இருக்கு. நீ பார்க்க அம்சமா இருக்க போ" என்று நெட்டி முறித்து திருஷ்டி கழிக்க ரகுநந்தன் அவள் தன்னைக் கேலி செய்கிறாள் என்று எண்ணிக் கொண்டான்.

அவன் முகத்தை திருப்பிக் கொள்ள நீரஜாட்சி கேலியாக அவனது தாடையைப் பிடித்து கொஞ்சியவள் "என்னாச்சு நந்துக்கு? ஓ! கோவப்-பட்டுட்டேளாண்ணா? சரி கோச்சுக்கோங்கோ" என்று ராகமாக இழுக்க அவள் கூறிய பாவனையில் பக்கென்று சிரித்துவிட்டான் அவன்.

இவ்வாறு ஒரு தம்பதியினர் அரட்டையடித்தபடி வீடு வந்து சேர மற்றொரு தம்பதி அமைதியுருவாக காரில் இருந்து இறங்கினர். இரு ஜோடிகளையும் ஆரத்தி எடுத்து வரவேற்பதற்காக பத்மாவதியும் மைதி-லியும் உள்ளே சென்றனர்.

அவர்கள் திரும்பி வந்து இரு ஜோடிகளுக்கும் ஆரத்தி எடுத்து உள்ளே அனுப்ப நீரஜாட்சி தான் கூறியபடி தனது தமக்கையுடனே அந்த ஸ்ரீனிவாசவிலாசத்தின் மருமகளாக உள்ளே காலடி எடுத்து வைத்தாள்.

அதன் பின் புதுமணத்தம்பதிகளுக்கான சடங்கு சம்பிரதாயங்கள் கலகலப்பாக நடைபெற சீதாலெட்சுமி பட்டாபிராமனிடம் "ரொம்ப நாளைக்கப்புறம் நம்மாத்துல இவ்ளோ சந்தோசம் நிறைஞ்சிருக்குண்ணா! நம்ம பேத்திகள் சந்தோசத்துல யாரும் கண்ணும் பட்டுடப்படாது" என்று கூற

பட்டாபிராமன் "நீ ஒன்னும் கவலைப்படாதடி சீதே! நம்ம பத்மா இந்த குழந்தேளை புரிஞ்சிண்டாளே! அதுவே பகவான் அனுக்கிரகம் தான்டி, இனி அவா ரெண்டு பேரும் எந்த சிரமமும் இல்லாம வாழ்க்கையில சந்தோசமா இருக்கப்போறா" என்று மனம் நிறைந்து கூறினார்.

எல்லா சம்பிரதாயங்களும் முடியவே நீரஜாட்சி மைதிலியிடம் "சின்ன மாமி! இந்த மடிசார் எனக்கு கம்ஃஃபர்டபிளாவே இல்ல. நான் சேன்ஜ் பண்ணிக்கவா?" என்று கேட்க அவர் வீட்டில் உறவினர்கள் இருப்பதால் இப்போது வேண்டாம் என்று தயங்க

பத்மாவதி "நீ போய் மாத்திக்கோடிம்மா. மைதிலி அவ கொஞ்சம் ரெஸ்ட் எடுக்கட்டும். இன்னைக்கு காத்தாலேயே அவளை எழுப்பி விட்டாச்சு. பாவம்!" என்று அவளை அனுப்பிவைத்தார்.

நீரஜாட்சி ரகுநந்தனிடம் வந்தவள் "ஹப்பாடா! ஒரு வழியா உங்க அம்மா என்னை ரெஸ்ட் எடுக்க சொல்லிட்டாங்க நந்து! நான் தப்பிச்சிட்டேன். நான் என்னோட ரூம்கு போய் ரெஸ்ட் எடுக்கப் போறேன். முடிஞ்சா நீயும் கொஞ்சம் ரெக்வெஸ்ட் பண்ணி கேட்டுட்டு போய் தூங்கு. இல்லைனா ரிசப்சன்ல நீ கட்டாயம் தூங்கி விழுந்துடுவ" என்று கேலி செய்துவிட்டு அவள் ஏற்கெனவே தங்கியிருந்த மாடியறைக்கு சென்றாள்.

ரகுநந்தன் அவள் செல்வதைக் கண்டு திகைத்தவன் ஹர்சவர்தனிடம் "டேய் அவளுக்கு மட்டும் என்னடா ஸ்பெஷல்? இப்போ நேக்கும் தூக்கம் வருதுடா. காத்தாலே இருந்து என்னை சடங்கு சம்பிரதாயம்னு போட்டு டார்ச்சர் பண்ணுனியே, இப்போ போய் அம்மா கிட்ட நான் ரெஸ்ட் எடுக்கிறதுக்கு பர்மிசன் வாங்கிட்டு வா" என்று கூற

ஹர்சவர்தன் "அதுக்குள்ள என்னடா நோக்கு ரெஸ்ட்? பாரு சாமா அங்கிள் வந்திருக்கார். எவ்ளோ நாள் கழிச்சு நம்மாத்துக்கு அவர் வந்திருக்கார். ஒழுங்கா கல்யாண மாப்பிள்ளையா லெட்சணமா இருந்து அவரண்ட நாலு வார்த்தை பேசு" என்று ஒரு பெரியவரிடம் மாட்டிவிட்டவன் தானும் ஒரு உறவினர் அருகில் அமர்ந்து அவர்களுடன் உரையாட ஆரம்பித்தான்.

ரகுநந்தன் வேறு வழியின்றி அங்கேயே உட்கார்ந்தவன் பேச ஆரம்பித்தான்.

சிறிது நேரத்தில் பத்மாவதி வரவும் அவரிடம் சென்றவன் "மா! நானும் இன்னைக்கு சீக்கிரமே முழிச்சிட்டேன். இன்னைக்கு நான்

ரெஸ்ட் எடுக்கலனு வைங்க, என்னால நாளைக்கு காத்தாலே ஆபிஸ் போக முடியாதும்மா!" என்று கெஞ்ச அவர் அவனை ஓய்வு எடுக்க அனுப்பிவைத்துவிட்டு கிருஷ்ணஜாட்சியிடம் மாலை வரவேற்பு குறித்து பேச்சு கொடுக்க ஆரம்பித்தார்.

ரகுநந்தன் நீரஜாட்சி தங்களது அறைக்குச் சென்றிருப்பாள் என்று எண்ணி கதவைத் தட்ட அது வெளியில் தான் தாழிடப்பட்டிருந்தது. உடனே "ஓ மேடம் அவங்க ரூம்ல தூங்கறாங்க போல" என்று கேலியாக எண்ணிக் கொண்டவன் தனது அறைக்குச் சென்று ஒரு குளியலை போட்டுவிட்டு அக்கடாவென்று தூங்க ஆரம்பித்தான்.

அதே நேரம் நீரஜாட்சி அவளது அறையில் கூந்தல் அலங்காரத்தை மெதுவாக கலைத்துக் கொண்டிருந்தவள் நகைகளை ஒவ்வொன்றாக கழற்றும் போது அவளின் கையில் சிக்கியது ரகுநந்தனின் பெயர் பொறித்த அந்த செயின்.

அதைத் தொட்டதும் அவள் முகத்தில் புன்னகை பூக்க அடுத்த கணமே அவளது அவசியமற்ற திட்டமும் நினைவில் வர இவ்வளவு நேரம் இருந்த மகிழ்ச்சி மொத்தமாக வடிய கட்டிலில் தொப்பென்று அமர்ந்தாள் அவள்.

அதை நினைத்து யோசித்ததால் அவளுக்கு குழப்பம் மட்டுமே மிஞ்சியது. அவளது மனம் "இதை நந்து கிட்ட சொல்லிடு நீரு. கணவன் மனைவிக்குள்ள ஒளிவுமறைவு வச்சிக்கிட்டு வாழ்க்கையை ஆரம்பிக்க கூடாது" என்று அவளுக்கு அறிவுறுத்தியது.

அவளது மூளை "இதைச் சொல்லி உங்க ரெண்டு பேருக்குள்ள இருக்கற ரிலேசன்ஷிப்புக்கு நீயே முடிவுரை எழுத வச்சிடாதே நீரு. நீயா சொன்னா மட்டும் தானே இந்த விஷயம் அவனுக்கு தெரியவரும். இல்லைனா அவனுக்குத் தெரிய போறதே இல்லை. சோ வாயை மூடிக்கிட்டு அமைதியா இரு" என்று அவளை அதட்டி வைத்தது.

இந்த மனப்போராட்டத்தில் சோர்ந்தவள் அப்படியே உறங்கியும் போனாள். மாலையில் நீரஜாட்சி வந்து எழுப்பும் போது தூங்கச் செல்லும்போது இருந்த மனநிலையே அப்போதும் தொடர முகம் வாட நின்றவளை கண்டு கிருஷ்ணஜாட்சி துணுக்குற்றாள்.

ஆனால் மைத்திரேயி இன்று காலை முதல் நடந்த சம்பிரதாயங்களில் அவள் சோர்ந்திருப்பாள் என்று கிருஷ்ணஜாட்சியை சமாதானம் செய்தபடி நீரஜாட்சியைக் குளித்துவிட்டு வருமாறு சொல்லிவிட்டு

கிருஷ்ணஜாட்சியிடம் பேச்சு கொடுக்க ஆரம்பித்தாள்.

"நோக்கு ஹர்சா கூட ஏதும் பிரச்சனையா?" என்று வினவ

கிருஷ்ணஜாட்சி "அப்பிடி எதுவும் இல்ல மைத்திக்கா! ஏன் கேக்கி-நீங்க?" என்று புரியாமல் கேட்க

மைத்திரேயி "நீ காத்தாலே இருந்தே அமைதியா இருக்கியா, அதான் கேட்டு வச்சேன்" என்று கூறவும்

ஒரு பெருமூச்சை விட்டவள் "எனக்கு ஒன்னும் இல்ல மைத்திகா. எல்லாம் திடுதிடுப்புனு நடந்ததுல எனக்கு கொஞ்சம் யோசனையா இருக்கு" என்று கூறும் போதே நீரஜாட்சி ஈரத்தலையுடன் வந்து சேர்ந்-தாள்.

"இவ இன்னும் குழந்தையாட்டம் தலையை கூட துவட்ட தெரியாம இருக்கா பாருங்கக்கா" என்று பேச்சு நீரஜாட்சியின் புறம் திரும்பியது.

கலகலப்பாக பேசிக் கொண்டே அவளை வரவேற்புக்குத் தயார்ப-டுத்தினர் இருவரும். அதே நேரம் ஹர்சவர்தனும் ரகுநந்தனை சீக்கிரம் தயாராகுமாறு கூறிவிட்டு அவனும் தயாரானான்.

ரகுநந்தன் அண்ணனுடன் தயாரானவன் கீழே சென்று மனைவிக்-காக காத்திருக்க அவனது காத்திருப்புக்கு பலனாக தங்க நிற டிசைனர் புடவையில் மிதமான நகைகளுடன் ஜொலித்தவள் படியில் இறங்கினாள்.

அவனை பார்த்துவிட்டவள் "நீ அதுக்குள்ள ரெடியாயிட்டியா நந்து?" என்று வழக்கம் போல அவனை பெயர் சொல்லி அழைத்தபடி ஹாலில் வந்து நின்றாள்.

திருமணத்துக்கு வந்த உறவினர்களோ பத்மாவதியிடம் "என்ன பத்மா உன் மாட்டுப்பொண்ணு ஆம்படையானை பேர் சொல்லி தான் கூப்பி-டுவாளோ?" என்று ஏற்றிவிட முயல அவர் இதை அடிக்கடி கேட்டுப் பழகி விட்டதால் அவருக்கு இது ஒன்றும் வித்தியாசமாக தோன்ற-வில்லை.

அவர்களிடம் "அவா ரெண்டு பேரும் எப்பிடியோ கூப்பிட்டு போறா. சின்னவா பேச்சு நமக்கு எதுக்கு மன்னி?" என்று தன்னிடம் கோள் மூட்டிய பெண்மணியிடம் கூறிவிட்டு தனது கணவரைத் தேடி சென்று-விட்டார்.

ரகுநந்தன் மனைவியைக் கண்டதும் எழ நீரஜாட்சிக்கு அவ்வளவு நேரம் இருந்த மனக்கலக்கம் அவனைக் கண்டதும் அகன்றது போல தோன்றியது.

அவன் "அப்போ நம்ம போலாமா நீருகுட்டி?" என்று கேட்டபடி கையை நீட்ட அவள் தயக்கமின்றி தனது கரத்தை அவன் கரத்தில் வைத்து அவனை நோக்கி பூவாய் சிரித்தாள்.

சிறிது நேரத்தில் வரவேற்புக்கு மண்டபத்துக்கு சென்ற பின்னரும், மேடையில் அவனுடன் உரிமையாக நிற்கும் போதும், அவனது செல்ல சீண்டல்களில் முகம் சிவந்த போதும் அந்த பூஞ்சிரிப்பு நீரஜாட்சியின் இதழிலிருந்து சிறிது கூட இடம்பெயரவில்லை.

ரகுநந்தனும் அவளும் வழக்கம் போல பேசி சிரித்து கேலி செய்தபடியே இருக்க அந்த வரவேற்பும் வண்ணமயமாகவே முடிவடைந்தது. ஆனால் வீட்டிற்கு வந்தவளை மீண்டும் புடவையை மாற்றச் சொல்லி ரகுநந்தனின் அறைக்கு அவளை அனுப்பி வைக்க அப்போது அவளின் அழகிய வதனம் மீண்டும் வாட்டம் அடைந்தது.

யோசனையுடன் அறைக்குள் சென்றவள் ரகுநந்தனின் கண்ணில் இருந்த காதலை கண்டதும் குற்றவுணர்ச்சியில் என்ன பேச என்று புரியாமல் விழித்தாள்.

வருவித்துக் கொண்ட குரலில் "நந்து உன் கிட்ட நான் கொஞ்சம் பேசணும்...அது...நான்....கல்யாணத்துக்கு...." என்று தந்தியடித்த வார்த்தைகள் அவன் அருகில் வரவும் பிரேக் போட்டது போல் நின்றது.

ரகுநந்தன் அவளது முகவடிவை விரலால் அளவிட்டவன் "நீருகுட்டிக்கு என்ன டென்சன்? சாதாரணமா நீ இப்பிடி தடுமாறுற டைப் இல்லையே" என்று கேட்டவன் அவளை மேலிருந்து கீழாக பார்த்தான்.

"ஐ திங் இந்த காஸ்டியூம், ஜுவெல்ஸ், இந்த அட்மாஸ்பியர் எல்லாமே உன்னை டென்சன் ஆக்கிடுச்சு போல. சோ நீ என்ன பண்ணுற, அதோ அந்த ரூம்ல போய் நார்மலா நைட் போடுற டிரஸ்ஸை போட்டுட்டு வா. நான் அதுக்குள்ள இதை எல்லாம் கிளீன் பண்ணிடுறேன்" என்று அந்த அறையின் அலங்காரத்தை சுட்டிக்காட்ட அவள் சரியென்று தலையாட்டிவிட்டு விட்டால் போதுமென்று தனது பெட்டியை உள்ளே எடுத்துச் சென்றாள்.

முதல் வேலையாக புடவையிலிருந்து தனது வழக்கமான டிசர்ட் பட்டியாலாவுக்கு மாறியவள் புடவையை மடித்துவிட்டு நகைகளையும் பெட்டியில் வைத்துவிட்டு கூந்தலை போனிடெயிலாக போட்டபிறகு தான் நிம்மதியாக உணர்ந்தாள்.

பெருமூச்சுடன் வெளியே வந்தவள் அறையும் பழையபடிக்கு மாறியிருக்க அவளது முகம் தெளிவானது. ரகுநந்தனும் நைட் பேண்ட், டிசர்ட்டுக்கு மாறியிருக்க இப்போது தான் இருவருக்கும் இடையே இயல்புநிலை திரும்பியது போல தோன்றியது.

அவன் "நோக்கு தூக்கம் வருதா நீரு?" என்று கேட்க நீரஜாட்சி தான் இருக்கும் குழப்பமான மனநிலை தூங்கினால் மட்டுமே சரியாகும் என்பதால் ஆமென்று மேலும் கீழுமாக தலையை ஆட்டினாள்.

போனிடெயில் அசைய அவள் தலையாட்டிய விதத்தில் தன்னை தொலைத்தவன் "போய் தூங்கு. நேக்கும் இன்னைக்கு செம டயர்ட். அதுவுமில்லாம நாளைக்கு ஆபிஸ்ல நோக்கு ஏகப்பட்ட வேலை இருக்கு. ஹோட்டல் ஒர்க் நடக்கற சைட்டுக்கு வேற நாளைக்கு விசிட் பண்ணணும்" என்று அலுவலக வேலைகளை அடுக்கத் தொடங்க இவ்வளவு நேரம் அமைதியாக நின்றவள் எரிச்சலில் வாயைத் திறந்தாள்.

"நீ ரொம்ப ஓவரா பண்ணுறடா. தெரியாம தான் கேக்கிறேன், ஆபிஸ் போனா மட்டும் நான் உன் கண்ணுக்கு விரோதியா தெரியுறேனோ? வேலையா குடுத்து டார்ச்சர் பண்ணுற? நான் நாளைக்கு லீவ்" என்று பிடிவாதமாய் சொல்லிவிட்டு நிற்க

அவனோ "நீ லீவ் லெட்டர் நேக்கு அனுப்பவே இல்லை. சோ உன்னோட லீவை நான் அப்ரூவ் பண்ணலை. இப்போ ஒழுங்கா வந்து தூங்கு. ஏன்னா நாளைக்கு ஃபுல்லா சைட் விசிட்ல நோக்கு உக்கார கூட நேரம் இருக்காது" என்று அமர்த்தலாக மொழிந்துவிட்டு படுக்கையில் விழுந்தான்.

நீரஜாட்சி செய்வதறியாது நிற்க அவனோ தனது அருகில் படுக்கையில் தட்டி உறங்குமாறு சைகை காட்டியவன் "வாழ்க்கை முழுக்க என்னை முறைச்சுக்கோ. அதுக்கு உனக்கு லைசென்சும் குடுத்தாச்சு. இப்போ வந்து தூங்கு" என்று கூற அவள் அலட்சியமாக தலையை சிலுப்பினாள்.

இவள் வழிக்கு வர மாட்டாள் என்று எண்ணியவன் அவளது கரம் பற்றி சுண்டி இழுக்க அதை எதிர்பாராதவள் அவன் மீதே பூமாலை போல விழ அவளை தனதருகில் படுக்க வைத்தான்.

"குட் கேர்ளா தூங்கு நீருகுட்டி. ரொம்ப அடம் பிடிச்சனு வையேன் அப்புறம் டுமாரோ எய்ட் ஹன்ட்ரெட் பேஜ் டைப் பண்ண வைப்பேன்" என்று கூற அவள் எரிச்சலில் அவனை அடிக்கத் துவங்க அதை தனது

கைகளால் தடுத்தவாறே அவளை அணைத்துக்கொண்டான் ரகுநந்தன்.

"நான் உன்னை அரெஸ்ட் பண்ணிட்டேன். இப்போ என்ன பண்ணுவ?" என்று கேட்க

"உன்னை மாதிரி புருசன் யாருக்கும் கிடைக்கக்கூடாதுடா. எப்பிடிலாம் மிரட்டுற?" என்று குறை கூற ஆரம்பிக்க அவன் சத்தம் போட்டுச் சிரிக்க ஆரம்பித்தான்.

"அதே மாதிரி உன்னை மாதிரி பொண்டாட்டியும் யாருக்கும் கிடைக்க கூடாதுடி. ஃபர்ஸ்ட் நைட் அன்னைக்கு கூட சண்டை போடுற" என்று கேலி செய்தான்.

அவள் பேசாமல் அமைதி காக்க அவளை பொறுமையாக பார்த்தவன் "நான் ரொம்ப ஹேப்பியா இருக்கேன் நீரு. ஃபைனலி நீருகுட்டி என் கிட்ட வந்துட்டா. இனி உன்னை யாருக்காகவும் விட்டுக் குடுக்கறதா இல்ல" என்றவாறு அவள் நெற்றியில் அழுத்தமாக முத்தமிட்டான்.

அவளும் கணவனின் அணைப்பில் ஒன்றியவள் 'இவன் என்னுடன் இருக்கும் வரை எதை நினைத்தும் எனக்கு பயமில்லை' என்ற நிம்மதியுடன் அவனது மார்பில் புதைந்தபடி அவனது அன்பான இதழொற்றலில் கண்ணை மூடினாள்.

அவர்கள் வாழ்வை ஆட்டம் காண வைக்கும் வெடிகுண்டான அந்த ஆடியோ கிளிப்பும் பத்மாவதியின் போனில் அப்போதைக்கு வெடிக்காமல் அமைதியாக உறங்கிக் கொண்டிருந்தது.

15

பூங்காற்று 15

காலையில் கண்ணை கசக்கிக் கொண்டு விழித்தாள் அவள். கலைந்திருந்த சுருண்ட கூந்தலை ஒதுக்கிவிட கைகள் உயரும் போது தான் தெரிந்தது தான் அவனது அணைப்பில் இருக்கிறோம் என்பது. கையை விலக்க முயற்சித்து தோல்வியுற்றவள் "நேத்து நைட் படிச்சு படிச்சு சொல்லியும் ஹக் பண்ணிட்டு தூங்கற அளவுக்கு இவருக்கு தைரியமா?" என்று முணுமுணுக்க

அவளை பொம்மையை அணைத்திருக்கும் குழந்தை போல தனது அணைப்புக்குள் வைத்திருந்தவன் "பொண்டாட்டியை ஹக் பண்ணுறதுக்கு கூட எனக்கு உரிமை இல்லையா?" என்றபடி கண்ணை திறந்து விஷமமாக புன்னகைத்தான்.

புன்னகைத்தவனை வேகமாகத் தள்ளிவிட்டு எழுந்தவள் "என்ன உரிமை கிடையாதா? கடமையை செய்யாதவங்க உரிமையை பத்தி பேசவே கூடாது ஹர்சா" என்று மூக்குநுனி சிவக்குமளவுக்கு கோபத்தில் கத்தினாள் கிருஷ்ணஜாட்சி.

ஹர்சவர்தன் காதுமடல்களை தேய்த்தபடி எழுந்தவன் "நேத்து நைட் நான் உன் கிட்ட தெளிவா சொல்லிட்டேன் தானே. மறுபடியும் முதல்ல இருந்து ஆரம்பிச்சா என்ன அர்த்தம்? உன் கிட்ட கேட்டுட்டுத் தான் நான் தாலியை கட்டுனேன் கிருஷ்ணா. இப்போவும் நான் உன்னை விட்டு விலகி தான் இருக்கேன். ஆனா ஒரு ஹக் கூட பண்ணக் கூடாதுனு சொன்னா என்ன நியாயம்?" என்று குறும்பாகக் கேட்டபடி படுக்கையை விட்டு கீழே இறங்க அவனது கால்கள் நேற்று இரவு அவன்

தரையில் உறங்குவதற்காக விரித்த விரிப்பின் மீது படவே அதை மடித்து வைக்க ஆரம்பித்தான்.

கிருஷ்ணஜாட்சி "இங்க பாருங்க ஹர்சா! இனிமே நீங்க என்னை ஹக் பண்ணவோ என் கிட்ட வரவோ கூடாது. அவ்ளோ தான்" என்று அவள் பிடிவாதமாகக் கூற

அவனோ இவள் என்ன சொன்னதையே சொல்லிக் கொண்டிருக்கி-றாள் என்ற எரிச்சலில் "ஏய் சும்மா கீறல் விழுந்த ரெக்கார்டர் மாதிரி சொன்னதையே சொல்லி மனுசனை கடுப்பாக்காதே! உன்னை நான் ஹக் பண்ண சொன்னேனா? நான் தானே உன்னை ஹக் பண்ணு-றேன். நான் லவ் பண்ணி கல்யாணம் பண்ணுனவன்மா. அப்பிடியெல்-லாம் ஒரேயடியா சாமியார் மாதிரி இருக்க முடியாது" என்று அமர்த்த-லாக மொழிந்து விட்டு குளியலறையை நோக்கிச் செல்ல அவள் என்ன செய்யவென்று தெரியாமல் விழிக்க ஆரம்பித்தாள்.

****

ரகுநந்தன் காலையில் கண்விழித்தவன் தன் முன்னே உறங்கும் நீர-ஜாட்சியை கண் இமைக்காமல் பார்த்தபடி சிறிது நேரம் ரசித்துவிட்டு அவள் கன்னத்தை செல்லமாக கிள்ளினான்.

"நீரு எழுந்திருடி! டைம் ஆச்சு" என்று எழுப்ப அவள் கும்பகர்-ணனுக்குப் பேத்தி போல அசைந்து கூட கொடுக்கவில்லை.

"நான் குளிச்சிட்டு வர்றதுக்குள்ள நீ எழுந்திருக்கிற. இல்லைனா அவ்ளோ தான்" என்று அவன் மிரட்டிவிட்டுச் செல்ல அவனது வார்த்-தைகளைக் கவனிக்காமல் அவள் தூக்கத்தை தொடர்ந்தாள்.

ரகுநந்தன் குளித்துவிட்டு வந்தவன் இன்னும் உறங்கிக் கொண்டி-ருப்பவளை இடுப்பில் கை வைத்து முறைத்தவன் மெதுவாக போனை எடுத்து அதில் ஹெட்போனை மாட்டி அவள் காதில் வைத்துவிட்டு அவளது போனுக்கு அழைத்தான்.

நன்றாக உறங்கிக் கொண்டிருந்தவளின் காதில் ரிங்டோன் சத்தமாக ஒலிக்க பதறியடித்துக்கொண்டு எழுந்தாள் நீரஜாட்சி.

என்ன சத்தம் என்று புரியாமல் சில கணங்கள் திருதிருவென்று விழித்தவளின் தோற்றம் அவனுக்கு நகைப்பை உண்டாக்கியது. சத்தம் போட்டு சிரிக்க தொடங்கியவனை நீரஜாட்சி கடுப்புடன் முறைத்துவிட்-டுக் காதில் மாட்டியிருந்த ஹெட்போனை கழற்றியவள் "எல்லாம் உன்-னோட வேலையாடா?" என்று கேட்க

அவன் புருவத்தை உயர்த்தி "அது நானே" என்று இரு கைகளையும் விரித்து பெருமையாக கூறியபடி நின்றான்.

நீரஜாட்சி படுக்கையிலிருந்து எழுந்தவள் "என் தூக்கத்தைக் கெடுத்-துட்டு உனக்கு போஸ் ஒன்னு தான் குறைச்சல்" என்று கூறியவாறு அவனை பட்பட்டென்று அவளது பூங்கரங்களால் அடிக்கத் தொடங்கி-னாள்.

அதை எதிர்பார்த்தவன் போல அவள் கரங்களை வளைத்து முது-குக்குப் பின் பிடித்துக்கொண்டவன் "நீருகுட்டிக்கு இன்னைக்கு ஆபிஸ் வர்ற ஐடியா இருக்கா? இல்லையா? உன்னை இப்பிடி குளோஸ் அப்ல பார்த்துட்டே இருந்தா என்னோட மைண்ட் மாறிடும். அதுக்குள்ள குளிச்சு ஆபிசுக்கு ரெடியாகு. இன்னைக்கு ஹோட்டலோட எல்லா ஒர்க்கும் ஃபினிஷ் ஆயிடும். செக் பண்ணுறதுக்கு நம்ம ரெண்டு பேரும் தான் சைட்டுக்கு போகணும். நியாபகம் இருக்கா?" என்று கேட்க அவளுக்கும் அப்போது தான் நினைவு வந்தது.

ஹர்சவர்தனின் ரெசிடென்சியல் ஹோட்டலுக்கான கட்டுமானப்பணி முழுவதுமாக முடிவடைந்த நிலையில் வழக்கம் போல அவனுடன் சென்று முடிவுற்ற கட்டிடத்தை பார்வையிடச் செல்ல வேண்டும் என்று அவன் முன்னரே கூறியிருந்தான்.

"இந்த கல்யாண வேலையில நான் மறந்துட்டேன் நந்து. ஒரு ஹாப் அன் ஹவர்ல நான் ரெடியாயிடுவேன். கொஞ்சம் என் கையை விடு-றியா?" என்று கேட்டபடி அவனிடமிருந்து கையை உருவிக் கொண்ட-வள் டவல் மற்றும் மாற்றுடை சகிதம் குளியலறைக்குள் தஞ்சம் புகவே ரகுநந்தனும் உடை மாற்றிவிட்டு கீழே சென்றான்.

அவன் வருவதைக் கண்டதும் பத்மாவதி "வந்துட்டியா நந்து? இன்-னைக்கு கிருஷ்ணாக்கு தாலி பிரிச்சு கோர்க்கலாம்னு நானும் மைதி-லியும் பேசிண்டோம்டா! நம்மாத்து மனுஷாளை மட்டும் வச்சு சிம்பிளா செய்திடலாம்னு இருக்கோம். உன் அண்ணாவும் மன்னியும் இன்னும் கீழே வரலை. நீ இன்னைக்கு ஃப்ரீ தானே" என்று அவனிடம் வினவ

ரகுநந்தன் "மா! நானும் நீருவும் இன்னைக்கு ஹோட்டல் வேலை முடிஞ்சதை பார்க்கப் போகணும். இந்தச் சடங்கை இன்னொரு நாள் வச்சிக்கப்படாதா?" என்று வினவியவாறு சட்டையின் கைகளை மடித்-துவிட ஆரம்பித்தான்.

பத்மாவதி "உன் பாட்டி தான் ஏற்கெனவே அவா விவாகம் முடிஞ்சு ரொம்ப நாள் ஆகறதுனு சொன்னா! இதுக்கு மேல தள்ளி போடறது சரியில்லடா" என்று விளக்கம் அளிக்க அவனும் சரியென்று தலையாட்டினான்.

ஹாலில் தாத்தாவுடன் சென்று அமர்ந்து கொண்டவன் "தாத்தா பேப்பர் படிச்சிண்டிருக்கேள் போல?" என்று வினவ பட்டாபிராமன் ஆராய்ச்சிப்பார்வையுடன் செய்தித்தாளை கீழே வைத்தவர் அவரது நீண்டநாள் சந்தேகத்தை அவனிடம் கேட்டே விட்டார்.

"டேய் கண்ணா! நீயும் சரி உன் அண்ணாவும் சரி, நம்மாத்துல இருந்தவரைக்கும் நம்ம பாஷையை நன்னா தான் பேசிண்டிருந்தேள். அப்ராட் போயிட்டு வந்தது தான் தாமதம் ரெண்டு பிள்ளையாண்டானுக்கும் பாஷை மாறி போயிடுத்து. அது என்ன திடீர் திடீர்னு அந்த பாஷை எட்டிப் பார்க்கறது?" என்று கேட்டவரை பார்த்து நகைத்தான் ரகுநந்தன்.

"அது ஒன்னும் இல்ல தாத்தா! லண்டன்ல என்னோட படிச்சவாளோட சேர்ந்து பேசி பேசி பாஷை மாறிடுத்து. இப்போ அக்கேசனலா அப்பப்போ எட்டி பார்க்கறது. அதெல்லாம் கணக்குல எடுத்துக்காதேள். என்னண்ட இவ்ளோ வியாக்கியானம் பேசறேளே, உங்க இளைய பேத்தி என்னை எள்ளி நகையாடுறப்போ மட்டும் இந்தப் பாஷை பேசறாளே! அவளையும் கொஞ்சம் என்கொயரி பண்ணறது தானே மிஸ்டர் பட்டாபிராமன்" என்று நீரஜாட்சியை கோர்த்துவிட்டு வேடிக்கை பார்க்க ஆரம்பித்தான்.

சீதாலெட்சுமி துளசிமாடத்துக்கு பூஜை செய்துவிட்டு திரும்பியவர் பேரனிடம் "நீரு எங்கடா கண்ணா?" என்று கேட்டவாறே சோஃபாவில் அமர

ரகுநந்தன் "பாட்டி அவ சரியான தூங்குமூஞ்சி. எனக்கு தெரிஞ்சு இப்போ செகண்ட் ரவுண்ட் தூங்கிண்டிருப்பா" என்று அவளை கிண்டல் செய்தான்.

தாத்தா பாட்டியுடன் உற்சாகமாக பேசிக் கொண்டிருந்தவனுக்கு திடீரென்று நீரஜாட்சியிடம் இருந்து போனில் அழைப்பு வர சீதாலெட்சுமியிடம் "பார்த்திங்களா பாட்டி உங்க பேத்திக்கு கொழுப்பை? ஒரே ஆத்துல இருந்திண்டு என்னை போன்ல கூப்பிடறா" என்று போலியாக குறை கூறியவன் போனை எடுத்து "ஹலோ" என்று பேச ஆரம்பித்தான்.

"நந்து எனக்கு ஒரு ஹெல்ப் பண்ணுடா. கொஞ்சம் ரூம்கு வா" என்று மட்டும் கூறிவிட்டு போனை வைத்தாள் அவனது மனைவி.

போனை வைத்த ரகுநந்தன் தாத்தா பாட்டியிடம் "உங்க பேத்தி தான். இப்போ என்ன பஞ்சாயத்துக்கு கூப்பிடறானு தெரியல. போய்ட்டு வந்து எக்ஸ்பிளெய்ன் பண்ணுறேன்" என்று கூறிவிட்டு மாடிப்படி ஏற ஆரம்பித்தான்.

அங்கே அவர்களின் அறையில் நீரஜாட்சி பட்டுப்புடவையைக் கட்டி முடித்துவிட்டு கொசுவம் சரிவராமல் ஒவ்வொன்றாக எடுத்துவிட்டு கொண்டிருந்தாள். அவளால் அதை சரியாக வைக்க முடியவில்லை.

"உப்! இந்த பட்டுப்புடவையை கண்டுபிடிச்சவன் மட்டும் என் கையில மாட்டுனான், மவனே அவன் சட்னி தான். ஃப்ளீட்ஸ் ஒழுங்-காவே வரலையே. இந்த நந்துவை கூப்பிட்டு எவ்ளோ நேரம் ஆகுது? பேசாம கிருஷ்ணாவையே கூப்பிட்டிருக்கலாம்" என்று தனக்குள் புலம்-பியவாறு கிருஷ்ணஜாட்சியை அழைக்க முயல அதற்குள் ரகுநந்தன் வந்துவிட்டான்.

புடவை கொசுவம் சரியாக வராமல் விழித்த மனைவியை கண்டவன் "என்ன ஹெல்ப் நீருகுட்டி? ஷேரி கட்டி விடணுமா?" என்று விஷமமாக கேட்டபடி அவள் அருகில் வர

நீரஜாட்சி "அதுல்லாம் நானே கட்டி முடிச்சிட்டேன். இந்த ஃப்ளீட்ஸ் மட்டும் கொஞ்சம் பிடியேன்" என்று அவனிடம் நீட்ட அவனோ இதை நான் என்ன செய்வது என்று விழித்தான்.

நீரஜாட்சி "நீ இதை பிடிச்சு நான் அரேஞ்ச் பண்ணுன மாதிரி கீழே வரைக்கும் கரெக்டா அரேஞ்ச் பண்ணி குடு நந்து. இல்லைனா ஷேரி தடுக்கி விட்டுடும். பார்க்கவும் நல்லா இருக்காது" என்று கூற மனை-வியின் முகவாட்டம் பொறுக்காத கணவனாக அவன் அழகாக கொசு-வத்தை ஒன்று போல கீழே வரை மடிப்பு கலையாமல் ஒழுங்குப்படுத்திக் கொடுத்தான்.

நீரஜாட்சி கொசுவம் அழகாக வந்த பின் "வாவ்! நீ சூப்பரா அரேஞ்ச் பண்ணிருக்க நந்து!" என்று கூறியவள் கண்ணாடியில் தன்-னைப் பார்த்து திருப்தி பட்டுக்கொண்டாள்.

பின்னர் திரும்பி கணவனிடம் "தேங்க்யூ சோ மச்" என்று கூறிவிட்டு அந்த புடவைக்கு ஏற்ற அணிகலன்களை அணியத் தொடங்கினாள்.

ரகுநந்தன் டிரஸ்ஸிங் டேபிளின் ஒரு முனையில் அமர்ந்தவன் அவள் ஜிமிக்கியை காதில் மாட்டிவிட்டு விரலால் சுண்டி விட்டு அழகு பார்ப்பதை ரசிக்க ஆரம்பித்தான்.

நீரஜாட்சி அவனது பார்வையை கவனிக்காதவளாய் தலை உலர்ந்து விட்டதா என்று தொட்டுப் பார்த்தவள் கூந்தலை பின்னலிட தொடங்கினாள். ஒரு வழியாக அனைத்தையும் முடித்துவிட்டுத் திரும்பியவள் அவன் கையைக் கட்டிக் கொண்டு சாய்ந்து நின்று தன்னை பார்ப்பதைக் கண்டதும் என்னவென்று புருவம் உயர்த்தி வினவினாள். அவன் புன்னகையுடன் எழுந்தவன் இடையோடு சேர்த்து அவளை அணைத்துக்கொண்டான்.

"எதுக்கெடுத்தாலும் இந்த ஐ ப்ரோவை தூக்கி மிரட்டாதடி! ஒரு மனுசனுக்கு அவன் பொண்டாட்டியை ரசிக்கிற உரிமை கூடவா கிடையாது? சரி அதெல்லாம் விடு, இவ்ளோ கஷ்டப்பட்டு ஃப்ளீட்ஸ் எடுக்க ஹெல்ப் பண்ணிருக்கேனே! நேக்கு எதும் கிடையாதா?" என்று அவளை குறிப்பாய் பார்த்து கேட்க

நீரஜாட்சி "பொண்டாட்டி உதவ வேண்டியது ஒவ்வொரு புருஷனோட கடமைடா! கடமையைச் செய்யணும், பலனை எதிர்பார்க்கவே கூடாதுனு பகவானே சொல்லிருக்கார். சோ நீ கொஞ்சம் தள்ளி போறியா, சின்ன மாமி என்னை சீக்கிரமா தயாராகி கீழே வரச்சொன்னாங்க" என்று அவனை விலக்க முயற்சிக்க அவன் மறுப்பாய் தலையசைத்தான்.

"எனக்கு எதுவும் குடுக்காம உன்னை இங்கே இருந்து அனுப்புற ஐடியா இல்ல"

"விளையாடாதே நந்து. ஆல்ரெடி நான் எழுந்திருச்சதே லேட். இன்னும் லேட் ஆக்காதே. என்னை விடு"

"ம்ஹூம்! முடியாது. கிவ் மீ அ கிஸ்" என்றவாறு தனது கன்னத்தை தொட்டு காட்ட அவள் பட்டென்று அந்தக் கன்னத்திலேயே அடித்துவிட்டு "இது போதும்னு நினைக்கேன். இப்போ விடு" என்று அமர்த்தலாக மொழிய

"ஏய் கிஸ் பண்ண சொன்னா ஆம்படையானு கூட பார்க்காம அறையற. நோ வே.. உன்னை இப்போதைக்கு விடறதா இல்ல" என்று அவன் தனது பிடியை இன்னும் இறுக்க நீரஜாட்சி அவனை முறைத்தாள்.

"என்ன முறைச்சாலும் நோ யூஸ். குடுக்க வேண்டியதை குடுத்துட்டு கிளம்பிட்டே இரு" என்று அவன் கூற வேறு வழியின்றி அவன் கன்னத்தில் இதழ் பதிக்க அவள் எம்பி நிற்க அவளது கணவனோ அவனது இலக்கான அவளின் செவ்விதழ்களை நொடிப்பொழுதில் சிறை செய்திருந்தான்.

அந்த எதிர்ப்பாரா இதழணைப்பில் முதலில் திகைத்தாலும் பின்னர் கண்ணை மூடிக் கொண்டவள் சிறிது நேரம் கழித்து அவன் விடுவிக்கவே அவனைப் பார்க்க இயலாது விழிகளை தாழ்த்திக் கொண்டாள்.

தனது செய்கை அவளுக்குள் ஒரு சிறிய பூகம்பத்தை நிகழ்த்தியிருக்கும் என்பதை உணர்ந்த ரகுநந்தன் "இனிமே நீ என்னை அடிப்ப?" என்று கேலிப்பேச்சில் அவளை இயல்புக்கு கொண்டு வர முயல

நீரஜாட்சி அவனை நிமிர்ந்து பார்த்தவள் "அப்பிடி தான் அடிப்பேன். இன்னொரு தடவை வேணும்னா அடிக்கட்டுமா?" என்று கேட்டபடி அவன் கன்னத்தில் மீண்டும் சற்று பலமாகவே அறைய அவன் கன்னத்தை பிடித்துக் கொண்டான்.

"ஏய் குட்டிபிசாசு! ஏன்டி இவ்ளோ பலமா அறைஞ்ச?" என்று அவன் கன்னத்தை தேய்த்துவிட நீரஜாட்சி சிரிப்பை அடக்கியபடி

"நீ எவ்ளோ வலியை தாங்கிப்பேனு செக் பண்ணுனேன் மை டியர் ஹப்பி. நாட் பேட். இது எதையும் தாங்கும் கன்னம் போல. இன்னும் ரெண்டு அடி போடலாமானு யோசிக்கிறேன்" என்று குறும்பாக கூறிவிட்டு அறையை விட்டு வெளியேறினாள்.

ரகுநந்தன் அவளது கேலியை நினைத்து சிரித்தவன் கன்னத்தை தேய்த்தவாறே கீழே இறங்கிவந்தான்.

தாலி பிரித்து கோர்ப்பதற்கு நல்ல நேரம் வருவதற்குள் கிருஷ்ணஜாட்சியையும் ஹர்சவர்தனையும் திருமண உடையில் தயாராக சொல்லியிருந்தார் பத்மாவதி.

நீரஜாட்சி ஹர்சவர்தனிடம் ஏதோ பேசி சிரித்துக் கொண்டிருக்க நீரஜாட்சியின் திருமணம் வரவேற்பு முடிந்து அவுட் ஹவுஸிலேயே தங்கிவிட்ட மெர்லின், கரோலின் மற்றும் கவிதாவுடன் தாலி பிரித்து கோர்க்கும் சடங்கை பார்க்க ஆவலுடன் தயாராகி வந்துவிட்டார்.

கவிதா ஹர்சவர்தனிடம் புன்னகைத்தவள் நீரஜாட்சியைத் தனியே அழைத்துச் சென்று "ஏய் நீ எதுவும் நந்து அண்ணா கிட்ட உளறி வைக்கலையே?" என்று மெதுவாகக் கேட்க அவள் மறுப்பாக தலையசைத்து-

சைத்தாள்.

தொடர்ந்து "ஆனா அதை அவன் கிட்ட சொல்லாம என்னால மறைக்க முடியாதுடி. இன்னைக்கு கண்டிப்பா அவன் கிட்ட சொல்லி-டுவேன்" என்று கூற கவிதாவுக்கு நீரஜாட்சியின் வாழ்வில் இதனால் குழப்பம் வந்துவிடுமோ என்ற பயம்.

ஆனால் சிறிதுநேரத்தில் மைத்திரேயி அவள் கணவனுடன் வந்து-விட அந்த கலகலப்பில் கவிதா சிறிது சிறிதாக இந்த பிரச்சனையை மறந்தாள்.

ஹர்சவர்தனின் தாய்மாமா என்பதால் ஆதிவராஹனுக்கு பத்மாவதி அழைப்பு விடுத்திருந்தார். சொன்ன நேரத்தில் வந்து நின்ற அண்ணனை கண்டு புன்னகைத்தவர் அவருடன் நின்ற விஜயலெட்சுமியைக் கண்ட-தும் முகம் இறுகிப் போனவராய் ஏதும் பேசாமல் சென்று விட்டார்.

ஆதிவராஹனுக்கும் தங்கையின் மனநிலை புரிந்திருந்தது. இவ்வளவு நாட்கள் மனைவி கூறிய பொய்யால் தங்கை செய்த தவறுகள் அவளுக்-குக் குற்றவுணர்ச்சியை தருகிறது என்பதை உணர்ந்தவர் அதைப் போக்-கிகொள்ளும் வழியறியாது தங்கை தவிப்பதையும் புரிந்து கொண்டார். என்ன இருந்தாலும் உடன்பிறந்தவர் அல்லவா!

நெருங்கிய உறவினர் அனைவரும் வந்துவிட தாலி பிரித்து கோர்ப்-பதற்காக விஜயலெட்சுமியை ஒரு பெண்மணி அழைக்க பத்மாவதி சத்-தமாக

"தேவை இல்லை! என் குழந்தேளுக்கு நல்லது நடக்கிறதுக்காக தான் இந்த சடங்கை பண்ணுறதே. என் பொண்ணு இருக்க வேண்டிய இடத்-துல இவ இருக்காளேனு ஒரு நிமிசம் இவங்க நினைச்சாலும் என் மகனும் மருமகளும் நிம்மதியா வாழ முடியாது. என் மருமகள் கழுத்துல ஏறப்போற தாலி நல்லமனுஷி கையால ஏறணும்னு நான் ஆசைப்ப-டறேன். அதான் நானே ஒதுங்கி நிக்கறேன்" என்று மனதில் பட்டதை மறைக்காமல் கூறிவிட்டார்.

அங்கே ஒரு சங்கடமான அமைதி நிலவ அதையும் அவரே கலைத்-தார்.

"மைத்தி நீயும் ஸ்ருதியும் வாங்கோ. மைதிலி நீயும் வாடி. உன் கையால தாலியை பிரிச்சு செயின்ல் கோர்த்து போடுடிம்மா" என்று கூற மைதிலி சகோதரியின் கூற்றை ஏற்றவர் அந்தச் சடங்கை தன் கையா-லேயே ஆரம்பித்து வைத்தார்.

கயிறிலிருக்கும் மாங்கல்யத்தை செயினில் கோர்த்தவர் அதற்கு மஞ்சள் குங்குமம் பூ வைத்து விட்டு அட்சதையை தூவி இருவரையும் ஆசிர்வதித்தார். அவருக்குப் பின் அனைவரும் அட்சதையை தூவ மைத்திரேயி இருவருக்கும் ஆரத்தி எடுத்தாள்.

கிருஷ்ணஜாட்சி கழுத்தில் கனமாக கிடந்த செயினை வருடியவள் அந்த மாங்கல்யத்தை கையில் எடுத்துப் பார்க்க ஏனோ அவளுக்கு உள்ளுக்குள் புல்லரித்தது.

அவள் அறியாமல் அதை கண்ணில் ஒற்றிக் கொள்ள நீரஜாட்சி கவிதா மற்றும் கரோலினிடம் அதைக் காட்டிவிட்டு "அங்கே பாருங்கப்பா! கிருஷ்ணா கணவனே கண் கண்ட தெய்வம் லெவலுக்கு ஃபீல் பண்ணுறா" என்று கேலி செய்ய

அவள் அருகில் இருந்த சீதாலெட்சுமி "ஏன்டி நோக்கு வாய் மூடவே மூடாதா? உன்னை மாதிரி ஆம்படையான் எழுப்பியும் எழும்பாம உறங்கறவளா இல்லாம அவளாச்சும் பொம்மனாட்டியா லெட்சணமா இருக்காளே" என்று பதிலுக்குக் கேலி செய்ய நீரஜாட்சி சட்டென்று திரும்பி ரகுநந்தனை முறைக்க ஆரம்பித்தாள்.

அவன் தந்தை சித்தப்பாவுடன் பேசிக் கொண்டிருந்தவன் "இவ எதுக்கு இப்பிடி முறைக்கறானு புரியலையே" என்று யோசித்தபடியே தனது பேச்சைத் தொடர்ந்தான்.

அதே சமயம் மணையில் அமர்ந்திருந்த ஹர்சவர்தன் கிருஷ்ணஜாட்சியிடம் "பிடிக்காத புருஷன் கட்டுன தாலியா இருந்தாலும் இவ்ளோ மரியாதை குடுக்கிறியே கிருஷ்ணா, ஐ அப்ரிசியேட்" என்று பெருமிதமாய் கூற

கிருஷ்ணஜாட்சி கேலியாக "ஐயோ! கொஞ்சம் நிறுத்துங்க. பத்து சவரன் செயினை யாரா இருந்தாலும் பயபக்தியோட தான் போட்டுப்பாங்க. இதுல இவர் கட்டுன தாலிக்கு மரியாதை குடுக்கோம்னு ஐயாவுக்கு பெருமை வேற" என்று அவன் காலை வாரிவிட ஹர்சவர்தன் மனைவி தன்னுடன் உரிமையாய் வார்த்தைக்கு வார்த்தை பேசுவதே போதும் என்று நிம்மதியுடன் அவளது கேலிப்பேச்சை ரசித்தான்.

அவர்களின் திருமணம் திடுமென்று நடந்தாலும் இத்தனை பிரச்சனைகளுக்கு பிறகு அவர்கள் கணவன் மனைவியாய் மணையில் அமர்ந்திருப்பதே அவர்களுக்கு கடவுளின் பரிபூரண ஆசிர்வாதம் இருப்பதை உணர்த்த மொத்த குடும்பமும் அந்தச் சடங்கை மனநிறைவோடு

செய்து முடித்தனர்.

16

பூங்காற்று 16

நீரஜாட்சி திருமணம் முடிந்த மறுநாளே ரகுநந்தனிடம் தனது நிறைவேறாத திட்டம் பற்றி சொல்ல தக்க தருணத்தை எதிர்நோக்கியிருக்க அவன் ஹோட்டலின் வேலை காரணமாக சென்றுவிட அவளால் அவனிடம் அதை கூறவே முடியவில்லை.

அதை தொடர்ந்த நாட்களில் வீட்டில் அனைவரும் ஒரு புறம் ஹர்சவர்தனின் ஹோட்டல் திறப்புவிழாவை பற்றி பேசிக் கொண்டிருந்தனர். இன்னொரு புறம் கிருஷ்ணஜாட்சியும் கரோலினும் சேர்ந்து அவர்கள் திறக்கப் போகிற **"டாம்'ஸ் கபே"**தொடர்பான வேலைகளில் அலைந்து திரிய இந்த இரண்டு திறப்புவிழாக்களே அங்கிருந்தவர்களின் மொத்த நேரத்தையும் எடுத்துக் கொண்டன.

ஹர்சவர்தன் அது விஷயமாக ரகுநந்தனை அழைத்துச் சென்றுவிட நீரஜாட்சி அலுவலக வேலையில் மட்டுமே கவனம் செலுத்தினாள். பெரும்பாலான நேரங்களில் அவன் வீடு திரும்பும் போது அவள் உறங்கிப் போயிருக்க அந்த உண்மை வெளிவராமலே இருந்தது.

ஆனால் அவளது தோழி கவிதா இது ரகுநந்தனுக்கு தெரியவருவது அவர்களின் உறவுக்கு நல்லதல்ல என்று ஒவ்வொரு முறை போனில் பேசும் போதும் நீரஜாட்சிக்கு அறிவுறுத்துவாள். நீரஜாட்சிக்குத் தன்னை இவ்வளவு காதலிக்கும் கணவனிடம் அவன் சம்பந்தப்பட்ட விஷயத்தை மறைத்து வைத்திருப்பது பிடிக்கவில்லை.

அதனால் இந்த திறப்புவிழா களேபரங்கள் முடியட்டும் என்று அவள் காத்திருந்தாள்.

அதே நேரம் கிருஷ்ணஜாட்சியுடனான ஹர்சவர்தனின் உறவு முன்பு போல இல்லாது சிறிது முன்னேறியிருந்தது. முன்பு போல அவள் தொட்டதற்கெல்லாம் கோபப்படவில்லை. தினமும் காலை அவனது அணைப்பில் கண் விழிப்பது, அலுவலகம் செல்வதற்கு முன் நெற்றியில் அவன் இடும் முத்தம் இது எல்லாமே அவளுக்கு பழகிப் போய் விட்டது. அவளது மனமும் ஹர்சவர்தனின் பால் சிறிது சிறிதாக சரிய தொடங்கியிருந்தது.

இதற்கு சிகரம் வைத்தாற்போல அவனது பிறந்தநாள் வரவே ஹர்சவர்தனுக்கு என்ன பரிசளிக்கலாம் என்று யோசித்து பார்த்தவள் கரோலினின் ஆலோசனையின்படி கைக்கடிகாரம் ஒன்றை வாங்கினாள்.

பிறந்தநாளுக்கு முந்தைய இரவு பன்னிரெண்டு மணிக்கு அவனை எழுப்பியவள் தன் கையால் செய்த கேக்கை (எக்லெஸ் தான்) தயக்கத்துடன் அவனிடம் நீட்டி "ஹேப்பி பர்த்டே ஹர்சா" என்று வாழ்த்த ஹர்சவர்தனுக்கு இதை விட சிறந்த பரிசு வேறு என்ன இருக்க முடியும்?

சந்தோசமாக கேக்கை வெட்டியவன் அதை மனைவிக்கும் ஊட்டிவிட எந்தப் பிறந்தநாளும் தராத மகிழ்ச்சியை இந்தப் பிறந்தநாள் அவனுக்கு அளித்துவிட்டது. மறுநாள் பெரியவர்களிடம் ஆசிர்வாதம் வாங்கி அன்னையின் கையால் செய்த இனிப்பை சாப்பிட்ட பின் ஹோட்டலுக்கு செல்ல தயாரானவனுடன் தானும் வருவதாக கிருஷ்ணஜாட்சி கூறினாள்.

அவனும் கிடைத்த வாய்ப்பை பயன்படுத்தி கொள்பவனாய் அவளை தன்னுடன் அழைத்துச்சென்றான். இருவரும் காரை நோக்கி செல்ல நீரஜாட்சியும் ரகுநந்தனும் அவர்களை ஏதோ சொல்லி கேலி செய்வது இருவருக்குமே புரிந்துவிட்டது. ஒரு ஊமைச்சிரிப்பு அவர்கள் உதட்டை நிறைக்க இருவரும் காரில் அமர்ந்தனர்.

காரில் செல்லும் போதே தான் வாங்கியிருந்த பரிசை அவனிடம் நீட்டியவள் "இது நீங்க யூஸ் பண்ணுற அளவுக்கு காஸ்ட்லியா இருக்காது. பட் என்னால இதை மட்டும் தான் வாங்க முடிஞ்சுது" என்று தயக்கத்துடன் கூறினாள்.

அவன் ஒரு கையால் காரை ஓட்டியபடி அதை வாங்கியவன் சாலையின் ஓரம் காரை நிறுத்திவிட்டு அதை திறந்து பார்த்தான்.

அதிலிருந்த கைக்கடிகாரத்தை கண்டவன் "வாவ்! கிருஷ்ணா வாட்ச் சூப்பரா இருக்கு. ஒன் மினிட்" என்று தனது கைக்கடிகாரத்தைப் பார்த்து

நேரத்தை சரி செய்தான். அதைக் கழற்றிவிட்டு கிருஷ்ணஜாட்சி பரிசளித்ததை அணிந்துகொள்ள அவள் முகம் சந்தோசத்தில் பூரித்துவிட்டது.

அதே சந்தோசத்துடன் "தேங்ஸ்... நான் நீங்க இதை போட்டுக்க மாட்டிங்கன்னு நினைச்சேன்" என்று கூறிவிட

ஹர்சவர்தன் யோசனையுடன் "நீ ஏன் அப்பிடி நினைச்ச கிருஷ்ணா?" என்று வினவ

"நீங்க போட்டிருக்கிற வாட்ச் காஸ்ட்லியானது. அதை விட்டுட்டு இதை போடுவிங்களானு..." என்று இழுக்க

அவன் "நீ எனக்கு பொம்மை வாட்ச் வாங்கி குடுத்தா கூட போட்டுப்பேன். பிகாஸ் அதுல உன்னோட அன்பு இருக்குனு நான் நினைக்கிறேன்" என்றான் அழுத்தமாக.

கிருஷ்ணஜாட்சி அமைதி காக்கவும் அவளது கரத்தை பற்றி முத்தமிட்டவன் "ஐ நோ... இதே வாட்சால நான் உன் கிட்ட ரூடா நடந்துகிட்டேன்ல. பட் அது என்னோட முட்டாள்தனம் தானே தவிர நான் என்னைக்கும் மனுசங்களைப் பணத்தை வச்சு எடை போடறவன் இல்ல. இந்தக் கொஞ்ச நாள்ல நீ என்னை பத்தி புரிஞ்சுகிட்டிருப்பனு நினைக்கேன்" என்று கூற கிருஷ்ணஜாட்சிக்கு அவன் வார்த்தைகள் மனதுக்கு நிறைவைக் கொடுத்தது.

புன்னகையுடன் "ம்ம்.. நீங்க அதே பழைய அம்மாஞ்சி தான்" என்று அவள் கூற

ஹர்சவர்தன் "அம்மா தாயே! தயவு பண்ணி அம்மாஞ்சினு சொல்லாதே. நீ அந்த வார்த்தையை ஏன் சொல்லுறேனு ஒரு விளக்கம் குடுத்தியே, அப்போ இருந்து அந்த வார்த்தையை கேட்டாலே கொஞ்சம் ஜெர்க் ஆகுது" என்று பம்மிக்கொண்டு பதிலளிக்கவும் கிருஷ்ணஜாட்சி கலகலவென்று நகைத்தாள்.

அதே சந்தோசத்துடன் இருவரும் அவரவர் அலுவல் நடக்கும் இடத்துக்கு சென்றுவிட அன்றைய நாள் அவர்களின் வாழ்வின் முக்கியமான திருப்புமுனையாக அமைந்தது. அன்று அலுவலகம் சென்றவர்கள் வீடு திரும்பும் போது திறப்புவிழாக்களுக்கான தேதிகளுடன் வந்தனர்.

இரண்டு தேதிகளும் அடுத்தடுத்து வர நெருங்கியவர்களுக்கு மட்டும் அழைப்பிதழ் கொடுக்கலாம் என்று பெரியவர்கள் கூறிவிட அடுத்து வந்த நாட்களில் அழைப்பிதழ் கொடுக்கவென்று கணவனும் மனைவியும் ஒன்-

றாகவே செல்ல அது அவர்களின் புரிதலை இன்னும் அதிகரித்தது எனலாம்.

அதே சமயம் பத்மாவதி இரு மகன்களுக்கும் நல்லபடியாக திருமணம் முடிந்தால் நூற்றியெட்டு திவ்வியதேசங்களுக்கும் குடும்பத்துடன் வருவதாக வேண்டுதல் வைத்திருந்தார்.

அவரது தோழி ஒருவரும் கிளம்ப இருந்ததால் தனது குடும்பத்தாருடன் தானும் அவர்களுடன் இணைந்து செல்லலாம் என்று எண்ணினார்.

அதை மாமனார் மாமியாரிடம் தெரிவித்த போது இருவரும் எந்த ஆட்சேபனையும் கூறவில்லை. இரண்டு திறப்புவிழாக்களும் முடிந்து ஒரு வாரம் கழித்து தான் அவர்கள் ஷேத்ராடனம் செல்வதாக முடிவு செய்திருந்தனர். எனவே பத்மாவதியும் மைதிலியும் அதற்கான முன்னேற்பாடுகளை செய்யத் தொடங்கினர்.

முதலில் கிருஷ்ணஜாட்சியின் கனவான டாம்'ஸ் கபேயின் திறப்புவிழா தான் வந்தது. கிருஷ்ணஜாட்சியின் குடும்பத்தினர் அனைவரும் சூழ மெர்லின் ரிப்பன் வெட்டி கபேயைத் திறந்து வைத்தார். பேக்கரியுடன் சேர்ந்தே இருந்தாலும் இரண்டுக்கும் உள்கட்டமைப்பு அலங்காரத்தில் நிறைய வேறுபாடுகள் இருந்தது.

முதலில் உதவிக்கு என்று இரண்டு பெண்களை மட்டுமே அவர்கள் பணியமர்த்தியிருந்தனர். அவர்களுக்குக் குடும்பத்தினரை கிருஷ்ணஜாட்சி அறிமுகப்படுத்தி வைத்தாள். அதன் பின் அனைவருக்கும் அவர்கள் கையாளே ஸ்பெஷல் காபி போட்டுக் கொடுக்கப்பட பத்மாவதி கண்ணில் ஆச்சரியத்துடன் அந்தக் கட்டிடத்தை சுற்றி பார்த்துக் கொண்டிருந்தார்.

அவரது கண்கள் கலங்கியிருக்க கிருஷ்ணஜாட்சி "மாமி என்னாச்சு? ஏன் ஒரு மாதிரியா இருக்கிங்க?" என்று கேட்க

அவர் "உன்னை படிக்கவிடாம பண்ணிட்டேனு நினைச்சு இந்த உண்மை தெரிஞ்சப்புறம் நான் கவலைப்படாத நாளே இல்லடிம்மா. ஆனா ரெண்டு பொண்ணுங்களா சேர்ந்து இதை இவ்ளோ சிறப்பா நடத்திண்டு வந்திருக்கேள்ங்கிறது நேக்கு ஆச்சரியத்தை குடுத்துடுச்சு.

உங்க அம்மா என் கிட்ட அடிக்கடி சொல்லுவா, எந்த விஷயத்தையும் ஜீரோல இருந்து ஆரம்பிச்சு ஜெயிக்கணும் மன்னினு. அவ வார்த்தையை இன்னைக்கு அவ பொண்ணு நிஜமாக்கிட்டா" என்று கூற கிருஷ்ணஜாட்சிக்கும் அன்னையின் நினைவில் முகம் கலங்க ஆரம்-

பித்தது.

சில கணங்களில் முகத்தைச் சீராக்கி கொண்டவள் பத்மாவதியை அழைத்துச் சென்று அந்த கபேயை சுற்றி காட்ட தொடங்கினாள்.

இவையனைத்தையும் தூரத்திலிருந்து விழியகல பார்த்துக் கொண்டிருந்தனர் பட்டாபிராமன் தம்பதியினரும் அவர்களின் சீமந்தபுத்திரர்களும்.

வேங்கடநாதன் நிம்மதி பெருமூச்சுடன் "பத்மாவை இப்பிடி பார்க்க எவ்ளோ சந்தோசமா இருக்கு தெரியுமாப்பா?" என்று கூற

கோதண்டராமன் "ஆமா அண்ணா! மன்னி முழுசா மாறிட்டா.. மதுராவுக்குத் தான் இதைப் பார்க்க குடுத்து வைக்கல" என்று வருத்தத்துடன் கூற அனைவருமே அதை மவுனமாக ஆமோதித்தனர்.

ஒரு வழியாக அந்த திறப்புவிழா முடிந்து ரகுநந்தன் ஹர்சவர்தனை தவிர அனைவரும் வீடு திரும்ப அண்ணனும் தம்பியும் மறுநாள் ஹோட்டல் திறப்புவிழாவுக்கான ஏற்பாடுகளை பார்வையிட சென்றிருந்தனர்.

அவர்கள் இரவு திரும்ப நேரமாகி விட பத்மாவதி இளைய மருமகளிடம் "நீரஜா என்னோட போன் சரியாவே வேலை செய்யறதில்லடிம்மா. இதுல என்ன பிரச்சனைனு கொஞ்சம் பார்த்து ரிப்பேர் பார்த்து வாங்கி தர்றியா?" என்று கேட்க நீரஜாட்சியும் சரியென்று தலையாட்டியவள் அதை வாங்கிச் சென்று தனது டேபிளில் வைத்து பூட்டினாள்.

மறுநாள் திறப்புவிழாவுக்குக் கோலாகலமாக தயாரான குடும்பத்தினர் அவர்களின் ஹோட்டலின் முன் சென்று காரில் இறங்கியதும் கண்கள் விரிய ஆச்சரியத்தில் திகைத்தனர்.

எஸ்.என் கன்ஸ்ட்ரெக்சனின் பொறியாளர்கள் தங்கள் திறமை முழுவதையும் கொட்டி அதைக் கட்டியிருந்தனர் என்று கூறினால் மிகையாகாது.

அங்கே ஊழியர்கள் காத்திருக்க சுபநேரத்தில் **ஹோட்டல் ஸ்ரீ கிராண்டெ**பட்டாபிராமன் மற்றும் சீதாலெட்சுமி தம்பதியினரால் திறந்து வைக்கப்பட்டது.

உள்ளே நுழைந்ததும் கண்ணாடி கதவுகளுடனான கீழ்த்தளம் அது தான் ஹோட்டலின் லாபி கண்ணைப் பறிக்கும் விளக்குகளுடன் சொர்க்கலோகம் போல மின்னியது. அதன் ஒரு ஓரமாக மிகப்பெரிய ரிசப்சன் இருக்க அதன் நான்கு பக்கங்களிலும் அடுத்தடுத்த உணவு உண்ணும் பகுதிகள் இருந்தன. ஒவ்வொன்றும் ஒவ்வொருவிதமான உள்கட்டமைப்பு

வசதியுடன் செதுக்கப்பட்டிருந்தன.

லாபியின் ஒரு ஓரமாக ஸ்ரீகிருஷ்ணனின் வெண்கலச்சிலை அழகாக வைக்கப்பட்டிருக்க அங்கே வந்து காத்திருப்பவர்களுக்காக கலைநயமிக்க இருக்கைகளும் போடப்பட்டிருந்தன.

நீரஜாட்சியிடம் ஒவ்வொரு இடமாக சுட்டிக்காட்டிய ரகுநந்தன் ஒரு பக்க உணவு உண்ணும் பகுதியின் வழியாக சென்று வெளியே இருக்கும் நீச்சல்குளம் மற்றும் அதைச் சுற்றியிருக்கும் புல்வெளியை காட்ட அவள் ஆச்சரியத்துடன் ஒவ்வொன்றையும் ரசிக்கத் தொடங்கினாள்.

"நீரு டோட்டலா ஏழு மாடி இருக்கு. ஒரு மாடிக்கு பத்து ரூம், டோட்டலா செவண்டி ரூம்ஸ் இருக்கு. இப்போதைய பட்ஜெட்டுக்கு இவ்ளோ தான் முடிஞ்சது. அப்புறமா அந்தப் பக்கம் பிஸினஸ் ரூம், இங்கே போனா பார்ட்டி ஹால் வரும்" என்று அவளைத் தோளோடு அணைத்தபடி விளக்கி கொண்டிருந்தான்.

அதே நேரம் பட்டாபிராமன் ஹர்சவர்தனிடம் "கண்ணா நீ நம்ம குடும்பத்தோட பேரை இன்னும் ரொம்ப உயரத்துக்கு கொண்டு போயிட்-டடா. அந்த பகவான் நோக்கு எந்த குறையும் வைக்க மாட்டார்" என்று மனதாற கூற

ஹர்சவர்தன் "எல்லாம் உங்க ஆசிர்வாதம் தாத்தா" என்றான் அடக்கமாக.

ஆனால் பக்கத்தில் நின்ற சீதாலெட்சுமியோ "எல்லாம் மூத்த பேத்தியோட ராசி. அவ கால் வச்சப்புறம் தான் இதுல்லாம் நடந்துச்சு" என்-றார் பெருமிதமாக.

பத்மாவதிக்கும் மைதிலிக்கும் பெருமை பிடிபடவில்லை. ஸ்ருதிகீர்த்தி கர்ப்பகால பிரச்சனைகளால் வரவில்லை. எனவே மைத்திரேயியும் அவளது மகனும் வந்திருந்தனர். மைத்திரேயி மகனுடன் வளைத்து வளைத்து செல்பி எடுத்தவள் அம்மாவையும் பெரியம்மாவையும் விட்டு-வைக்கவில்லை.

கிருஷ்ணஜாட்சி கரோலினையும் மெர்லினையும் அழைத்திருந்தாள். மெர்லின் ஹர்சவர்தனிடம்

"ஐ அம் ரியலி ப்ரவுட் ஆஃப் யூ மை சன். நீ சொன்னதை சாதிச்-சிட்ட.. இனிமே கிருஷ்ணா உன்னோட மனைவினு பெருமையா சொல்-லிக்கலாம்" என்று வாழ்த்த அவனும் புன்னகையுடன் அவரது வாழ்த்தை ஏற்றுக்கொண்டான்.

கிருஷ்ணஜாட்சி வரவும் மெர்லின் குடும்பத்தினர் நகர்ந்து விட்டனர். அவள் ஹர்சவர்தனிடம் கையை நீட்டியவள் "கங்கிராட்ஸ் ஹர்சா" என்று கூற அவனோ கையை நீட்டாமல் அமைதியாக நின்றான்.

அவள் ஆச்சரியமாக பார்க்க அவளை இழுத்து அணைத்துக் கொண்டவன் "இனிமே என்னை வாழ்த்தணும்னு நோக்கு தோணுச்சுனா இப்பிடி தான் வாழ்த்தணும். சரியா?" என்று கூற

அவள் வெட்கத்துடன் "என்ன பண்ணுறிங்க? முழு குடும்பமும் இங்கே தான் இருக்காங்க. பார்த்துடப் போறாங்க ஹர்சா" என்று விலக முயல

அவனோ இன்னும் இறுக்கமாக அணைத்துக் கொண்டபடி "பார்த்தா பார்க்கட்டும். என் ஆத்துக்காரியை நான் ஹக் பண்ணுறதை யாராலயும் தடுக்க முடியாது" என்று கூறிக் கொண்டிருக்கும் போதே ரகுநந்தன் நீர-ஜாட்சியுடன் வந்துவிட்டான்.

ஹர்சவர்தன் "வந்துட்டாங்கய்யா கரடி கபிள்ஸ்" என்று கேலியுடன் அவர்களை வரவேற்றான்.

ரகுநந்தன் அண்ணனை பொய்யான கோபத்துடன் நோக்கியவன் "டேய் அண்ணா இவளை சொல்லு ஓகே. நான் எப்போடா உங்களை டிஸ்டர்ப் பண்ணிருக்கேன்?" என்று கேட்க அதற்கு ஹர்சவர்தனும் கிருஷ்ணஜாட்சியும் சிரிக்க

நீரஜாட்சி ரகுநந்தனை முறைத்தவள் சலிப்புடன் "அத்திம்பேர் நேக்கு வாய்ச்ச ஆம்படையான் சரியில்ல. என்ன பண்ணுறது? எல்லாம் தலை-விதி" என்று நெற்றியில் கோடிழுத்துக் காட்டினாள்

இந்த ஜோடிகளின் புன்னகை என்றுமே அவர்களை விட்டு விலகக் கூடாது என்று அவர்கள் குடும்பத்தினர் கடவுளிடம் வேண்டிக் கொண்-டனர்.

எல்லாம் நன்றாக தான் சென்றது, ரகுநந்தன் இரவில் அவனது அறைக்கு வந்தவன் மேஜையிலிருந்து அவன் அன்னையின் போனை எடுக்கும் வரை.

அவன் வருவதற்கு முன்னரே நீரஜாட்சி மனதிற்குள் "நீரு எல்லா ஃபங்சனும் முடிஞ்சு இப்போ பீச் மோடுக்கு எல்லாரும் திரும்பியாச்சு. இன்னைக்கு நந்து கிட்ட உண்மையை சொல்லிடு" என்று தன்னை தயார் படுத்திக் கொண்டிருக்கும் போதே அறைக்குள் நுழைந்தான் அவளின் கணவன்.

உள்ளே வந்தவன் "நீரு நேக்கு சூடா காபி போட்டு எடுத்துண்டு வர்றியா? ரொம்ப டயர்டா இருக்கு. நான் போய் ஒரு குளியலை போட்-டுடறேன்" என்று கேட்க அவள் மறுக்காமல் தலையாட்டிவிட்டு சமைய-லறைக்கு சென்று காபி போட ஆரம்பித்தாள்.

பத்மாவதி மைதிலியுடன் ஹாலில் அமர்ந்து பழைய கதை பேசிக் கொண்டிருந்தவர் மருமகள் சமையலறைக்குள் நுழைவதை கண்டுவிட்டு "இந்நேரத்துல என்னடிம்மா உருட்டிண்டிருக்க?" என்று கேட்க

"உங்க பையனுக்கு காபி வேணுமாம் மாமி. அதான் போட்டிட்டிருக்-கேன்" என்று பதிலிறுத்துவிட்டு காபிகப்புடன் மாடிக்குச் சென்றாள்.

அதற்குள் ரகுநந்தன் குளித்து விட்டு உடை மாற்றியிருக்க அவன் கையில் இருந்தது பத்மாவதியின் செல்போன். அவள் வரும் அரவம் கேட்டு திரும்பியவன் "அம்மா போன் இங்கே ஏன் இருக்கு?" என்ற கேள்வியுடன் காபி கப்பை வாங்கிக் கொள்ள நீரஜாட்சி அதில் ஏதோ பிரச்சனை என்று கூறவும் போனை ஆன் செய்தான்.

காபியை அருந்தியபடி போனில் கண்ணை ஓடவிட்டவனிடம் நீர-ஜாட்சி "நந்து உன் கிட்ட நான் ஒன்னு சொல்லணும்" என்று ஆரம்பிக்க அவன் உம் கொட்டியபடி போனில் தேவையற்ற ஆப்களை அழித்தபடி கேட்க ஆரம்பித்தான்.

"நந்து... நான் கல்யாணத்துக்கு ஏன் சம்மதிச்சேன்னா...." என்று அவள் ஆரம்பிக்கும் போது அவன் தனக்குள் "ச்சே இந்த அம்மா ஏன் இத்தனை ஆடியோ ரெக்கார்ட் பண்ணிருக்காங்க?" என்றபடி கடைசி-யாய் பதிவானதை கேட்க ஆரம்பித்தான்.

அதில் நீரஜாட்சியின் குரல் தான் ஒலித்தது. "எங்க அம்மாவோட தயவுல ராஜவாழ்க்கை வாழறேள் போல?" என்று கேலியுடன் பேச ஆரம்பித்தவளின் குரல் அதிலிருந்து கேட்க ரகுநந்தன் இது எப்போது என்ற ரீதியில் அந்த உரையாடலை கேட்க ஆரம்பித்தான்.

நீரஜாட்சியோ "நந்து இதை தான் நான்.." என்று சொல்லவர அவள் உதட்டில் விரல் வைத்து தடுத்தவன் மிச்சமுள்ளவற்றை கேட்க ஆரம்-பித்தான்.

அவள் பேசிக் கொண்டிருக்கையிலேயே "உங்க இளைய பிள்ளை என்னை ரொம்ப காதலிக்கிறான். அவன் இப்போ என்னோட நந்து. அவனை வச்சு தான் நான் இந்த ஆத்துக்குள்ளே உரிமையோட நுழை-யப் போறேன்" என்ற வாக்கியம் வர ரகுநந்தனால் அந்த வார்த்தையை

நம்பவே முடியவில்லை.

அந்த வார்த்தை ஏற்படுத்திய அதிர்ச்சியில் அவன் கையிலிருந்த காபி கோப்பையை நழுவ விட அது கீழே விழுந்து நொறுங்கியது

அவன் அதோடு ஆடியோவை நிறுத்திவிட நீரஜாட்சி என்ன சொல்லவென்று தெரியாதவளாய் உறைந்து போய் நின்றாள். ரகுநந்தன் அதை கேட்டதற்கு காரணமே இது வழக்கம் போல தாயும் அவளும் போடும் சிறுபிள்ளைத்தனமான சண்டை தான் என்று எண்ணி தான் கேட்கவே ஆரம்பித்தான்.

ஆனால் அந்த ஆடியோ அவனது காதலின் அடித்தளத்தையே அசைத்துப் பார்க்கும் என்று தெரிந்திருந்தால் சத்தியமாக அதை கேட்டிருக்கவே மாட்டான்.

உள்ளுக்குள் எதுவோ உடைவது போன்ற வலி. மெதுவாக அந்த வலி விஸ்வரூபமெடுக்க கோபத்தில் கையிலிருக்கும் போனை வீசினான் ரகுநந்தன்.

நீரஜாட்சி அதிர்ந்தவளாய் கண்கள் விரித்து பார்த்துவிட்டு அவனை நோக்கி வர "ஏய் அங்கேயே நில்லு. பக்கத்துல வந்தா நான் கோவத்துல எதுவும் பண்ணிடப் போறேன்" என்று எச்சரித்தான்.

"நந்து நான் சொல்லுறதை கேட்டுட்டு கோவப்படு. நான் எந்த மாதிரி சிச்சுவேசன்ல இப்பிடி பேசுனேனு உனக்கு நான் சொல்லுறேன்" என்று அவள் பதற்றத்தில் நடுங்கிய குரலில் கூற

அவனோ "இன்னும் என்னடி கேக்கணும்? அதான் உன் வாயால சொல்லிட்டியே! உன் பத்து மாமிக்கு புத்தி வர வைக்கவும், உன் அக்கா வாழ்க்கைக்காகவும் தான் என்னை கல்யாணம் பண்ணிண்டேனு" என்று கத்திவிட்டு வெளியே செல்ல எத்தனிக்க நீரஜாட்சி அவனது கரம் பற்றி தடுத்தாள்.

"நீ இன்னும் நான் சொல்லுறதை கேக்கலையே நந்து! பிளீஸ் கொஞ்சம் பொறுமையா கேளு" என்றவளின் கையை உதறினான் ரகுநந்தன்.

"என்னடி சொல்ல போற? இது நீ பேசுனது இல்லைனா?"

"இல்ல நந்து. அது நான் பேசுனது தான். ஆனா அப்போ நான் இருந்த மனநிலை அப்பிடி"

"எந்த மனநிலை மண்ணாங்கட்டியை பத்தியும் இனி நான் கேக்க போறது இல்ல. நேக்கு தெரிஞ்சது எல்லாம் ஒன்னு தான்; நீ என்னை

காதலிக்கவே இல்லை. என் அம்மாவை நோக்கு பிடிக்காதுங்கிறதுக்காக அம்மாக்கு பதிலடி குடுக்க தான் நீ என்னை காதலிச்ச மாதிரி நடிச்சிருக்க. யோசிக்கிறேனு மூனு மாசமா நேக்கு பதில் சொல்லாதவ திடீர்னு வந்து கல்யாணம் பண்ணிக்கலாம்னு சொல்லுறப்போவே நான் சுதாரிச்சிருக்கணும்" என்று என்ன பேசுகிறோம் என்று புரியாமல் வார்த்தைகளை விட்டான்.

நீரஜாட்சிக்கு அவன் வார்த்தைகள் நெஞ்சை ரணமாக்கியது.

"இல்ல நந்து. எனக்கு நடிக்கவராது. எனக்கு உன்னை பிடிச்சு தான் கல்யாணம் பண்ணிக்க ஓகே சொன்னேன்" என்று கெஞ்சலாகவே அவள் குரல் ஒலிக்க அதை கேட்க அவனுக்குமே கஷ்டமாக தான் இருந்தது.

தலையை உலுக்கியவன் "நீ சொல்லுற எல்லாமே எனக்கு இப்போ பொய்யா தான் தோணுது நீரஜாட்சி" என்றவனின் பேச்சில் அவளும் உள்ளுக்குள் உடைந்து கொண்டிருக்கிறாள் என்று அறியாமல் அவன் பேசினான்.

"நான் ஏன் பொய் சொல்ல போறேன் நந்து? நிஜமாவே எனக்கு உன்னை ரொம்ப பிடிக்கும். விரும்பாத ஒருத்தனை எந்த பொண்ணாலயும் புருசனா ஏத்துக்க முடியாதுடா" என்றாள் அவள் தன்னை புரியவைக்கும் வேகத்துடன்.

எப்போதும் தன்னை காதலுடன் நோக்கும் விழிகளில் அன்று வெறுப்பு மட்டும் தெரிய அவனை அமைதியாக்கி தனது நிலையை விளக்க நினைத்தாள் அவள்.

ஆனால் ரகுநந்தனின் "போதும்! நீ சொல்லுறதை நான் எப்பிடி நம்புறது? நீ என்னை விரும்புனங்கிறதுக்கு உன்னால ஆதாரத்தை காட்ட முடியுமா?" கோபம் கலந்த ஏளனத்தில் இவ்வளவு நேரம் தூங்கிக் கிடந்த அவளின் சுயகவுரம் கண் விழித்தது.

தான் நேசிப்பதை புரிந்து கொள்ள கூட இயலாதவனாய் ஆதாரம் கேட்பவனிடம் மனம் விட்டு போனது அவளுக்கு. தான் எதுவுமே செய்யாமல் அவனிடம் கெஞ்சிக் கொண்டிருப்பது தனது இயல்பே அல்ல என்று நினைத்தவள் இதற்கு மேல் இவனிடம் விளக்க வேண்டிய அவசியம் தனக்கு இல்லை என்ற முடிவுக்கு வந்தாள்.

கண்ணில் கனலுடன் "ரகுநந்தன்னு பேர் வச்சதுக்கு பொருத்தமா எப்பிடி நம்புறதுனா கேக்குற? ஏய்! நீ நம்பவே வேண்டாம்டா. அவ்ளோ

கஷ்டப்பட்டு ஆதாரம் காமிச்சு தான் நீ என்னோட மனசை புரிஞ்சிப்பேனா அதுக்கு அவசியமே இல்ல மிஸ்டர் ரகுநந்தன். நான் நடிச்சு உன்னை கல்யாணம் பண்ணிகிட்டதா நினைக்கிறியா? தாராளமா நினைச்சுக்கோ. ஐ டோண்ட் கேர் அண்ட் ஐ அம் டன். இனி பேசுறதுக்கு எதுவும் இல்ல" என்று அவனுக்குச் சிறிது குறையாத கோபத்துடன் உரைத்துவிட்டு அந்த அறையை விட்டு வெளியேறினாள் நீரஜாட்சி.

இதற்கு மேல் அங்கே நின்றால் அவள் அழுதுவிடுவாள் என்பது அவளுக்கே தெரியும். ஆனால் ஒரு ஆடியோவுக்காக தனது நேசத்தை நாடகம் என்று சொல்பவன் கணவனே என்றாலும் அவன் முன் கண்ணீர் சிந்த அவளது தன்மானம் இடம் கொடுக்கவில்லை.

இங்கே ரகுநந்தனின் நெஞ்சமோ உலைக்களமாக கொதித்தது. தலையை பிடித்தபடி படுக்கையில் அமர்ந்தவனுக்கு உலகமே தன்னை பார்த்து கை கொட்டி சிரிப்பது போன்ற உணர்வு.

நீரஜாட்சியின் பேச்சை யாராவது கேட்டுவிட்டு வந்து கூறியிருந்தால் கூட அவன் நம்பியிருக்க மாட்டான். அவளே கூறியபிறகு அவனால் அதை ஏற்றுக் கொள்ள முடியவில்லை. தனது காதல் இப்படி கேலிக்கூத்தாகி விட்டதே என்ற எண்ணமே அவனைக் கொல்ல முதல் முறை அவன் கண்ணில் கண்ணீர் திரள தொடங்கியது.

காதல் என்பது எவ்வளவு சந்தோசத்தை கொடுக்குமோ அவ்வளவுக்கு வலியையும் கொடுக்கும் என்பதை அந்த இரவு அவர்களுக்கு உணர்த்திவிட்டது.

17

பூங்காற்று 43

அந்த ஆடியோவால் நீரஜாட்சிக்கும் ரகுநந்தனுக்கும் இடையே சத்தமே இல்லாமல் ஒரு பனிப்போர் ஆரம்பித்தது. இருவரும் ஒருவரையொருவர் முறைத்தபடியே திரிய ரகுநந்தன் இப்போதெல்லாம் பெரும்பாலான நேரத்தை அலுவலகத்திலேயே கழித்தான். அலுவலகத்திலும் கூட கணவனும் மனைவியும் அவ்வளவாக பேசிக் கொள்வதில்லை.

நீரஜாட்சி அவனை ஏளனமான உதட்டுவளைவுடன் கடந்துவிட அவனால் தான் எதையும் மறக்க முடியவில்லை. அவள் இந்தப் பிரச்-சனையை இலகுவாக எடுத்துக் கொண்டதற்கும் அவனது புத்தி தப்பர்த்-தம் செய்து கொண்டது.

"அது சரி! நான் மட்டும் தானே லவ் பண்ணுனேன். அவ தான் என்னை பத்தி நினைச்சு கூட பார்த்தது இல்லையே. அப்புறம் எப்பிடி அவளுக்கு வருத்தமா இருக்கும்?" என்று அவன் நினைத்துக் கொள்ள

நீரஜாட்சியோ "உண்மையை சொல்ல சொல்ல கேக்காம போனா நான் இவன் பின்னாடியே போய் கெஞ்சணுமாக்கும், பெரிய இவன்! உண்மையை புரிஞ்சுகிட்டு தானா பேசுனா பேசுறான், இல்லைனா வாழ்க்கை முழுக்க இப்பிடி முசுடாவே இருந்துட்டுப் போறான். எனக்கு என்ன வந்துச்சு?" என்று சிறிதும் தனது நிலையை விட்டு இறங்காதவ-ளாய் அவனைச் சமாதானம் செய்ய முயலவில்லை.

அவளின் விலகல் எங்கே தன்னை பலகீனமாக்கி விடுமோ என்று பயந்து இனி அலுவலகத்திலும் அவளைச் சந்திப்பதை முற்றிலுமாக தவிர்க்க எண்ணியவன் அதற்கான ஏற்பாட்டுடன் தான் வீட்டுக்குச்

சென்றான்.

மெதுவாக தனது அறையினுள் நுழைந்தவன் விளக்கைப் போட நீரஜாட்சி ஆழ்ந்த நித்திரையில் ஆழ்ந்திருப்பது கண்ணில் படவே இவளால் எப்படி குற்றவுணர்ச்சி எதுவுமின்றி உறங்க முடிகிறது என்ற ஆதங்கம் அவனுக்குள் எரிச்சலை மூட்டவும் உள்ளுக்குள் ஜிவுஜிவென்று கோபம் மூண்டது.

அதே கோபத்துடன் மேஜை மீது இருந்த தண்ணீர் ஜக்கை தரையில் வீச அது எழுப்பிய சத்தத்தில் விழித்துக் கொண்டாள் அவள்.

முகம் முழுக்க எரிச்சலுடன் தன் எதிரே நின்றவன் தனது கணவன் தான் என்று அறிந்தவள் "நிம்மதியா தூங்க கூட விட மாட்டியாடா? அறிவில்ல, தண்ணி குடிக்க எடுத்த ஜக்கை பிடிக்க கூட உன் கையில பலம் இல்லையா?" என்று தூக்கம் கலைந்த எரிச்சலில் காச்மூச்சென்று கத்த துவங்கினாள்.

அவன் நிதானமாக அவளைப் பார்த்தபடி சட்டையின் பட்டன்களை கழற்றத் துவங்க நீரஜாட்சி எரிச்சலுடன் முகம் திருப்பிக்கொண்டாள். ரகுநந்தனோ அவளை எரிச்சல் படுத்திவிட்ட திருப்தியில் உள்ளே சென்று ஆடையை மாற்றிவிட்டு வந்தவன் தலையணை போர்வையைத் தரையில் வீசினான்.

கேள்விக்குறியுடன் பார்த்தவளிடம் "கீழே போய் தூங்கு. இது என்னோட பெட்" என்று அவன் கூற நீரஜாட்சி அடுத்த நிமிடம் காளி அவதாரம் எடுத்தாள்.

அவள் இன்னும் நகராமல் இருக்க அவன் சொடுக்கிட்டு தரையை காண்பித்தான்.

அவளோ "என்னால் கீழே படுக்க முடியாது. நான் இங்கே தான் படுப்பேன். உனக்கு என்னோட ஒரே பெட்ல தூங்க கம்பர்டபிளா இல்லனா நீ போய் தரையில படுத்து தூங்கு" என்று சொல்லிவிட்டு போர்வையால் முகத்தை மூடிக் கொண்டபடி படுத்துக்கொள்ள

ரகுநந்தன் அந்த போர்வையை பட்டென்று விலக்கியவன் "இது என்னோட ரூம்டி. நான் ஏன் தரையில படுக்கணும்?" என்று முரண்டுபிடிக்க

நீரஜாட்சி "பெட்ல படுத்து தூங்குறதும், தரையில படுத்து தூங்குறதும் உன்னோட இஷ்டம். நான் இங்கே தான் தூங்குவேன். சும்மா என்னை எரிச்சல்படுத்தாம போடா" என்று அலட்சியமாக கூறிவிட்டு படுக்கையில்

சரிந்தாள்.

ரகுநந்தன் கோபம் மாறாதவனாய் "அது சரி! பேய்க்கு வாக்கப்பட்டா புளியமரத்துல தொங்கி தானே ஆகணும்" என்று சத்தமாக கூறிவிட்டு மெத்தையின் மற்றொருபுறம் படுத்துக் கொண்டான்.

நீரஜாட்சி விலுக்கென்று எழுந்தவள் "பேய்னு தெரிஞ்சு ஏன்டா கல்யாணம் பண்ணிகிட்ட?" என்று கடுப்புடன் கேட்க

அவனும் அவளுக்குச் சளைக்காமல் "தெரிஞ்சுருந்தா நான் ஏன்டி கல்யாணம் பண்ணிண்டிருக்க போறேன்?" என்று பதிலுக்கு எகிறினான்.

"இப்போ ஒன்னும் குறைஞ்சு போகலைடா. நாளைக்கே நல்ல லாயரா பாரு. ரெண்டு பேருமா சேர்ந்து மியூச்சுவல் டிவோர்சுக்கு அப்ளை பண்ணுவோம்"

"வாட்? டிவோர்ஸா? அது சரி! காதலிக்கிற மாதிரி நடிச்சவளுக்கு கல்யாணம் எப்பிடி ஈசியோ அதே மாதிரி டிவோர்சும் ஈசியா போயிடுத்துல்ல"

"ஆமா மிஸ்டர் ரகுநந்தன். என்னை பொறுத்தவரைக்கும் நான் எதிர்மறையான மனுஷங்க கிட்ட விலகி இருக்க தான் ஆசைப்படுவேன். அதனால எவ்ளோ சீக்கிரம் முடியுமோ அவ்ளோ சீக்கிரம் லாயரை பாருங்க" என்று கூறியவள் படுக்கையிலிருந்து எழுந்தாள்.

மொபைல் மற்றும் ஹெட்போனை எடுத்துக் கொண்டவள் மேஜையிலிருந்த அவுட் ஹவுஸின் சாவியுடன் அந்த அறையை விட்டு வெளியேறினாள்.

அவள் சென்ற பின்னரும் அவளது 'டிவோர்ஸ்' என்ற வார்த்தை ஏற்படுத்திய அதிர்ச்சி அவனை பீடித்துக்கொள்ள ரகுநந்தனால் உறங்க இயலவில்லை.

நீரஜாட்சி அவனிடம் முறைத்துக் கொண்டபடி வெளியே வந்தவள் அப்போது தான் கையில் தட்டுடன் மாடி வராண்டாவில் நடந்து வந்த கிருஷ்ணஜாட்சியைக் கண்டதும் "என்ன கிருஷ்ணா, அத்திம்பேருக்கு சாப்பாடு கொண்டு போறியா?" என்று கேட்டுவிட்டு கண்ணைச் சிமிட்ட

கிருஷ்ணஜாட்சி "ஆமா நீரு! அவருக்கு கையில ஏதோ கிழிச்சிருக்கு. சாப்பிட முடியலைனு சொன்னாரு. அதான் நான் எடுத்துட்டுப் போறேன்" என்று அமைதியாக பதிலளிக்க

நீரஜாட்சி "ம்ம்... நாட் பேட்.. ஊட்டி விடுற லெவலுக்கு உங்க லவ்ஸ் டெவலப் ஆயிடுச்சு போல" என்று கேலி செய்ய

கிருஷ்ணஜாட்சி "என்ன இருந்தாலும் சின்ன அம்மாஞ்சி லவ்ஸ் லெவலுக்கு அவரோட அண்ணா இல்லை" என்று தங்கையின் காலை வாரி விட்டபடி புன்னகைத்தாள்.

நீரஜாட்சி எதுவும் கூறாமல் இளித்து வைக்க கிருஷ்ணஜாட்சி "ஆமா இந்நேரத்துல நீ எங்க போற?" என்று கேட்க

நீரஜாட்சி என்ன பதில் கூறவென்று புரியாமல் விழித்தவள் "அது.. வந்து.. ஹான்... என்னோட ஹெட்போன் அவுட் ஹவுஸில மாட்டி-கிச்சு... அதை எடுத்துட்டு வரப் போறேன்" என்று சமாளித்துவிட்டு "நீ போ கிருஷ்ணா. அத்திம்பேர் பசி பொறுக்காம கத்தப்போறார்" என கேலியாய் பேசி அக்காவை அனுப்பி வைத்தாள்.

தமக்கை சென்றதும் பெருமூச்சு விட்டபடி ஹாலை அடைந்தவள் அங்கே யாரும் இல்லையென்பதை உறுதிபடுத்திவிட்டு வாயில் கதவு திறந்திருக்கவும் வீட்டை விட்டு வெளியேறி தோட்டத்தில் கால் பதித்-தாள்.

பத்மாவதி தான் கடைசியாக வீட்டின் விளக்குகளை அணைத்து-விட்டு வாயில் கதவை சாத்துவது வழக்கம். அதற்கு நேரம் இருப்பதால் அன்று அவள் வெளியேறுவது சாத்தியமாயிற்று.

வெளியே குளிருவதால் அவள் கைகளை இறுக்கமாக கட்டிக் கொண்டு அவுட் ஹவுஸை நோக்கிச் செல்வது மேலே மாடியில் நின்று பார்த்துக் கொண்டிருந்த ரகுநந்தனின் கண்ணில் விழுந்தது. அவள் திரும்பிப் பார்ப்பது போல தோணவும் வேகமாக அங்கிருந்து மறைந்தான்.

நீரஜாட்சி தலையை உலுக்கியபடி அவுட் ஹவுஸை திறந்தவள் உட்பக்கம் தாழிட்டுவிட்டு தனது அறைக்குள் நுழைந்தாள். அவளின் பார்வை ஒவ்வொன்றாய் ஆராய்ந்து கடைசியில் பெற்றோரின் புகைப்ப-டத்தின் மீது நிலைத்தது.

அதைக் கண்டதும் தந்தை அடிக்கடி சொல்வது அவளின் நினை-வுக்கு வந்தது.

"என்னோட நீருகுட்டி எப்போவுமே அப்பாவோட பிரின்சஸ் தான். நாளைக்கு நீ கல்யாணம் ஆகி போனப்புறம் அங்கே நீ தான் மகாராணி. அப்போ இந்த மகாராணிக்கு அப்பாவை நியாபகம் இருக்குமோ? இல்-லையோ?" என்றவரின் கேலிப்பேச்சில் அவளுக்கு கண்ணை கரித்துக் கொண்டு வந்தது.

யாருமற்ற அந்த அறையில் தாயும் தந்தையும் இருப்பதாய் பாவித்தவள் "ஒரு பொண்ணை பிரின்சஸாவோ குயினாவோ உணர வைக்கிறது அப்பா மட்டும் தான். ஹஸ்பெண்ட்ங்கிறவனுக்கு அவ வெறும் பிராபர்ட்டி மட்டும் தான்பா. வேணுங்கிறப்போ தலையில வச்சு கொண்டாடுவாங்க, வேண்டான்னா தூக்கிப் போட்டுட்டு போயிடுவாங்க" என்று வருத்தத்துடன் கூறிவிட்டு படுக்கையில் சுருண்டு படுத்துக்கொண்டாள்.

எப்போது உறங்கினாள் என்றே தெரியாமல் நித்திரையில் விழுந்தவள் அதிகாலையில் கதவு தட்டப்படும் சத்தம் கேட்டதும் திடுக்கிட்டு விழித்தாள்.

ஒரு வேளை தான் அவுட் ஹவுஸில் தூங்கிவிட்டது யாருக்கும் தெரிந்திருக்குமோ என்ற அச்சத்துடன் கதவை திறந்தவளின் முன் டிராக்சூட்டுடன் தரிசனம் தந்தான் அவளது கணவன். அவனைக் கண்டதும் எரிச்சலில் கதவை மூடப் போக அவன் குறுக்கே கை வைத்து தடுத்தபடி உள்ளே நுழைந்தான்.

உள்ளே நுழைந்ததும் "நீ நைட் ஃபுல்லா இங்கே தான் தூங்குனேனு தெரிஞ்சா வீட்டுல இருக்கிறவங்க என்னவோ ஏதோனு பதற மாட்டாங்க? அதையெல்லாம் யோசிக்கவே மாட்டியா?" என்று உணர்வற்ற குரலில் கேட்க

அவள் அலட்சியமாக "யோசிச்சா அதுக்கு நான் என்ன பண்ண முடியும்? எப்பிடியும் நம்ம டிவோர்சுக்கு அப்ளை பண்ணுனா அவங்களுக்கு தெரிய தான் போகுது" என்று அவனைச் சீண்டிவிட ரகுநந்தன் மீண்டும் அந்த ‘டிவோர்ஸ்’ என்ற வார்த்தையில் எரிச்சலுற்றான்.

"ஏய் வாயை மூடு. இன்னொரு தடவை டிவோர்சுங்கிற வார்த்தை உன் வாயில இருந்து வந்துச்சுனா நான் பொல்லாதவனா ஆயிடுவேன்" என்று விரலை நீட்டி எச்சரிக்க நீரஜாட்சி அவன் கையை அலட்சியமாகத் தட்டிவிட்டு உள்ளே சென்றாள்.

உள்ளே செல்லும் போதே "நீயும் இன்னொரு தடவை இதே டோன்ல என் கிட்ட பேசுனா நானும் பொல்லாதவளா ஆயிடுவேன். பீ கேர்ஃபுல்" என்று அவனை எச்சரிக்க மறக்கவில்லை.

கையில் மொபைலுடன் திரும்பியவள் "எதுக்கு தேவையில்லாம நம்ம பேசி பேசி சண்டை போட்டுக்கணும்? உனக்கு நான் தப்பானவளா தெரிஞ்சா ஜஸ்ட் லீவ் மீ அலோன். நீ உன் வேலையை பாரு, நான் என் வேலையை பார்க்கிறேன். என்னால டெய்லி சண்டை போட்டு என்

மனநிம்மதியை கெடுத்துக்க முடியாது" என்று தீர்மானமாக உரைத்து-விட்டு வீட்டை நோக்கி சென்றாள்.

ரகுநந்தன் அவள் பேசியதை யோசித்தவாறே வாக்கிங் சென்றுவிட்டு திரும்பியவன் அவர்களின் அறைக்குள் நுழைந்தான். அலுவலகத்துக்குச் கொண்டு செல்லும் லேப்டாப் வைக்கும் பேக்கில் எதையோ தேடி எடுத்-தவன் அதை நீரஜாட்சியிடம் கொடுத்தான்.

அவள் வாங்கி பிரித்ததும் "ரிலீவிங் ஆர்டரா?" என்று அதிர்ச்சிய-டைய

அவன் "ஆமா! அட்லீஸ்ட் ஆபிஸ்லயாச்சும் நான் நிம்மதியா இருக்க ஆசைப்படறேன். சோ நீ இனிமே ஆபிஸ் பக்கம் வந்துடாதே" என்று மட்டும் உரைத்துவிட்டு அலுவலகத்துக்குத் தயாராக தொடங்கி-னான்.

நீரஜாட்சி அலட்சியமாக அதை பார்த்தவள் "ஆமா இவன் பெரிய பில்கேட்ஸ். இவன் கிட்ட தான் வேலை பார்க்கணும்னு நான் அடம் பிடிச்சு சேர்ந்த மாதிரி பேசறான்? எல்லாம் இவன் அம்மா பண்ணுன திருவிளையாடல்" என்றபடி அந்தப் பேப்பரை தூர வீசிவிட்டு அவளது வேலையைக் கவனிக்கத் தொடங்கினாள்.

அன்று அவன் மட்டுமே அலுவலகம் செல்வதைக் கண்ட குடும்பத்-தினர் நீரஜாட்சியிடம் கேட்க அவளோ "ரெண்டு பேரும் ஒரே இடத்துல வேலை பார்க்கிறது சரியா வராது. அதான் நான் வரலைனு சொல்லிட்-டேன்" என்று சொல்லி அவர்கள் அனைவரையும் சமாளித்தாள்.

அவளாலும் வீட்டில் சும்மா இருக்க பிடிக்காமல் அதே நேரம் இப்-போது இருக்கும் மனநிலையில் வேறு எந்த வேலைக்கும் செல்ல பிடிக்-காமல் இருந்தவள் கிருஷ்ணஜாட்சியிடம் அவளிடம் வேலை செய்ய விரும்புவதாக கூற அவள் மகிழ்ச்சியுடன் தங்கையை தன்னுடன் அழைத்துச் சென்றாள்.

நீரஜாட்சிக்கும் கபேயில் வேலை செய்ய மிகவும் பிடித்துவிட்டது. அங்கே வேலை செய்யும் ஹரிணி, ஸ்வேதா இருவருமே அவளிடம் தயக்கமின்றி பேசிப் பழக அவள் அந்த சூழ்நிலையுடன் இரண்டறக் கலந்துவிட்டாள்.

அவளுக்கு வேலையே ஆர்டரை சரி பார்த்து பில் போடுவது தான். பின்னர் தினமும் மாலையில் பில்லின் மதிப்பும் அவர்களிடம் உள்ள பணமதிப்பும் சமமாக உள்ளதா என்று சரிபார்த்து வைப்பாள். அமை-

தியான உற்சாகமான சூழ்நிலை அவள் மனதுக்குப் பெரும்நிம்மதியை அளிக்க சொந்தப் பிரச்சனைகளை நினைத்து வருந்த அவளுக்கு நேர-மில்லை.

அன்றும் கஸ்டமர் ஒருவருக்கான பில்லை ஸ்வேதாவிடம் கொடுத்து அனுப்பியவள் ஹர்சவர்தன் வரவும் "ஹாய் அத்திம்பேர்! என்ன இந்த நேரத்துல வந்திருக்கீங்க?" என்று அவனை உற்சாகமாக வரவேற்க அவனும் புன்னகையுடன் வந்து அமர்ந்தான்.

அமர்ந்தவனின் விழிகள் அலைபாய்வதிலேயே அவன் யாரை தேடு-கிறான் என்பதை கண்டுகொண்டவள் கிண்டலாக "அது சரி! வேலை நேரத்துல ஆத்துக்காரி நினைப்பு வந்து ஓடிவந்துட்டேள் போல" என்று அவள் கூற

ஹர்சவர்தன் அதைக் கேட்டு சிரித்தபடி "உனக்கு புரியுது. உங்க அக்காவுக்குப் புரியலையே" என்று பரிதாபமான முகத்துடன் கூறிக்-கொண்டான்.

பின்னர் "நீரு நான் கிருஷ்ணாவுக்காக ஒரு சர்ப்ரைஸ் வச்சிருக்-கேன். அவளை என் கூட அனுப்பி வையேன் பிளீஸ். பிகாஸ் ஒர்க்கிங் ஹவர்ல எங்கேயும் வர மாட்டேனு அவ பிடிவாதம் பிடிப்பா. இப்போ தான் மணி ஆறு ஆகறதே! அவ கிட்ட பேசி ஒத்துக்க வை, பிளீஸ் பிளீஸ்" என்று மூச்சு விடாமல் அவன் பேச

நீரஜாட்சி "ஐயோ! பயங்கரமான லவ்ஸா இருக்கு அத்திம்பேர். வெயிட்" என்று கேலியாகச் சொன்னபடி கிருஷ்ணஜாட்சியை அழைக்க அவளும் வந்து சேர்ந்தாள்.

வரும் போதே "ஹர்சா நீங்க இந்நேரத்துல இங்க என்ன பண்ணு-றீங்க?" என்ற கேள்வியுடன் வர

அவன் சட்டென்று எழும்பி அவள் கையுடன் தனது கையை கோர்த்தபடி "அது ஒன்னுமில்ல... நம்ம ரெண்டு பேரும் ஒரு இடத்துக்கு போக போறோம்.. வா" என்று அவளை இழுத்துச் செல்ல கிருஷ்ண-ஜாட்சி திகைப்புடன் அவன் கையை விலக்கினாள்.

"என்ன பண்ணுறிங்க நீங்க? இப்போ என்னால எங்கேயும் வர முடி-யாது. இது பீக் ஹவர். இப்போ போய் அங்கே வா இங்கே வானு சொன்னா எப்பிடி? நீங்க கிளம்புங்க" என்றபடி உள்ளே செல்ல முயல ஹர்சவர்தன் அவளது ஏப்ரனின் கயிற்றோடு சேர்த்து அவளை இழுத்து தன் பக்கத்தில் நிறுத்திக்கொண்டவன் நீரஜாட்சியிடம் கண்களால் கெஞ்-

சினான்.

அவளும் அதை புரிந்து கொண்டவளாய் "கிருஷ்ணா அத்திம்பேர் தான் ஆசையா கூப்பிடுறார்ல, போயிட்டு வா. வீ கேன் மேனேஜ். பேக்கரியை லின் பார்த்துப்பா. இங்கே நான், ஸ்வேதா, ஹனி மூனு பேரும் பார்த்துப்போம். இப்பிடி வரமாட்டேனு சொல்லி அவர் இதயத்தை உடைச்சிடாதே" என்று கேலியாக வசனம் பேசி கழுத்தைப் பிடித்து தள்ளாத குறையாக கூறிய தங்கையை பார்த்தபடி நின்றாள் கிருஷ்ணஜாட்சி.

ஹர்சவர்தன் "அதான் அவ சொல்லுறாள்ல.. கிளம்பு" என்றபடி அவள் மாட்டியிருந்த கேப்பை கழற்றுகிறேன் பேர்வழியாக அவள் கூந்தலை போட்டு பாடாய்ப்படுத்த கிருஷ்ணஜாட்சி "ஸ்ஸ்! நானே வர்றேன் சாமி. என் ஹேரை நாசம் பண்ணாதிங்க" என்றபடி பொறுமையாக கேப்பை கழற்றிவிட்டு தங்கையிடம் சொல்லிக்கொண்டு கிளம்பினாள்.

அவர்கள் செல்வதை வேடிக்கை பார்த்தபடி நின்ற நீரஜாட்சியிடம் ஸ்வேதா ஏதோ கேட்க "இதோ வர்றேன்" என்றபடி சென்றாள்.

*****

"இப்போ நம்ம எங்கே தான் போறோம் ஹர்சா?" என்றவளை பார்த்து கண் சிமிட்டியவன் "சர்ப்ரைஸ்" என்று மட்டும் கூற கிருஷ்ணஜாட்சி அது என்னவாக இருக்கக்கூடும் என்று யோசித்தபடி அவனுடன் பயணிக்க சிறிது நேரத்தில் கார் அவர்களின் புதிய ஹோட்டலின் முன் நின்றது.

காரை பார்க்கிங்கில் விட்டவன் மனைவியின் கையைக் கோர்த்தபடி நடைபாதையில் நடக்க துவங்க இப்போதும் கிருஷ்ணஜாட்சிக்கு தாங்கள் இங்கே ஏன் வந்திருக்கிறோம் என்று புரியவில்லை.

ஹர்சவர்தன் மனைவியின் முகத்தை ஓரக்கண்ணால் பார்த்தபடியே போன் பேசிவிட்டு அவளை அங்கே தனியாக இருந்த பார்ட்டி ஹாலை நோக்கி அழைத்துச் சென்றான்.

ஹாலில் அன்று அவர்களை தவிர யாருமே இல்லை. அந்த ஹால் முழுவதும் விளக்குகளால் அலங்கரிக்கப்பட்டிருக்க உள்ளே நுழையவுமே ரோஜாவின் நறுமணம் நாசியை நிறைத்தது.

அங்கே ஒரு ஓரமாக மேஜையும் நாற்காலியும் போடப்பட்டிருக்க அந்த அறையில் ஒரு அழகான மவுனம் தவழ்ந்து கொண்டிருந்தது.

ஹர்சவர்தன் அவளை பின்னே நின்று அணைத்தவன் "உனக்கு இதெல்லாம் பிடிச்சிருக்கா?" என்று ஆழ்ந்த குரலில் கேட்க அவள் வெட்கத்துடன் தலையை அசைத்து ஆமென்று பதிலளித்தாள்.

பின்னர் அவளது கரத்தை பற்றியவன் அவளின் பெரியவிழிகளுடன் தனது விழிகளை கலக்கவிட்டவாறே "ஐ லவ் யூ கிருஷ்ணா" என்று தனது காதலை வெளிப்படுத்த கிருஷ்ணஜாட்சியின் இதழ்களில் ஒரு அழகிய புன்சிரிப்பு நெளியத்தொடங்கியது.

"இதை என் கிட்ட சொல்ல உங்களுக்கு இவ்ளோ நாள் ஆச்சா?" என்று அவள் வினவ

"முதல் நாள் என்னை பார்த்தப்போ தலை குனிஞ்சியே அப்போவே சொல்லிருக்கணும். பட் அப்போ சிச்சுவேசன் சரியில்ல. நீயும் அப்போ ரொம்ப சின்னபொண்ணா இருந்தியே" என்று தனது மனைவியிடம் மெதுவாக விஷயத்தை வெளியிட அவள் கண்கள் ஆச்சரியத்தில் விரிந்தது.

"அப்புறம் கார்டன்ல இந்த நூடுல்ஸ் ஹேரை உலர்த்துனப்போ முழுசா விழுந்துட்டேன். ஆனா என்ன பண்ணறது? உன் தங்கை கண்ணுக்கு அப்போ எங்க முழுக்குடும்பமும் வில்லன் ஃபேமிலி ரேஞ்சுக்கு தெரிஞ்சதால உன் கிட்ட சொல்ல முடியலை" என்று அந்த நிகழ்வை குறிப்பிட அன்று நீரஜாட்சி செய்த அதகளத்தை நினைத்து இருவருக்குமே சிரிப்பு வந்தது.

"நான் ஓப்பனா சொல்லிட்டேன் மிசஸ் ஹர்சவர்தன். இனிமே நீங்க தான் சொல்லணும்" என்றபடி அவளை நோக்க அவளுக்கு உள்ளுக்குள் ஏதோ செய்தது.

தன்னை அறியாமல் "ஐ லவ் யூ ஹர்சா" என்று அவளது உதடுகள் முணுமுணுக்க அதைக் கேட்டு காதலில் கரைந்தவன் அடுத்த நிமிடம் தனக்காக அந்த அழகிய வார்த்தைகளை உதிர்த்த அவளது இதழுக்குத் தனது இதழால் பதில் கூற ஆரம்பித்தான்.

அந்தப் பதிலின் முடிவில் இரு இதயமும் இணைய அவளை விடுவித்தவன் அவளை மேஜையை நோக்கி அழைத்துச் சென்றான். கிருஷ்ணஜாட்சி அமர நாற்காலியை இழுத்தவன் அவள் அமர்ந்ததும் தானும் அமர்ந்தான்.

அதன் பின் ஊழியர்கள் உணவைக் கொண்டு வர அவர்களை வைத்துவிட்டு செல்லுமாறு பணித்தான்.

"ஒரு காலத்துல என் ஒய்ப் என் கிட்ட சொன்னா 'கேண்டில் லைட் டின்னரை தனியா போய் என்ஜாய் பண்ணிக்கோங்கன்னு'. தனியா எப்-பிடி என்ஜாய் பண்ண முடியும்னு இப்போ அவளுக்கு புரிஞ்சிருக்கும்னு நினைக்கிறேன்" என்று அவன் குறும்பாக கூறியபடியே தனது கையால் மனைவிக்கு பரிமாறத் தொடங்கினான்.

இருவரும் கலகலப்பாக உரையாடியபடியே கேண்டில் லைட் டின்-னரை முடிக்க கிருஷ்ணஜாட்சி வீட்டுக்குச் செல்லலாம் என்று கூறவே ஹர்சவர்தனும் மறுப்பேதும் கூறாமல் கிளம்பினான்.

அரை மணி நேரத்தில் வீடு திரும்பியவர்கள் ஹாலில் தாத்தா பாட்-டியுடன் அரட்டை அடித்துக் கொண்டிருந்த நீரஜாட்சியிடம் புன்ன-கையை வீசி விட்டுச் சென்றனர். அந்த அரட்டை கும்பலில் இருந்த பத்மாவதியும் மைதிலியும் கிருஷ்ணஜாட்சியின் முகச்சிவப்பை பார்த்து-விட்டு சங்கேத பாஷையில் பேசிக்கொண்டனர்.

கிருஷ்ணஜாட்சி அவர்களின் அறையினுள் நுழைந்தவள் பேக்கை வைத்துவிட்டு குளியலறைக்குச் செல்ல எத்தனிக்க அதற்குள் அவள் கணவன் அவளை அணைத்திருந்தான். அவளின் கழுத்தின் பக்கவாட்-டில் புதைந்திருந்த உதடுகள் அவளுக்குச் செய்தி உணர்த்த கணவனின் அணைப்பில் உருகத் தொடங்கினாள் அவள்.

ஹர்சவர்தன் அவளை அணைத்தவன் தனது மொத்த காதலையும் அவளுக்குப் புரியவைக்க அன்றைய இரவு அவர்களின் காதல் வாழ்க்-கையின் ஆரம்பத்திற்குச் சாட்சியானது.

18

பூங்காற்று 18

மறுநாள் காலை வீட்டில் அனைவரும் காலையுணவுக்காக ஒன்றாக அமர்ந்துவிட நீரஜாட்சி மைதிலியுடன் சேர்ந்து சமையலறையில் இருந்து பாத்திரங்களை கொண்டு வந்து டைனிங் டேபிளில் வைத்துக் கொண்டிருந்தாள். படிகளில் தட்தட்டென்று சத்தம் கேட்கவும் நிமிர்ந்து பார்த்தவள் ரகுநந்தன் சட்டையின் கையை மடித்துவிட்டபடி இறங்கி வருவதைக் கண்டதும் "இந்த போஸுக்குலாம் குறைச்சலே இல்ல" என்று உதட்டைச் சுழித்துக்கொண்டாள்.

அவனும் ஒரு முறைப்புடன் வந்து அமர அவள் சட்டென்று நகர்ந்து சீதாலெட்சுமியிடம் சென்று அமர்ந்துகொண்டாள். அவர் அவளுக்கு இட்லியை ஊட்டிவிட அவருடன் அரட்டை அடித்தபடி சாப்பிட்டவளை கண்ணால் சுட்டபடி அவனும் சாப்பிட ஆரம்பித்தான்.

வேங்கடநாதன் "ஆமா ஹர்சாவும் கிருஷ்ணாவும் ஏன் இன்னும் வரலை?" என்று கேட்கும் போதே இருவரும் படிகளில் இருந்து இறங்கி வர நீரஜாட்சி "கிருஷ்ணா இங்கே வா" என்று அக்காவை தன்னருகில் அமர வைத்தவள் சீதாலெட்சுமியிடம் ஏதோ சொல்லி சிரிக்க ஆரம்பித்தாள்.

அதைக் கேட்டு கிருஷ்ணஜாட்சியின் முகம் சிவக்க ஹர்சவர்தன் நீரஜாட்சியிடம் "அப்பிடி என்ன தான் பாட்டி கிட்ட சொன்ன நீ?" என்று ஆர்வம் தாங்காமல் கேட்க

நீரஜாட்சி சீதாலெட்சுமி ஊட்டிவிட்டதை விழுங்கிக் கொண்டே "அது ஒன்னும் இல்ல அத்திம்பேர். சித்தம்மாக்கு கொள்ளுப்பேரனை தூக்கி

கொஞ்சணும்னு ஆசை வந்துடுச்சு. இப்போ நடக்கிறதை வச்சு பார்த்தா சித்தம்மாவோட கொள்ளுப்பேரன் ஆத்துக்குள்ள என்ட்ரி ஆகப் போற மாதிரி எனக்கு தோணுச்சு. அதை சொல்லி சிரிச்சிட்டிருந்தேன்" என்று கூற அவனும் மவுனமாக சிரித்தபடி தலையை குனிந்தான்.

கோதண்டராமன் கேலியாக "அடடா! ஹர்சா வெக்கம்லாம் படறியே கண்ணா... பேஷ் பேஷ்" என்று கூற வேங்கடநாதனும் தமையனுடன் சேர்ந்து மகனை கிண்டல் செய்ய மொத்தக் குடும்பமும் அந்த இளம் தம்பதியை கேலி செய்தபடி சாப்பிட ரகுநந்தன் மட்டும் இதில் கலந்து கொள்ளாமல் அமைதி காத்தது பத்மாவதிக்கு நெருடலாகத் தோன்றியது.

அவர் இளைய மகனிடம் அது குறித்து கேட்க விழைய அதற்குள் ஹர்சவர்தன் லண்டனில் நடக்கப் போகிற இண்டர்நேசனல் லெவல் ஹோட்டலியர்ஸுக்கான கான்பரன்ஸை பற்றி குடும்பத்தாரிடம் கூற ஆரம்பித்தான்.

அதில் கலந்து கொள்ள தான் செல்லவிருப்பதால் கிருஷ்ணஜாட்சி-யையும் அழைத்துச்செல்ல விரும்புவதாகக் கூற அனைவருக்குமே அது சரியென்று பட்டது. பெரியவர்களும் இதற்கு சம்மதித்துவிட நீரஜாட்சி விசா மற்றும் மற்ற செயல்முறைகள் பற்றி விசாரிக்க ஹர்சவர்தன் அதெல்லாம் ஒரு மாதத்துக்கு முன்னரே ஏற்பாடு செய்துவிட்டதாக கூறி-னான்.

நீரஜாட்சி கேலியாக "சூப்பர் அத்திம்பேர்... கான்பரன்ஸ் போன மாதிரியும் ஆச்சு. ஹனிமூன் போன மாதிரியும் ஆச்சு. ஒரே கல்லுல ரெண்டு மாங்கா" என்று கண்ணை சிமிட்ட

கிருஷ்ணஜாட்சி "நீரு நீ கிண்டல் பண்ணுவேனு தெரியும்டி. அதனால தான் நானும் இவரும் ஒரு முடிவு பண்ணிருக்கோம். நாங்க மட்டும் போகலை. எங்க கூடவே நீயும், அம்மாஞ்சியும் வர்றிங்க" என்று கூறிவிட்டு சாப்பாட்டில் கண் பதித்தாள்.

ஆனால் நீரஜாட்சியும் ரகுநந்தனும் ஒரே குரலில் "நான் வரலை" என்று கூற இவ்வளவு நேரம் அமைதியாக குடும்பத்தினர் செய்த கலாட்-டாவை ரசித்தபடி சாப்பிட்டுக்கொண்டிருந்த பட்டாபிராமனின் தலை உயரந்தது.

அவர் இருவரையும் ஒரு சேர பார்த்து "ஏன் வேண்டானு சொல்லு-றேள்? உங்களுக்கும் இப்போ தானே விவாகம் ஆச்சு? போய் வெளி-நாட்டை சுத்தி பார்த்துண்டு வந்தா என்ன?" என்று குரலில் அதட்டலு-

டன் கேட்க

நீரஜாட்சி ரகுநந்தனிடம் கண்ணாலேயே "நீ சொல்லுடா" என்று கூற அவன் தொண்டையை செறுமியபடி "தாத்தா நேக்கு வேலை நிறைய பாக்கி இருக்கு. அதுவும் இல்லாம மன்னி போயிட்டான்னா கபேயை மேனேஜ் பண்ண கண்டிப்பா ஒரு ஆள் வேணும். சோ நாங்க ரெண்டு பேரும் கொஞ்ச நாள் கழிச்சி போய்க்கிறோம்" என்று கூறி அந்தப் பேச்சுக்கு ஒரு முற்றுப்புள்ளி வைத்துவிட்டான்.

அதைக் கேட்டதும் அவர் சமாதானம் ஆனாலும் பத்மாவதி மட்டும் இவர்கள் இருவரும் எதையோ மறைக்கிறார்கள் என்று புரிந்து கொண்டார். அனைவரும் சாப்பிட்டு எழுந்ததும் பாத்திரங்களை அவரும் மைதிலியும் ஒதுங்க வைத்தனர்.

மகன்களும் மருமகள்களும் அவரவர் வேலைக்குச் சென்று விட்டதை உறுதிபடுத்திக்கொண்ட பத்மாவதி மைதிலியிடம் "மைதிலி நீரஜாக்கும், நந்துவுக்கும் ஏதோ பிரச்சனைனு என் உள்மனசு சொல்றதுடி.. அவா ரெண்டு பேரும் முன்ன மாதிரி பேசிக்கறதில்ல.. நீ அதை கவனிச்சியோ?" என்று கவலையுடன் வினவினார்.

மைதிலி "நானும் கொஞ்சநாளா அவா ரெண்டு பேரையும் கவனிச்சிண்டு தான் இருக்கேன்கா. எலியும் பூனையுமா முகத்தை தூக்கி வச்சிண்டு சுத்தறா. இதை இப்பிடியே விட்டா சரிபடாது. இன்னைக்கு நீ நீரஜா கிட்ட விஷயத்தை கேட்டுடு" என்று சகோதரியிடம் கூற பத்மாவதியும் அதற்குச் சரியென்றார்.

ஏனெனில் இன்னும் இரண்டு நாட்களில் இளையவர்களை தவிர குடும்பத்தினர் அனைவரும் திவ்வியதேசங்களுக்கு சுற்றுலா செல்ல தயாராக இருந்தனர். அதே நாளில் தான் ஹர்சவர்தன் கிருஷ்ணஜாட்சியுடன் லண்டன் செல்லப் போவதாக காலையில் அனைவரிடமும் கூறிவிட்டுச் சென்றிருந்தான்.

எனவே இப்போதே பேசி சரி செய்தால் கையோடு இவர்கள் இருவரையும் அனுப்பிவைத்து விடலாம் என்று இரு சகோதரிகளும் யோசித்து வைத்திருந்தனர்.

மாலை நீரஜாட்சி வீடு திரும்பும் போது அவளிடம் பேசுமாறு மைதிலி கூற பத்மாவதி "இப்போ தானே வந்திருக்கா. உடனே ஆரம்பிச்சா நன்னா இருக்காதுடி. கொஞ்சம் நேரம் ஆகட்டும்" என்று தங்கையிடம் கூறிவிட்டார்.

ஹாலில் மாமனார் மாமியாரிடம் கலகலப்பாக அவள் உரையாடுவதைக் கண்டவர் "இப்போ நன்னா தான் பேசிண்டிருக்கா. ஆனா நந்து வந்தா மட்டும் உம்மணாமூஞ்சி ஆயிடறா. ஏதோ இருக்கு" என்ற யோசனையுடன் இரவுணவை தயாரிக்க தங்கைக்கு உதவ ஆரம்பித்தார்.

அதன் பின் நேரம் கடக்க இரு புதல்வர்களும் வந்து சேர்ந்துவிட்டனர். அனைவரும் அமர்ந்து இரவுணவை முடித்துவிட்டு படுக்கச் செல்ல நீரஜாட்சி மட்டும் தோட்டத்தை நோக்கிச் சென்றாள். ஊஞ்சலில் சாய்ந்து அமர்ந்தவள் காதில் ஹெட்போனை மாட்டிவிட்டு கண் மூடி அமர்ந்து விட்டாள்.

திடீரென்று கண்ணை திறந்தவள் தன் அருகே அமர்ந்திருந்த பத்மாவதியைக் கண்டதும் "மாமி நீங்களா? வந்து ரொம்ப நாழியாச்சா?" என்றபடி காலை மடித்து அமர

பத்மாவதி மறுப்பாய் தலையைசைத்து "ஒரு பத்து நிமிசம் ஆச்சுடிம்மா" என்றார்.

அவர் சொன்னதற்கு உம் கொட்டியபடி காதில் மாட்டியிருந்த ஹெட்போனை கழற்றியவள் "இந்த குளிர்ல ஏன் உக்காந்திருக்கிங்க மாமி?" என்றபடி எழப்போனாள்.

ஆனால் பத்மாவதி அவள் கரத்தை பற்றி "உன்னோட கொஞ்சம் பேசணும். உக்காரு" என்க மறுப்பு தெரிவிக்காமல் அமர்ந்தாள் அவள்.

அவர் சுற்றி வளைக்காமல் "நோக்கும் நந்தனுக்கும் என்ன பிரச்சனை? ஏன் ஒருத்தரை ஒருத்தர் முறைச்சிண்டே சுத்தறேள்? அவன் என்னடான்னா வந்ததும் அந்த லேப்டாப்பை தூக்கிண்டு மாடி வராண்டால உக்காந்துக்கறான். நீ ஊஞ்சல்ல வந்து உக்காந்துக்கற. இப்பிடி ஆளுக்கு ஒரு பக்கமா இருக்கவா நாங்கல்லாம் இவ்ளோ சந்தோசமா இந்த விவாகத்தை நடத்தி வச்சோம்?" என்று நேரடியாகவே அவளிடம் வினவ

நீரஜாட்சி "மாமி கொஞ்சம் மூச்சு விட்டுக்கோங்க. நீங்க நினைக்கிற மாதிரி ஒரு பிரச்சனையும் இல்ல. நாங்க எப்போவுமே இப்பிடி தானே மாமி. அடிச்சுப்போம் அப்புறம் சேர்ந்துப்போம். எங்களுக்கு இது பழகிப் போச்சு. நீங்களும் இத்தனை வருசமா எங்களை பார்த்திட்டிருக்கிங்க. நீங்களே இப்பிடி கேட்டா என்ன அர்த்தம்?" என்று பொறுமையுடன் கூற

பத்மாவதி "என்னவோ நீ சொல்லுறதை நான் நம்புறேன்டிம்மா. ஆனா ஒன்னு நீயும் அவனும் ஒரே மாதிரி குணமுள்ளவா. ஒரே

குணம் உள்ள ரெண்டு பேர் வாழ்க்கையில சேர்ந்து வாழறது கஷ்டம்னு நேக்கு நன்னா தெரியும். உங்க விவாகத்துக்கு அப்பா தயங்குனது கூட இதுக்காக தான். எல்லாரையும் சமாளிச்சு விவாகம் பண்ணிண்டேள். இப்போ ஹர்சா, கிருஷ்ணா கூட சேர்ந்து நீங்களும் போயிட்டு வரலாமோன்னோ?" என்று பாயிண்டை பிடிக்க

நீரஜாட்சி "மாமி! நான் காத்தாலே சொன்ன மாதிரி நானும் கிளம்பிட்டேனா லின் மட்டும் தனியா பேக்கரி, கபே ரெண்டையும் பார்த்துக்கிற மாதிரி ஆயிடும். அவளால தனியா மேனேஜ் பண்ண முடியாது. இப்போ என்ன நானும் நந்துவும் ஹனிமூன் போகணும், அவ்ளோ தானே? டோண்ட் ஒரி. அத்திம்பேரும் கிருஷ்ணாவும் திரும்பட்டும். அதுக்கப்புறம் நாங்க கிளம்பறோம்" என்று பேசி சமாளித்து பத்மாவதியை குளிரில் இருக்க வேண்டாமென்று கூறி உள்ளே அனுப்பிவைத்தாள்.

அவர் சென்றதும் நீரஜாட்சியின் மனம் சலிப்படைந்தது.

"இங்க நாங்க வாழற லெட்சணத்துக்கு ஹனிமூன் ஒன்னு தான் குறைச்சல். இங்கேயே அந்த முகத்தைப் பார்க்க பிடிக்காம தான் அவன் தூங்குனதும் ரூமுக்கே போறேன். இதுல அப்ராட் போய் அந்த மூஞ்சியை பார்க்கணுமா? கஷ்டகாலம்" என்று தனக்குள் புலம்பியபடி போனில் நேரத்தை பார்த்தாள். அது ரகுநந்தன் உறங்கிவிடும் நேரம் தான்.

அவன் தூங்கியிருப்பான் என்று எண்ணி அவர்களின் அறைக்குச் செல்ல எழுந்தாள் அவள். போனை பார்த்துக் கொண்டே அறைக்கு வந்து சேர்ந்தவள் லேப்டாப்பை வைத்துவிட்டு படுக்க வந்த ரகுநந்தனின் மீது மோதிக்கொண்டாள்.

அவளை கீழே விழாமல் கையைப் பற்றி நிறுத்தியவன் "நோக்கு கண் இருக்கா? இல்லையா? பார்த்து வரமாட்டியா?" என்று கடிந்து கொள்ள

அவள் அலட்சியமாக அவனைப் பார்த்தபடி "என்னோட கண் இருக்க வேண்டிய இடத்துல கரெக்டா இருக்கு. ஆனா உனக்கு தான் அறிவு இல்ல" என்று பதிலடி கொடுக்க

ரகுநந்தன் "லிசன் உன் கிட்ட வம்பு வளர்க்க நேக்கு நேரம் இல்ல. தூங்கணும்னா தூங்கு. இல்லைனா இருட்டுல தனியா உக்காந்து புலம்பு. ஐ டோண்ட் கேர்" என்றபடி விளக்கை அணைக்கப் போக

நீரஜாட்சி எரிச்சலுடன் "உங்க அம்மா நம்ம ரெண்டு பேரையும் ஹனிமூன் போகச் சொல்லுறாங்க. அவங்களை சமாளிக்க நான் பட்ட கஷ்டம் எனக்கு தான் தெரியும்" என்று சொல்லிவிட்டு போனை மேஜையில் வீசிவிட்டு விரிந்து கிடந்த கூந்தலை போனி டெயிலாக மாற்றினாள்.

"அம்மா சொன்னாங்களா? இல்ல நீயா சொல்லுறியா?"

"ஐயோ! இவர் கூட ஹனிமூன் போகணும்னு நான் தவம் கிடக்குறேன் பாரு. நீ மூஞ்சியை இஞ்சி தின்ன குரங்கு மாதிரி வச்சிட்டு சுத்துறதை பார்த்துட்டு நம்ம ரெண்டு பேருக்குள்ள என்ன பிரச்சனைனு மாமி கேட்டாங்க. நான் பிரச்சனை எதுவும் இல்லனு சொன்னதுக்கு அப்போ ஹர்சா, கிருஷ்ணா கூட சேர்ந்து நீங்களும் ஹனிமூன் போங்கனு சொல்லுறாங்க. இப்போ தெரியுதா? இதுக்கும் நீ தான் காரணம். நோ நோ நோ! உன்னோட இந்த அழகு முகம் தான் காரணம்" என்று கூறிவிட்டு படுக்கையில் விழுந்தாள்.

அவன் எரிச்சலுடன் "ஒரு மனுசன் வீட்டுக்கு வந்தா நிம்மதி இருக்கணும். இங்கே தான் எல்லாம் கெட்டுக் குட்டிச்சுவரா ஆயிடுச்சே. அப்போ எப்பிடி முகம் தெளிவா இருக்கும்? உன் மாமி கிட்ட சொல்ல வேண்டியது தானே, உங்களை அடக்க தான் உங்க மகனை கல்யாணம் பண்ணிண்டேன், அது தெரிஞ்சு தான் அவன் இப்பிடி உர்ருனு சுத்துறானு" என்று பதிலுக்கு கத்திவிட்டு இன்னொரு புறம் படுத்துக்கொள்ள நீரஜாட்சி அவனுக்கு முதுகு காட்டி படுத்துக்கொண்டாள்.

சிறிது நேரத்தில் அவள் உறங்கிவிட ரகுநந்தன் உறக்கம் தொலைந்து எழுந்து அமர்ந்தான். தன் அருகில் வரிவடிவமாய் உறங்கிக் கொண்டிருப்பவளைப் பார்த்ததும் அவனை அறியாமல் மனம் வலித்தது அவனுக்கு.

சிறு சுடுசொல் கூட பொறுக்காமல் முகம் இறுகுபவளிடம் தான் என்னென்ன சொற்களைக் கொட்டியிருக்கிறோம் என்பது அவனுக்கும் புரியாமல் இல்லை. நாளாக நாளாக அவள் தன்னிடம் இருந்து விலகிக் கொண்டே இருக்கிறாள் என்பது அவனுக்கு நன்றாகவே தெரியும். அவர்கள் ஒன்றாய் இருக்கும் நேரங்கள் அற்பசொற்பமானதே அதற்கு சாட்சி.

உறக்கத்தில் அவள் புரண்டு படுக்க ஜன்னல் வழியே வந்த மெல்லிய நிலவொளியில் வாடிப்போன அவளது முகத்தோற்றம் அவன் நெஞ்சை

வருத்த கொஞ்சம் அதிகமாக தான் கோபப்படுகிறொமோ என்று எண்ணி அவன் வருந்த தொடங்கினான்.

இன்னொரு புறம் இந்தக் கோபத்தால் அவளை இழந்து விடுவோமோ என்ற பயமும் கூட. திருமணமாகி இத்தனை நாட்களில் இந்த பிரச்சனையால் அவள் தன்னிடம் இருந்து விலகி பெரும்பாலான நாட்கள் அவுட் ஹவுஸில் உறங்குவது அவனுக்கு மட்டுமே தெரிந்த ரகசியம்.

அவர்களின் பிரச்சனை யாருக்கும் தெரியவரக் கூடாது என்று அவள் கவனமாக இருந்த அளவுக்கு தான் கவனமாக இருக்க தவறிவிட்டோமோ என்ற எண்ணம் எழ சலிப்புடன் கழுத்தைத் தடவியவனின் கையில் சிக்கியது அவளது பெயரை பொறித்த செயின்.

அதில் இருந்த எழுத்துக்கள் அந்த மெல்லிய வெளிச்சத்திலும் அவன் கண்ணுக்கு புலப்பட அவனருகில் உறங்கிக் கொண்டிருக்கும் மனைவியின் கன்னத்தில் இருந்த கண்ணீர்க்கோடுகளின் தடம் மட்டும் அவனுக்கு ஏனோ தெரியாமலே போய்விட்டது.

எண்ணங்களின் அலைக்கழிப்பால் அவன் உறங்க நேரம் பிடிக்க காலையிலும் அவன் தாமதமாகவே விழித்தான். கண்ணை கசக்கிக் கொண்டு எழுந்தவனின் கண்ணில் டிரஸ்சிங் டேபிள் முன் நின்று காதில் கம்மலை மாட்டிக்கொண்டிருப்பவளின் தோற்றம் விழ அவனை அறியாமல் அவன் மனம் மனைவியின் அழகை ரசிக்கத் தொடங்கியது.

அப்போது தான் குளித்துவிட்டு வந்திருந்ததால் கூந்தலில் இருந்து நீர்த்துளிகள் சொட்ட, அவள் நின்ற தோற்றம் பனியில் நனைந்த மலரைப் போல இருக்க அவனால் கண்ணை அவளிடமிருந்து திருப்ப முடியவில்லை.

நீரஜாட்சி இது எதையும் அறியாமல் தான் அணிந்திருக்கும் டாப்புக்கு பொருத்தமாக ஒரு துப்பட்டாவை எடுத்தவள் அதன் இரு புறங்களிலும் இருக்கும் பாசிகளில் ஒன்றுமட்டும் நைலான் விட்டு போயிருக்க மற்றவற்றையும் உதிர்க்க தொடங்கினாள்.

பாசிகள் கோர்க்கப்பட்டிருந்த நைலான் நூலை அவள் இழுத்த வேகத்தில் அது அவளது கையில் அது சிறிதாக கிழித்துவிட்டது.

"அவ்ஸ்" என்ற சத்தத்துடன் இரத்தம் வரும் விரலை வாயில் வைத்துக்கொண்டபடி திரும்பியவள் கணவனின் ரசனைப்பார்வையில் வெட்கப்படுவதற்கு பதிலாக எரிச்சலுற்றாள்.

"பார்க்கிற பார்வையை பாரு. கண்ணை நோண்டி காக்காக்கு போட-ணும்" என்று முணுமுணுத்தபடி அவள் கூந்தலை உதறிவிட்டுச் செல்ல அவன் முகத்தில் தெறித்த நீர்த்துளிகளை துடைத்துவிட்டு குளியல-றையை நோக்கி சென்றான்.

19

பூங்காற்று 19

நீரஜாட்சிக்கும் ரகுநந்தனுக்குமான மோதல்கள் ஒரு பக்கம் இருக்க பெரியவர்கள் அனைவரும் ஆன்மீக சுற்றுலாவுக்காக தயாராகிக் கொண்டிருந்தனர். ஹர்சவர்தனும் கிருஷ்ணஜாட்சியும் மற்றொரு புறம் தேனிலவு செல்வதற்காக தங்களின் பணிகளை முழுவீச்சில் முடிக்க வேண்டியிருந்ததால் இவர்களில் யாருக்குமே நீரஜாட்சி, ரகுநந்தனின் போக்கு கண்ணில் படவில்லை.

பத்மாவதியும் மைதிலியும் முதலில் அதை கவனித்திருந்தாலும் நீரஜாட்சி கூறிய சமாதானத்தில் இருவரும் அரைமனதுடன் சமாதானமாயினர். ஆனால் இருவருமே தத்தம் கணவரிடம் இதை பற்றி இன்னும் ஒரு வார்த்தை மூச்சுவிடவில்லை. தெரிந்தால் அவர்களும் இதை நினைத்து மனதை போட்டு குழப்பிக் கொள்வார்கள் என்ற எண்ணம் தான்.

நூற்றியெட்டு திவ்ய தேசங்களில் முதலில் பக்கத்து மாநிலத்தில் உள்ள இடங்களுக்கு செல்லலாம் என்று சுற்றுலா கமிட்டியினர் முடிவு செய்திருந்தனர். அங்கே செல்வதற்கு பேருந்தும் தயாராக இருந்தது. தூர பிரதேசங்களுக்கு மட்டும் விமானத்தில் சென்று கொள்ளலாம் என்ற அவர்களின் முடிவு அனைவருக்கும் சரியென்று பட்டது. இவற்றை எல்லாம் முடித்துவிட்டு தமிழ்நாட்டில் உள்ள மற்ற இடங்களையும் இறுதியாக சென்னையில் உள்ள கோயில்களையும் தரிசித்துக்கொள்ளலாம் என்று சுற்றுலா வருபவர்களுக்கு அறிவித்துவிட்டனர்.

கிருஷ்ணஜாட்சி ஹர்சவர்தனுடன் அவர்களுடைய லண்டன் பிரயாணத்துக்காக அவள் உடைமைகளை எடுத்து வைத்துக் கொண்டிருக்க

நீரஜாட்சி பட்டாபிராமனுக்கும் சீதாலெட்சுமிக்கும் உதவிக் கொண்டிருந்தாள், இல்லை இல்லை அவள் அவர்கள் இருவரையும் மிரட்டிக் கொண்டிருந்தாள்.

"சித்தம்மா மூட்டுவலிக்கு தைலம் எடுத்து வச்சியா? நீங்க போற இடத்துல குளிர் அதிகம் இருக்கும். சால்வை எடுத்து வச்சிட்டியா?" என்று கேட்டபடி அந்தப் பொருட்களை எல்லாம் எடுத்து வைக்க

பட்டாபிராமன் மனைவியை கிண்டலாக பார்த்தபடி "என் பேத்தியை பார்த்து திருந்துடி.. இவ்ளோ வயசாறது, இன்னும் துளி கூட பொறுப்பில்லாம நடந்துக்கற" என்று கூற சீதாலெட்சுமி மோவாயை தோள்பட்டையில் இடித்துக் கொண்டார். ஆனால் நீரஜாட்சியின் பார்வை அடுத்து பட்டாபிராமனின் பக்கம் திரும்ப அவரும் கப்சிப்பானார்.

நீரஜாட்சி "க்கும்..! நீங்க ஷேத்ராடானம் போற மாதிரி இல்ல, ஏதோ ஸ்கூல் பசங்க டூர் போற மாதிரி அதை மறந்துட்டேன், இதை மறந்துட்டேனு சொல்லிட்டு ரெண்டு நாளா அதகளம் பண்ணிட்டிருக்கிங்க. ஏதோ நான் ஒருத்தி இருக்கறதால பரவால்ல" என்று அவர்களை செல்லமாக அதட்டிவிட்டு சூட்கேசை மூடினாள்.

அவர்களின் லக்கேஜை ஹாலில் கொண்டு வைக்க சென்றவளை பெருமிதமாக பார்த்தபடி "சீதே இவ அப்பிடியே என் அம்மா மாதிரிடி" என்று சிலாகிக்க

சீதாலெட்சுமி "எப்பிடி சொல்லுறேள்? இவ்ளோ நேரம் என்னைப் போட்டு வறுத்தெடுத்தாளே... அதை வச்சு தானே" என்று கணவரை முறைத்துவிட்டு அவருக்கு கைகொடுத்தவர் எழுப்பி அழைத்துச்சென்றார்.

அதற்குள் இரு மகன்களும் மருமகள்களும் ஹாலுக்கு அவரவர் லக்கேஜுடன் வந்துவிட்டனர். சீதாலெட்சுமி பூஜையறயில் சென்று அங்கிருந்த வெங்கடேஸ்வருக்கு ஆரத்தி காட்டிவிட்டு ஹாலுக்கு வந்து அனைவரிடமும் காட்ட அனைவரும் ஆரத்தியை கண்ணில் ஒற்றிக் கொண்டனர்.

கோதண்டராமன் கைக்கடிகாரத்தைப் பர்த்தவர் "அப்பா நாழியாறது. இப்போ கிளம்புனா தான் பஸ்ஸில போய் செட்டில் ஆக கரெக்டா இருக்கும்" என்று நினைவூட்ட பட்டாபிராமன் சீதாலெட்சுமியிடம் சீக்கிரம் பூஜையறை சமாச்சாரங்களை முடிக்குமாறு கூறினார்.

பத்மாவதி ஹர்சவர்தன் மற்றும் கிருஷ்ணஜாட்சியை அழைத்தவர் "ரெண்டு பேரும் பத்திரமா போயிட்டு வாங்கோ. அங்கே போய் இறங்குனதும் நேக்கு கால் பண்ணனும்" என்று கூறிவிட்டு மகனை ஆசிர்வதித்தவர் மருமகளின் தாடையை கிள்ளி முத்தமிட்டுக் கொண்டார்.

மைதிலியும் அதே அறிவுரையை வழங்கிவிட்டு பத்மாவதியின் காதை கடிக்க ஆரம்பித்தார்.

"அக்கா... இவா ரெண்டு பேருக்கும் உன்னோட அறிவுரை தேவையே இல்லை. நீ சொல்ல வேண்டியது உன் இளைய பிள்ளைக்கும் மருமகளுக்கும் தான்" என்று கூற பத்மாவதி நீரஜாட்சியையும் ரகுநந்தனையும் அழைக்க இருவரும் அவர் அருகில் வந்தனர்.

ரகுநந்தன் அவர் அருகில் வந்ததும் "மா! புது போன் ஒழுங்கா வேலை செய்யுது தானே?" என்று மறக்காமல் கேட்க அவரும் ஆமென்று கூறியவர் மகனிடம்

"நந்து! நேக்கு எப்போவுமே உன்னை நினைச்சு தான் கவலைடா. ரெண்டு பேரும் முறைச்சிண்டே இருக்காதேள்டா. எவ்ளோ ஆசையா நாங்க எல்லாரும் கல்யாணம் பண்ணி வச்சோம்?" என்று அமைதியான குரலில் இருவரிடமும் பேச ஆரம்பித்தார்.

"நாங்க வர்ற வரைக்கும் சண்டை போடாம சமத்து பசங்களா இருங்கடா ரெண்டு பேரும். சின்ன குழந்தேள் கிட்ட சொல்லுற மாதிரி சொல்ல வச்சிட்டேளே" என்று வேடிக்கையாய் பேசுவது போல அறிவுறுத்திவிட்டுக் கிளம்பினார்.

குடும்பத்தினர் வெளியேற இரு இளம்ஜோடிகளும் அவர்களை தொடர்ந்தனர். நீரஜாட்சி ஹர்சவர்தனிடமும் கிருஷ்ணஜாட்சியிடமும் அவர்களை மாலை விமானத்துக்கு தயாராகும்படி கூறிவிட்டு ரகுநந்தனுடன் பெரியவர்களை வழியனுப்பி வைக்க காரில் ஏறினாள்.

பேருந்து நிற்குமிடத்தை அடைந்தவர்களிடம் நீரஜாட்சி மீண்டும் மீண்டும் கவனமாக இருந்து கொள்ளுமாறு அறிவுறுத்தினாள்.

மைதிலி "உன் பாட்டி தாத்தாவை பத்திரமா கொண்டு வந்து ஒப்படைக்க வேண்டியது என் பொறுப்பு. நீ டென்சன் ஆகாதே. அம்மா நீங்களே உங்க பேத்தியண்ட சொல்லுங்கோ" என்று சீதாலெட்சுமியை அழைக்க

அவரும் "நீரு! நாங்க பத்திரமா போயிட்டு வந்திடுவோம்டிம்மா. அதான் உன் மாமா, மாமிகள் இருக்காளோன்னோ அவா எங்களை

கவனமா பார்த்துப்பா" என்று சொல்ல அவளுக்குக் கண் கலங்கியது.

கலங்கிய கண்களுடன் அவரைக் கட்டிக் கொண்டவள் "நான் நம்மாத்துக்கு வந்த நாள்ல இருந்து உன்னையும் பட்டுவையும் பிரிஞ்சதே இல்ல சித்தம்மா. பேசாம நானும் உங்களோட வரட்டுமா?" என்று கேட்டு குடும்பத்தினருடன் சேர்த்து கணவனையும் அதிர வைத்தாள்.

ரகுநந்தன் "வாட்? நோக்கு என்ன பைத்தியமாடி? அவா திரும்புறதுக்கு குறைஞ்சது ஒரு மாசமாச்சும் ஆகும். அவ்ளோ நாள் நீ அவாளோட சேர்ந்து சுத்த போறியா?" என்று பதறியவனாய் கேட்ட போதே பத்மாவதிக்கும் மைதிலிக்கும் உள்ளுக்குள் இது வரை இருந்த தவிப்பு சிறிது மட்டுப்பட்டது.

நீரஜாட்சி சொன்னது போல இது ஒரு சாதாரண பிரச்சனை தான் போல என்று எண்ணியவர்கள் அவனது முகம் போன போக்கைக் கண்டதும் பக்கென்று சிரித்துவிட நீரஜாட்சி மட்டும் அவனை அலட்சியமாக ஒரு பார்வை பார்த்துவிட்டு சீதாலெட்சுமியை கட்டிக் கொண்டாள்.

வேங்கடநாதன் "நீரு! எல்லாரும் சீக்கிரமா வந்துடுவோம்டா. கண்ணை துடைச்சுக்கோ" என்றபடி மருமகளை இயல்புநிலைக்கு கொண்டு வர அதே நேரம் பேருந்து கிளம்ப போவதாக ஒருவர் வந்து கூறவே அனைவரும் நீரஜாட்சிக்கும் ரகுநந்தனுக்கும் கையசைத்து விடைபெற்றனர்.

அவர்கள் பேருந்தில் ஏறி பேருந்து அங்கிருந்து நகரும் வரை இருவரும் அதையே பார்த்துக்கொண்டிருந்துவிட்டு ஒரு பெருமூச்சுடன் கிளம்பினர்.

****

காரில் ஏதும் பேசாமல் வீட்டுக்கு வந்து சேர்ந்தவர்கள் மதியவுணவை முடித்துவிட்டு தேனிலவு செல்லும் தம்பதியினருக்கு உதவி செய்ய தொடங்கினர். நேரம் போவதே தெரியாமல் கடந்துவிட விமானநிலையத்துக்கு செல்வதற்காக லக்கேஜூடன் வெளியே வந்தனர் ஹர்சவர்தனும் கிருஷ்ணஜாட்சியும்.

ரகுநந்தன் லக்கேஜை காரில் வைத்தவன் நீரஜாட்சியை ஒரு பார்வை மட்டும் பார்க்க அவள் சென்று முன்னிருக்கையில் அமர்ந்து கொண்டாள். விமானநிலையம் வரும் வரை ஹர்சவர்தனுடன் அரட்டை அடித்துக் கொண்டே வந்தனர் மூவரும்.

விமானநிலையத்தில் நுழைந்தவர்கள் விமானம் கிளம்புவதற்கான அறிவிப்புக்காக காத்திருக்கையில் நீரஜாட்சி கிருஷ்ணஜாட்சியிடம் "எல்லாரும் என்னை தனியா விட்டுட்டு கிளம்புறிங்களே?" என்று கூறி-விட கிருஷ்ணஜாட்சி தங்கையின் குரலில் இருந்த வருத்தத்தில் கலங்-கிவிட்டாள்.

"நீரு! எதுவும் பிரச்சனையாடி? கொஞ்ச நாளா உன் முகமே சரி-யில்லயே" என்றவளிடம் நீரஜாட்சி தன்னை சமாளித்தவளாய் "நான்... சும்மா விளையாட்டுக்கு சொன்னேன் கிருஷ்ணா. எனக்கு ஒரு பிராப்-ளமும் இல்ல" என்று சிரித்து வைக்க அதன் பின்னரும் அவள் சந்தே-கம் தீரவில்லை.

ஆனால் அதற்குள் விமானத்துக்கான அறிவிப்பு வந்துவிட இரு-வரும் கிளம்பினர். ரகுநந்தனும் நீரஜாட்சியும் தத்தம் உடன்பிறப்புகள் கண்ணிலிருந்து மறையும் வரை பார்த்துக்கொண்டிருந்தவர்கள் பின்னர் கிளம்பினர்.

வீட்டுக்கு வந்தவர்களின் மனதை வீட்டின் அசாதாரணமான அமைதி ஏதோ செய்ய நீரஜாட்சி இரவுணவு தயாரிக்கிறேன் பேர்வ-ழியாக சமையலறைக்குள் புகுந்துகொள்ள ரகுநந்தன் மடிக்கணினிக்குள் தன்னை புதைத்துக் கொண்டான்.

மொபைலில் அழைப்பு வர யாரென்று பார்த்தவன் திரையில் தெரிந்த பெயரைக் கண்டதும் புன்னகையுடன் அழைப்பை ஏற்று "ஹலோ வருண்" என்று பேச ஆரம்பித்தான். அவனை அழைத்தவன் அவனு-டன் லண்டனில் படித்த அவனது நண்பன் வருண் தான்.

அப்பா காலத்தில் ஆஸ்திரேலியாவில் செட்டிலான அவனது குடும்-பத்துக்கு சொந்தமாக அங்கே ஒரு சிமெண்ட் ஃபேக்டரி இருக்கிறது. அதன் மேலாண்மை இப்போது அவன் வசம் தான் இருந்தது. அவன் இந்தியாவில் தொழில் தொடங்குவதற்கான சாத்தியக்கூறுகளை ஆராய்-வதற்காகவும் அதைப் பற்றி பேசுவதற்காகவும் தான் அழைத்திருந்தான்.

கையோடு ரகுநந்தன் நேரில் வந்து ஆலோசனை கொடுத்தான் என்றால் இன்னும் நன்றாக இருக்கும் என்று கூறிவிட ரகுநந்தனும் அதற்கு சம்மதித்துவிட்டான். போனை வைத்தவன் தனக்கும் நீரஜாட்சிக்-கும் இடையே சிறிது இடைவெளி இருந்தால் மட்டுமே தன்னால் இந்த பிரச்சனைக்கு ஒரு தீர்வு காண முடியும் என்று எண்ணிக் கொண்டான்.

வெகுநேரமாகிவிட்டதால் வயிறு தனக்கு இரை போடுமாறு அழைக்க அவன் கீழே சென்றான். டைனிங் டேபிளில் அவனுக்கு சாப்பாடு மூடி வைக்கப்பட்டிருக்க அவனது கண்கள் நீரஜாட்சியை தேடின.

வெளியே அவள் போன் பேசும் சத்தம் கேட்கவும் அவன் நாற்காலியை இழுத்துப் போட்டு அமர்ந்தான். நீரஜாட்சி போனை வைத்துவிட்டு வீட்டுக்குள் அடியெடுத்து வைக்க அந்நேரம் பார்த்து அவன் மூடி வைத்திருந்த சாப்பாட்டை திறந்துப் பார்த்துவிட்டு முகம் சுளித்தான்.

"உப்புமாவா? மனுசன் சாப்பிடுவானா இதை? இதைச் செய்யுறதுக்கு தான் இவ்ளோ பில்டப்பா" என்று பாத்திரத்தை அலட்சியமாக தள்ளிவிட்டு மாடிப்படி ஏறியவனை எரிச்சலுடன் பார்த்தாள் நீரஜாட்சி.

"உப்புமானு எவ்ளோ சாதாரணமா சொல்லிட்டுப் போறான்? இது கூட கிடைக்காம நாட்டுல எவ்ளோ பேர் பட்டினியா தூங்குறாங்கன்னு இவனுக்கு எங்கே தெரியப் போகுது?" என்று முணுமுணுத்தபடியே அந்த பாத்திரத்தை எடுத்தவள் விறுவிறுவென்று வாயில்புற கேட்டை நோக்கி சென்றாள்.

வெளியே தெருவை சுற்றிமுற்றி பார்த்தவள் எதையோ கண்டு சிரிக்க அங்கே அவளிடம் வந்து வாலாட்டியபடி நின்றது ஒரு நாய்.

அதன் அருகில் குனிந்தவள் "ஸ்கூபி! எப்பிடி இருக்க?" என்றபடி அதன் காதை தடவிக்கொடுத்தவள் அதற்கு உணவு வைக்கும் பாத்திரத்தை எடுத்து மொத்த உப்புமாவையும் கொட்டி அதனிடம் வைக்க அது ஆவலுடன் சாப்பிட ஆரம்பித்தது.

அது சாப்பிடும் அழகை ரசித்தபடி நின்றவள் சாப்பிட்டு முடித்ததும் அவளிடம் வந்து உரசிக் கொண்டு நின்ற ஸ்கூபியை தடவிக் கொடுத்து அனுப்பிவைத்தாள். ஸ்கூபியைக் கண்டதும் மனம் இலேசாக அதே மனநிலையுடன் வீட்டுக்குள் சென்றவள் கணவனின் கோபம் சூழ்ந்த முகத்தை கண்டதும் யோசனையுடன் சமையலறையை நோக்கிச் சென்றாள்.

சற்று முன்னர் தனக்கு சாப்பாடு வைத்திருந்த பாத்திரம் அவள் கையில் காலியாக இருப்பதைக் கண்டவன் கடுப்புடன் அவள் பின்னோடு சென்று "இங்கே இருந்த உப்புமாவை என்ன பண்ணுன?" என்று கேட்க

அவளோ அலட்சியமாக அந்தப் பாத்திரங்களை அலம்பிவிட்டு "ஸ்கூபிக்கு போட்டுட்டு வந்துட்டேன்" என்று கூறிவிட்டு புடவை முந்-

தானையில் ஈரக்கரத்தை துடைத்தபடி நகர்ந்தாள்.

தன்னுடைய சாப்பாட்டை நாய்க்கு போட்டது மட்டுமல்லாது அதை திமிராய் வேறு சொல்கிறாள் இவள் என்ற எண்ணம் அவனுக்குள் எரிச்சலை மூட்ட

"ஒரு நாள் எங்க அம்மா இந்தாத்துல இல்லன்னதும் நீ என்னை பட்டினி போடற பார்த்தியா? ஒரு மனுசன் வீட்டுக்கு வந்தா அவனுக்கு நிம்மதி தான் இல்லைனு பார்த்தா இப்போ சாப்பாடும் இல்லாம போயிடுத்து" என்று கத்த துவங்கினான்.

நீரஜாட்சி "இப்போவும் ஒன்னும் கெட்டுப் போகல. கிச்சன்ல இன்னும் ரவை வெங்காயம் இருக்கு. போய் நீயே உப்புமா கிண்டி சாப்பிட்டுக்கோ. முடிஞ்சா நாளைக்கு கொஞ்சம் சீக்கிரமா எழுந்திருச்சு வாக்கிங் மண்ணாங்கட்டினு காலைல ஊர் சுத்தாம உனக்கு வேணுங்கிற பிரேக்பாஸ்டை நீயே சமைச்சுக்கோ. ஏன்னா இனிமே நான் உனக்காக சமைக்க போறது இல்ல" என்று அமர்த்தலாக மொழிந்துவிட்டு மாடியை நோக்கிச் சென்றாள்.

"ஏய் உன் மனசுல என்ன தான்டி நினைச்சிட்டிருக்க?"

"இப்போதைக்கு தூங்கணும்னு நினைக்கிறேன். நீயும் சமைச்சு சாப்பிட்டுட்டு, கிச்சனை கிளீன் பண்ணிட்டு வந்து தூங்கு. காலையிலே வேற சமைக்கணும் இல்லையா?" என்று அவனுக்கு பதிலளித்தபடியே அவர்களின் அறைக்கு சென்றுவிட்டாள்.

ரகுநந்தன் அதற்கு பின் சமையலறைக்கு வந்தவன் வெந்ததும் வேகாததுமாக எதையோ செய்து சாப்பிட்டான். நடந்த கலவரத்தில் அவன் நாளை ஆஸ்திரேலியா கிளம்ப வேண்டும் என்ற விஷயத்தை அவளிடம் சொல்ல மறந்தான்.

******

மறுநாளும் நீரஜாட்சி தன் கையால் அவனுக்கு தண்ணீர் கொடுக்க கூட முன்வரவில்லை. அவனோ இன்னும் சில மணி நேரங்களில் விமானம் ஏற வேண்டிய பதற்றத்திலிருக்க காலையிலேயே போன் செய்திருந்தான் வருண்.

அவனிடம் "நான் இன்னும் கொஞ்ச நேரத்துல ஏர்போர்ட் கிளம்பிடுவேன்டா. டோன்ட் ஒரி" என்று கூறிவிட்டு போனை வைக்க அவன் பின்னே நின்ற நீரஜாட்சி இவன் எங்கே செல்கிறான் என்ற ரீதியில்அவனைப் பார்க்க இப்போது அலட்சியமாய் செல்வது அவனது முறையா-

யிற்று.

நீரஜாட்சி அவன் பின்னே அவர்களின் அறைக்குள் வந்தவள் "நந்து நீ எங்கே கிளம்புற?" என்று கேட்க

அவன் மொட்டையாக "ஆஸ்திரேலியா" என்று மட்டும் கூறிவிட்டு ஏற்கெனவே எடுத்து வைத்திருந்த லக்கேஜை பார்த்து திருப்திப்பட்டுக் கொண்டான்.

நீரஜாட்சி "ஆஸ்திரேலியாவா? அங்கே ஏன் போற? ஏன் திடீர்னு.." என்று கேள்வியாய் அடுக்கும் போதே அவள் புறம் திரும்பியவன்

"ஏன்? போனா என்ன? நான் என்ன பண்ணுறேன், எங்கே போறேன் இதெல்லாம் உன் கிட்ட எழுதி வச்சே ஆகணுமா?" என்று அவளை அலட்சியப்படுத்த நீரஜாட்சி கையைப் பிசைந்தபடி நின்றாள்.

அவளுக்கு இந்த உலகில் பிடிக்காத விஷயம் என்றால் அது தனிமை மட்டுமே. அவளால் ஆளரவம் இன்றி இருக்க முடியாது. எனவே ஒரு நப்பாசையுடன் "நீ எப்போ திரும்பி வருவ நந்து?" என்று கேட்க

அவன் "எப்போ திரும்பி வரணும்னு நான் இன்னும் டிசைட் பண்ணல. மே பி ஒன் மன்த் ஆகலாம்" என்று சாதாரணமாய் கூறிவிட்டு லக்கேஜை எடுத்துக் கொள்ள

நீரஜாட்சி "ஒன் மன்தா? என்னால அவ்ளோ நாள் தனியா இந்த பெரிய வீட்டுல இருக்க முடியாது நந்து. என்னையும் உன் கூடவே கூட்டிட்டு போ பிளீஸ்" என்று கேட்க அவன் எரிச்சலுடன் திரும்பினான்.

"எதுக்கு உன்னை கூட்டிட்டுப் போகணும்? இல்ல தெரியாம தான் கேக்குறேன், நல்லா டிராமா போட்டு என்னை கல்யாணம் பண்ணியாச்சு.. அப்புறமும் பொறுக்காம பேசி பேசியே என் நிம்மதியை கெடுத்தாச்சு.. இப்போ தான் உன் கிட்ட இருந்து ஒரு பத்து நாள் விடுதலை கிடைச்சதுனு சந்தோசப்பட்டா அங்கேயும் வர்றேனு சொல்லுற.

ஒரு பொண்டாட்டியா நீ எதையுமே செய்யாதப்போ என் காசுல என் கூடவே ஒட்டிண்டு வரணும்னு நினைக்க மட்டும் உனக்கு என்ன உரிமை இருக்கு? உன் முகத்தைப் பார்க்காம நீரஜாட்சினு ஒருத்தி இருக்காங்கறதையே ஒரு பத்து நாளுக்கு மறக்கலாம்னு தான் நான் ஆஸ்திரேலியா போறேன். உண்மையை சொல்லணும்னா நேக்கு திரும்பி வர கூட இஷ்டமில்ல. ஒரு வேளை திரும்பி வர்றச்ச இந்தாத்துல நீ இல்லாம போனேனு வையேன், இன்னும் சந்தோசப்படுவேன்" என்று கண் மண்

தெரியாமல் வார்த்தையை விட ஏற்கெனவே அவனிடம் இருந்து மனதளவில் விலகியிருந்த நீரஜாட்சி அன்று அவனிடமிருந்து மொத்தமாக விலகிவிட்டாள்.

ரகுநந்தன் தான் பேசியதற்கு அவள் பொங்கியெழுந்து வாக்குவாதம் செய்வாள் என்று எதிர்பார்க்க அவளோ அமைதியாக முகம் இறுக நின்று கொண்டிருந்தாள்.

நீரஜாட்சியின் இறுகிய முகம் அவனுக்கு மூளையில் அபாயமணியை ஒலிக்கச் செய்தாலும் அதை எல்லாம் கண்டுகொள்ளும் நிலையில் அவன் இல்லை.

ஏதும் பேசாமல் அவன் சூட்கேசுடன் நகர அதற்கு பின் அவனிடம் பேசுவதற்கு அவளுக்கும் எதுவுமில்லை. மெதுவாக நகர்ந்து டிரஸ்சிங் டேபிள் மோடாவில் அமர்ந்தவளின் செவியில் கார் கிளம்பும் ஓசை நன்றாக விழுந்தது. தன் எதிரே இருக்கும் கண்ணாடியில் தெரிந்த தனது பிம்பத்தை வெறிக்க ஆரம்பித்தாள்.

அதில் தெரிவது தன் உருவம் தானா என்ற சந்தேகம் அவளுக்கு எழுந்தது. பிறர் தன்னை அவமதிப்பாய் ஒரு சொல் கூறினாலும் பொறுக்காதவள் இவன் கூறும் இத்தனை வார்த்தைகளையும் பொறுத்ததோடு அதற்கு பதிலடியும் கொடுத்து கொண்டிருப்பது அவளுக்கே ஆச்சரியம் தான்.

பழைய நீரஜாட்சியாக இருந்திருந்தால் ரகுநந்தன் முதல் நாள் பேசிய பேச்சுக்கே போடாவென்று தூக்கிப் போட்டுவிட்டு சென்றிருப்பாள்.

எது தன்னை தடுக்கிறது என்று கண்ணாடியில் தன்னை உற்று நோக்கியவளின் பார்வையில் பட்டது ரகுநந்தன் தனது கையால் அணிவித்த அவனது பெயர் பொறித்த செயின். அவன் கட்டிய தாலியை விட இந்த செயினை தான் அவள் புனிதமாக மதித்தாள். அவள் மீதான ரகுநந்தனின் காதலுக்கு அடையாளமே அந்த செயின் தான்.

அதை கரங்கள் வருடிக் கொடுக்கையிலேயே அவனது வார்த்தைகள் செவியில் ஒலிக்க உள்ளுக்குள் மூண்ட வெறுப்பில் அவளது கரங்கள் அந்த செயினை கழற்றத் தொடங்கியது.

ரகுநந்தன் என்றுமே கழற்றக் கூடாதென்று அன்புக் கட்டளையிட்டிருந்த தருணம் கண் முன் வர அலட்சியத்துடன் அதை கழற்றியவள் "இனிமே இது எனக்கு தேவையே இல்லை. இதை எனக்கு குடுத்தவனும் தான்" என்று சொன்னபடியே செயினை டிரஸ்சிங் டேபிள் மீது

வீசியெறிந்தாள்.

20

பூங்காற்று 46

நீரஜாட்சி செயினை வீசி எறிந்தவள் சட்டென்று எழுந்து போகையில் மொபைலில் அழைப்பு வந்தது. ரகுநந்தன் தான் அழைக்கிறானோ என்ற நப்பாசையுடன் அவசரமாக திரையை பார்க்க அழைத்தவரோ தாத்தா-வின் நண்பரான கும்பகோணம் கிருஷ்ணமூர்த்தி.

அவர் எப்போதுமே சகோதரிகள் இருவருக்கும் போன் செய்து நலம் விசாரிப்பது வழக்கம். எனவே உடனே அழைப்பை ஏற்றவள் "சொல்-லுங்க தாத்தா! எப்பிடி இருக்கீங்க?" என்று அவரிடம் பேச ஆரம்பித்-தாள்.

அவர் "அம்மாடி நீரஜா! தஞ்சாவூர்ல உங்காத்துல சில மராமத்து வேலை பண்ணணும்னு உன் மாமாக்கு ஒரு வாரம் முன்னாடி சொல்-லிருந்தேன்டிமா... அவன் அதை மறந்துட்டானா? ஆத்தை இப்பிடியே போட்டுட்டேள்னு வை, அப்புறம் சிதிலமாயிடும்" என்று அவள் பிறந்த வீட்டை பற்றி கூற

நீரஜாட்சி "என்ன சொல்லுறீங்க தாத்தா? மாமா தான் அடிக்கடி போய் அந்த வீட்டை பார்த்துக்கிறாங்களே" என்று வினவ

அவர் "இந்த ஆறு மாச காலமா அவன் அங்கே வரலைடிமா. ஹர்சனோட விவாகத்துல ஆரம்பிச்ச பிரச்சனையால வேங்கடநாதனுக்கு மனவுளைச்சல், கோதண்டராமனுக்கும் முடியாம போயிடுத்து. இதுல பட்டுவும் என்னாட்டம் வயசாளி. அதனால யாரோட கவனமும் ஆத்தை நோக்கி திரும்பல.

ஒரு வாரம் முன்னாடி நேக்கு தஞ்சாவூர்ல ஒரு ஜோலி இருந்-துச்சேனு அந்த பக்கமா போறச்ச மதுராவோட ஆத்தை ஒரு பார்வை பார்த்துடுவோமேனு போனேன்... வீடு உள்பக்கம் மரக்கட்டைகள்ல கரையான் ஏற ஆரம்பிச்சிடுத்து... அதான் உன் மாமாக்கு போன் பண்ணி சொன்னேன்... அவனும் மராமாத்துவேலையை ஆரம்பிச்சிடுங்-கோனு என் அக்கவுண்டுக்கு பணம் அனுப்பிட்டான்... ஆனா யாராவது ஒருத்தர் மேற்பார்வையில வேலை நடந்தா தான் ஜல்தியா முடியும்டிமா" என்று நிலமையை விளக்கினார்.

அவர் பேசும் போதே நீரஜாட்சிக்கு அந்த வீட்டின் நினைவு வர அவள் இப்போது இருக்கும் மனநிலைக்கு ஒரு இடமாறுதல் தேவைப்-படுவதாக தோன்ற அவரிடம் அனைவரும் ஷேத்ராடனம் சென்றிருப்ப-தால் தானே வந்து பார்த்துக் கொள்வதாக கூறிவிட்டு போனை வைத்-தாள்.

அடுத்து கரோலினுக்கு அழைத்தவள் நிலமையைக் கூற அவள் தான் சமாளித்துக்கொள்வதாகக் கூறவும் போனை டிரஸ்சிங் டேபிள் மீது வைத்தவள் அதற்கு பின் போனைப் பற்றி மறந்தே போய்விட்டாள்.

வார்ட்ரோபிலிருந்து தனது உடைகளை ஒரு சூட்கேசில் திணித்தவள் அனைத்தையும் எடுத்துவைத்துவிட்டு மாமாவுக்குப் போன் செய்து தஞ்-சாவூர் செல்லப்போவதாக கூறியவள் ரகுநந்தன் ஆஸ்திரேலியா கிளம்பி சென்றதை மறக்காமல் கூறிவிட்டாள்.

அவர் மருமகளை பத்திரமாகச் செல்லுமாறு அறிவுறுத்தியவர் இந்த நந்தன் ஏன் மருமகளை தனியாக விட்டுவிட்டு ஆஸ்திரேலியா செல்ல வேண்டும் என்ற யோசனையுடன் அவனுக்கு தொடர்பு கொள்ள அவன் விமான பயணத்தில் இருந்ததால் அவனை தொடர்புகொள்ள இயல-வில்லை.

பிறகு பேசிக்கொள்ளலாம் என்று அவர் விட்டுவிட நீரஜாட்சி சூட்-கேசுடன் கிளம்பியவள் அறையை விட்டு வெளியேறும் முன் அவர்க-ளின் திருமணக்கோலத்துடனான புகைப்படத்தை விரக்தியுடன் பார்த்த-வள் தலையை உலுக்கிவிட்டு வெளியேறினாள்.

ஆனால் கிளம்பிய அவசரத்தில் போனை வீட்டிலேயே வைத்து பூட்-டிவிட்டதை அவள் அறிந்த போது அவள் சென்னையை விட்டு வெகு-தூரத்தில் பேருந்தில் பயணித்துக்கொண்டிருந்தாள்.

****

அதே நேரம் லண்டன் சென்றடைந்த கிருஷ்ணஜாட்சியும் ஹர்சவர்தனும் அவன் தோழனின் வீட்டை அடைந்திருந்தனர்.

ஓரளவுக்கு அந்தக் காலநிலை அவர்களுக்குப் பழக ஆரம்பித்திருக்க அப்போது அங்கே அதிகாலை என்பதால் கிருஷ்ணஜாட்சி வெளியே வேடிக்கை பார்த்துக் கொண்டிருந்தாள்.

ஹர்சவர்தன் இவ்வளவு நேரம் தன் அணைப்பில் இருந்த மனைவி காணாமல் போய்விட்ட அதிர்ச்சியில் திடுக்கிட்டு எழுந்தவன் அவள் பால்கனி பக்கம் நிற்பதைக் கண்டதும் நிம்மதி பெருமூச்சு விட்டான்.

"ஒரு நிமிசம் உன் மூளை எவ்ளோ விபரீதமா யோசிக்குது ஹர்சா" என்று தன்னைத் தானே கேலி செய்தவாறு அவளை நோக்கி சென்றவன் பின்னோடு அவளை அணைத்துக் கொண்டான்.

கிருஷ்ணஜாட்சி அதிர்ந்தவள் பின்னர் "எப்போ முழிச்சிங்க ஹர்சா? தூக்கம் வரலையா?" என்று கேட்டபடியே வேடிக்கை பார்க்க

அவன் "இப்போ தான் முழிச்சேன். இவ்ளோ நேரம் பூனைக்குட்டி மாதிரி என் கைக்குள்ள இருந்த என்னோட அழகி எங்கே போயிட்டானு பதறிப் போய் ஓடி வந்தா மேடம் பால்கனியில நின்னு மார்னிங் வியூவை ரசிச்சுட்டிருக்கிங்க" என்று கூறிவிட்டு அவளுடன் சேர்ந்து அவனும் ரசிக்கத் தொடங்கினான்.

கிருஷ்ணஜாட்சி புருவங்கள் முடிச்சிட "ஹர்சா நீருவுக்கும் அம்மாஞ்சிக்கும் எதுவும் பிரச்சனையா? ரெண்டு பேர் நடவடிக்கையும் ஏதோ தப்பா தோணுது" என்று யோசனையுடன் கூற

ஹர்சவர்தன் "ம்ம்... நான் இதை ரொம்ப நாளா கவனிச்சிண்டிருக்கேன். சின்ன வயசுல இருந்த மாதிரி அவன் ஆத்துக்குள்ளே நுழைஞ்சா நீரு தோட்டத்துப்பக்கம் போயிடறா. அவன் சாப்பிட வந்தாலும் அவனை கண் கொண்டு பார்க்காம பாட்டி தாத்தா கூட செல்லம் கொஞ்சிண்டிருக்கா. இப்போ என்ன பஞ்சாயத்தை இழுத்து வச்சிண்டிருக்கானு புரியலை. பட் நேக்கு என் தம்பியை பத்தி தெரியும். அவன் கொஞ்சம் கோவக்காரன் தான். ஆனா நீருனா அவனுக்கு உயிர். அவனே நினைச்சாலும் அவளை பிரிஞ்சு அவனால இருக்க முடியாது. ரெண்டும் சண்டை போட்டுண்டே இருந்தாலும் ஒன்னா தான் இருக்கும். அதனால நீ மனசைப் போட்டு குழப்பிக்காதே" என்று மனைவியைச் சமாதானம் செய்தான் அவன்.

கணவன் கூறிய சமாதானத்தில் அவளும் அப்போதைக்கு அமைதி-யானாள்.

****

நீரஜாட்சி தஞ்சாவூரை அடைந்த போது நேரம் இரவு ஏழு மணியை தாண்டியிருந்தது. பேருந்துநிலையத்தில் ஆட்டோ பிடித்தவள் வீட்டு முகவரியை கூறிவிட சரியாக அடுத்த அரைமணிநேரத்தில் அவர்களின் வீட்டின் முன் இறங்கினாள் அவள்.

ஆட்டோ நிற்கும் சத்தத்தில் பக்கத்து வீட்டு பெண்மணி வந்து எட்டி பார்க்க அங்கே கையில் சூட்கேசுடன் கழுத்தில் இன்னும் புதிது மாறாத மஞ்சள் கயிற்றுடன் ஒரு இளம்பெண் நின்று கொண்டிருக்கவும் அவருக்கு அவளை எங்கேயோ பார்த்த நினைவு.

நீரஜாட்சி அவர் புறம் திரும்பியவள் ஒரு புன்னகையுடன் "வனஜாக்கா என்னை அடையாளம் தெரியலையா? நான் நீரு" என்றபடி அவரிடம் செல்ல அந்த பெண்மணி அப்போது தான் அவளை அடை-யாளம் கண்டுகொண்டார்.

மகிழ்ச்சியுடன் "நீருவா இது? இத்துணூண்டு இருந்துட்டு கிரிக்கெட் பேட்டும் கையுமா சுத்துனவ, இவ்ளோ பெரிய பொண்ணாயிட்டியா? சரி சரி வெளியேவே நின்னு பேச வேண்டாம். உள்ளே வா" என்று அவளை அழைக்க நீரஜாட்சி அவருடன் சென்றாள்.

அவர் அவளுக்கு தண்ணீரை கொடுத்தபடி "கிருஷ்ணா எப்பிடி இருக்கா? நீங்க ரெண்டு பேரும் உங்க மாமா குடும்பத்தோட போனதுக்கு அப்புறம் என் குட்டிப்பையனுக்கு விளையாட ஆள்துணையே இல்லாம போயிடுச்சு நீரு" என்று படபடவென்று பொரிந்து தள்ளியவர் அவளுக்-கும் கிருஷ்ணஜாட்சிக்கும் திருமணமாகிவிட்டதை அறிந்து சந்தோசப்-பட்டார்.

"விக்கி எங்க போயிருக்கான்கா?" என்று நீரஜாட்சி அவரது மகனைப் பற்றி கேட்க

"அவன் இப்போ டென்த் போயிட்டான் நீரு. அதான் டியூசன் போயிருக்கான். வர்ற நேரம் தான். உன்னை பார்த்தா குஷி ஆயிடு-வான்" என்று கலகலப்பாக உரையாடியபடி அவளைச் சாப்பிட அழைத்-துச் சென்றார்

"கிருஷ்ணமூர்த்தி மாமா போன வாரம் வந்தாரு. அப்போவே நினைச்சேன் உங்க வீட்டுல இருந்து யாராவது வருவாங்கன்னு. ஆனா

நீயே வருவேனு நினைக்கல நீரு. ஆமா உன் ஹஸ்பெண்ட் என்ன பண்ணுறாரு?"

"அவர் கன்ஸ்ட்ரெக்சன் கம்பெனியை பார்த்துக்கிறார் அக்கா. இப்போ ஏதோ இம்பார்ட்டெண்ட் பிசினஸ்னு ஆஸ்திரேலியா போயிருக்கார்" என்று சுருக்கமாக தனியாக வந்ததற்கான காரணத்தையும் கூறிவிட்டு சாப்பிடத் தொடங்கினாள்.

அவருடன் பேசிக்கொண்டிருந்ததில் நேரம் போனதே தெரியாதிருக்க ஒன்பது மணியானதும் வனஜாவின் மகனும் டியூசன் முடிந்து வந்துவிட்டான்,.

நீரஜாட்சி திடீரென்று ஹாலுக்குள் நெடுநெடுவென்று ஒல்லிக்குச்சி உடம்புடன் நுழைந்த பையனை கண்டதும் திகைத்தவள் பின்னர் அடையாளம் கண்டுகொண்டவளாய் "விக்கியா இது? எவ்ளோ பெரிய பையனா வளர்ந்துட்டான்?" என்று ஆச்சரியத்துடன் கூற

அந்த விக்கி அவளது முகத்தை கூர்ந்து நோக்கியவன் பின்னர் சந்தோசக்கூவலுடன் "நீருக்கா" என்றபடி அவள் கரங்களைப் பற்றிக்கொண்டான். நீரஜாட்சி அவன் தன்னை விட உயரமாக வளர்ந்துவிட்டான் என்று ஆச்சரியத்துடன் பார்த்தபடி நின்றாள்.

"அக்கா நீ போனதுக்கு அப்புறம் நம்ம தெருவுல எனக்கு கிரிக்கெட் விளையாடவே பிடிக்கல தெரியுமா? ஒரு பையனுக்கும் உன்னை மாதிரி பேட்டிங் பண்ண தெரியல" என்று அவர்களின் இளம்பிராயக் கதைகளைப் பேசத் தொடங்கினான். நீரஜாட்சிக்கு அவனிடம் பேசியதில் மனபாரம் குறைந்தது போல் இருந்தது.

வெகு நேரமாகிவிட அம்மா, மகன் இருவரிடமும் சொல்லிக்கொண்டு அவள் பிறந்த வீட்டை நோக்கி சூட்கேசுடன் அவள் நடைபோட ஆரம்பித்தாள். அந்த வீட்டைச் சூழ்ந்திருந்த இருளை தெருவிளக்கின் ஒளி விரட்ட முயற்சித்துக்கொண்டிருக்க தூசி படிந்த ஓவியமாய் தெரிந்தது அவர்களின் வீடு.

பழைய கால ஓடு வேயப்பட்ட வானவெளி முற்றத்துடன் கூடிய வீடு. அதைச் சுற்றி போடப்பட்டிருந்த காம்பவுண்டும் கேட்டும் மட்டுமே புதிய பாணியில் இருக்கும். ஒரு பெருமூச்சுடன் கேட்டை திறந்து பெரிய முற்றத்தைக் கடந்து உள்ளே சென்றவள் வராண்டாவை தொடர்ந்த அறையில் செருப்பை கழற்றிவிட்டு வீட்டினுள் நுழைந்தாள்.

வானவெளி வழியே வந்த நிலவின் ஒளியில் சுவிட்ச் போர்டை தேடிக் கண்டுபிடித்து விளக்கை போட குழல் விளக்கின் பால் ஒளியில் வீட்டின் மரத்தூண்கள் மின்னின. அவள் கண்கள் ஆவலாய்த் தேடியது ஊஞ்சலைத் தான். அதைக் கண்டதும் பழைய நினைவுகளில் இதழில் சிரிப்பு மலர்ந்தது.

வானவெளியின் வலது இடது புறங்களில் அறைகள் இருக்க பின்வாயிலுக்கு செல்லும் வழியில் ஒரு ஓரமாக சமையலறையும் அதை ஒட்டி சாப்பிடும் இடமும் இருந்தது.

ஒவ்வொரு இடமாக சுற்றி சுற்றி பார்த்தவள் தனது சூட்கேசை ஒரு அறையில் வைத்துவிட்டு அங்கே கிடந்த துடைப்பத்தை எடுத்து வானவெளியை ஒட்டிய வராண்டாவை பெருக்கிவிட்டு அங்கேயே படுத்துக் கொள்ளலாம் என்று எண்ணினாள்.

அவள் பெற்றோரின் அறைக்குச் சென்றவள் அங்கே தேடிப் பார்த்ததில் இரண்டு போர்வைகள் மட்டும் கிடைக்க ஒன்றை தரையில் விரித்துவிட்டு வீட்டை உட்புறம் தாழிட்டு வந்தாள்.

மின்விளக்கை அணைக்க மீண்டும் வீடு வெண்ணிலவின் ஒளியில் குளிக்கத் துவங்கவும் கண்ணை மூடியவளுக்கு எட்டுமணிநேர பயண அலுப்பின் காரணமாக தூக்கம் தானாகவே வந்துவிட்டது.

****

ரகுநந்தன் சிட்னி ஏர்போர்ட்டில் இறங்கிய போது நேரம் மதியமாகிவிட செக்கிங் முடித்துவிட்டு வெளியே வந்தவனின் கண்கள் வருணை தேடி அலைந்தன.

அப்போது அவன் கண்களில் பட்டது அந்த காட்சி. ஒரு இளம் ஜோடி அதில் அந்த ஆண் விமானத்துக்காக காத்திருக்க அறிவிப்பு வந்ததும் அந்த பெண்ணின் கண்ணில் கண்ட தவிப்பை இதற்கு முன்னர் தான் பார்த்த நினைவு அவனுக்கு வரவே அவனுக்கு நீரஜாட்சியின் நியாபகம் வந்தது.

செவியில் "நீ எப்போ வருவ நந்து?" என்று அவள் கேட்டது இப்போது அருகில் நின்று கேட்பது போலவே தோன்ற அங்கே அந்த இளம்பெண்ணும் தனக்குரியவனிடம் அதையே கேட்டுக் கொண்டிருந்தாள்.

அந்த இளைஞன் அவளுக்கு சீக்கிரம் வந்துவிடுவேன் என்று சமாதானம் கூறும் போதே விமானத்துக்கான அறிவிப்பு மீண்டும் ஒலிக்க

அவள் அவனுக்கு கையசைத்து விடை கொடுத்து அனுப்பும் காட்சியில் ரகுநந்தனுக்கு உள்ளம் உருகிவிட்டது.

கிளம்பும் போது தன்னிடம் எதுவும் பேசாமல் நின்றவளின் முகம் மனக்கண்ணில் தோன்ற போனில் அவளது எண்ணுக்கு அழைத்தான் ரகுநந்தன். ரிங் போய் கொண்டேயிருக்க அவள் போனை எடுக்காமல் இருப்பதைக் கண்டவனின் மனம் மீண்டும் வேதாளமாய் முருங்கைமரம் ஏறிக் கொண்டது.

"அதானே! போனை எடுத்து பேசிட்டாள்னா அவ தலையில வச்சி-ருக்கிற கிரீடம் இறங்கிப் போயிடுமே" என்ற எரிச்சல் கலந்த முணுமு-ணுப்புடன் போனை பாக்கெட்டில் வைத்தவனின் கண்ணில் விழுந்தான் வருண்.

"ஹாய்டா" என்றபடி ரகுநந்தனிடம் வந்தவன் அவனை அணைத்துக் கொள்ள அவனுடன் வந்து நின்றாள் ஒரு வெளிநாட்டு நங்கை.

அவளைக் கண்டதும் ரகுநந்தன் அதிர அவன் கையில் அழுத்தி 'பிறகு சொல்கிறேன்' என்று சைகை செய்த வருண் பின்னர் சாதார-ணமாக "மீட் மை ஒய்ப் கேதரின்" என்று அவளை அறிமுகப்படுத்த ரகுநந்தனுக்கு இவளை இவன் திருமணமே செய்து விட்டானா என்ற ஆச்சரியம்.

அதைக் காட்டிக் கொள்ளாமல் புன்னகை பூத்த முகத்துடன் அவளு-டன் கைகுலுக்கியவன் "ஹாய்? ஹவ் ஆர் யூ கேட்? டூ யூ ரிமெம்பர் மீ?" என்று கேட்க அவள் மகிழ்ச்சியுடன் தலையாட்டி ஆமென்றாள்.

இருவரின் திருமணமும் திடீரென்று நடந்ததால் யாரையும் அழைக்க இயலவில்லை என்று வருந்திய குரலில் அவள் கூற ரகுநந்தன் பரவா-யில்லை என்றபடி அந்த தம்பதிகளுடன் விமானநிலையத்தை விட்டு வெளியேறினான்.

****

நீரஜாட்சி காலையில் எழுந்தவள் முதல் வேலையாக மோட்டரை போட்டு தண்ணீர்த்தொட்டியை நிரப்பிவிட்டு வீட்டைச் சுத்தம் செய்ய தொடங்கினாள்.

போனை சென்னையில் வைத்துவிட்ட விஷயத்தை வனஜாவிடம் கூறிவிட்டதால் அவரே கிருஷ்ணமூர்த்திக்கு போன் செய்து சொல்லி-விட்டார். நீரஜாட்சி வீட்டை ஒதுங்க வைத்து முடிக்கும் நேரம் அவரும் மராமத்து வேலை செய்யும் ஆட்களுடன் வந்துவிட்டார்.

வந்தவர் முதல் வேலையாக ஒரு புது போனை அவள் கையில் திணிக்க அவள் திகைப்புடன் வாங்காமல் நிற்கவும் "இந்த போனை வாங்கிக்கோடிம்மா. உன் மாமா போட்டுவிட்ட பணத்துல தான் வாங்கியிருக்கேன். உன் தாத்தா பட்டு இருக்கானோன்னோ உன்னண்ட பேசாம நேத்து நாளே நன்னா போகலைனு நாதன் கிட்ட ஒரே புலம்பலாம். அதான் அவன் இன்னைக்கு காத்தாலே நேக்கு போன் அடிச்சு மாமா முதல் வேலையா என் மருமாளுக்கு ஒரு போனை வாங்கிக் குடுத்துடுங்கோனு ஆர்டர் போட்டுட்டான்" என்று போன் வாங்கி வந்த வரலாறை பேசியபடியே ஆட்களை வேலை செய்ய அனுப்பி வைத்தார்.

பின்னர் நீரஜாட்சி இங்கே தங்குவதற்கு தேவையான பொருட்களை வாங்க காரில் கடைகளுக்கு அழைத்துச் செல்ல அவள் அத்தியாவசிய பொருட்கள் மற்றும் மளிகைசாமான்களை மட்டும் வாங்கிக் கொண்டாள்.

வீட்டில் அம்மா புலங்கிய பாத்திரங்களை இன்று தான் பரணிலிருந்து இறக்கி சுத்தம் செய்து வைத்திருந்தாள்.

காரில் அமரும் போதே "தாத்தா கிணத்துல நல்லா தண்ணி ஊறிருக்கே, இந்த தடவை இங்கே நல்ல மழையா?" என்று பொது விஷயங்களை விசாரித்தபடி பெரியவரிடம் பேசிக்கொண்டே வந்தவளை அவருக்கு மிகவும் பிடித்துவிட்டது.

வயதாகிவிட்டதால் பேரன் பேத்திகளின் அன்பை எதிர்பார்ப்பவர் அவர். ஆனால் அவரது பேரன்களுக்கும் பேத்திகளுக்கும் அவரிடம் பேசுவதைவிட ஆயிரம் வேலைகள் இருக்கவே அந்த பெரியவரின் ஏக்கம் கனவாகவே போய்விட்டது.

இப்போது நீரஜாட்சி வாய் ஓயாமல் பேசுவதைக் கேட்டுவிட்டு "பட்டு சொல்லுவான், எங்க நீரு இருக்கிற இடம் கலகலப்பா இருக்கும்னு" என்று சிலாகிக்க

நீரஜாட்சி "க்க்கும்... நீங்க வேற தாத்தா... பட்டு என் பேச்சுக்கு ஒரு எக்சாம்பிள் சொல்லுவார். என்ன தெரியுமா? நான் பேசுனா வெண்கலக்கடையில யானை புகுந்த மாதிரி இருக்காம்" என்று அவள் பதிலளிக்கவும் கிருஷ்ணமூர்த்தி சத்தம் போட்டு சிரிக்க ஆரம்பித்தார். அவளுக்குமே பெரியவரிடம் பேசுவது மனவருத்தத்துக்கு மருந்து போடுவது போல் இருந்தது.

பேசிக்கொண்டே அவர்கள் வீட்டை அடைந்தனர். நீரஜாட்சி வேலை செய்பவர்களிடம் "அண்ணா மதியம் சாப்பாட்டுக்கு வேற எங்கேயும்

போக வேண்டாம். நானே சமைச்சிடுறேன். நீங்க டென்சன் இல்லாம வேலையை பாருங்க" என்று சொல்லிவிட்டுச் சமையலறைக்குள் புகுந்து கொண்டாள்.

வெளியே தச்சு வேலைகள் பூச்சு வேலைகள் நடக்க இவ்வளவு நேரம் ஆட்கள் சூழ இருந்தவளின் மனம் இப்போது தனிமைக்கு சென்-றதும் பழைய நினைவுகளை அசை போடத் தொடங்கியது.

ரகுநந்தன் இப்போது ஆஸ்திரேலியா சென்றிருப்பான் என்று நினைத்தவள் "நான் ஏன் அவனை நினைக்கணும்? அவன் எங்க போனா எனக்கென்ன? அங்கே இருந்து பத்து நாள்ல திரும்புனாலும் சரி, பத்து மாசம் கழிச்சு திரும்புனாலும் சரி; நான் அவன் கூட இனி பேச போறதே இல்ல. நான் என்ன சொல்ல வர்றேனு கூட கேக்காம என்னை வாய்க்கு வந்தபடி பேசிட்டு அவன் இஷ்டத்துக்கு போனான்ல! இனிமே அவன் எனக்கு வேண்டாம்" என்று பொம்மையை வேண்டாம் என்று தூர எறியும் குழந்தை போன்ற மனநிலையோடு முணுமுணுத்தாள் அவள்.

செய்யாத தவறுக்கு தான் ஏன் வருந்தவேண்டும் என்ற நியாயமான ஆதங்கம் அவளுடையது. இத்தனைக்கும் அவள் வேண்டுமென்று மறைக்கவில்லை.

நேரம் காலம் வரும் போது சொல்லிக் கொள்ளலாம் என்று ஒத்-திவைத்ததை அவன் வேண்டுமென்றெ திட்டமிட்டு நடித்தாள் என்று பொருள் கொண்டால் நீரஜாட்சி என்ன தான் செய்ய முடியும்?

இவள் இத்தகைய மனநிலையில் இருக்க அவளது கணவனோ ஆஸ்திரேலியாவில் நண்பனின் திருமணக்கதையை கேட்டுக் கொண்டி-ருந்தான்.

21

பூங்காற்று 21

ரகுநந்தன் சோபாவில் சாய்ந்தபடி கண்ணாடி கதவுகளின் வழியே வெளியே தெரியும் காட்சிகளைக் கண்டபடியே "இவ்ளோ நடந்தும் எப்பிடி கேதரினை கல்யாணம் பண்ணிகிட்ட? என்னால இதை இப்போ வரைக்கும் நம்ப முடியலைடா" என்று ஆற்றாமையுடன் கூறிக் கொண்டிருந்தான்.

அவனுக்கு எதிர்ப்புற சோபாவில் கால் மேல் கால் போட்டபடி அமர்ந்து காபியை அருந்தி கொண்டிருந்தான் வருண்.

கண்ணாடிக்கதவின் வழியே தோட்டத்தில் எதையோ சீரமைத்துக் கொண்டிருந்த மனைவியின் அழகை கண்களால் பருகியபடியே "நடந்த எல்லா விஷயத்தையும் என்னால மறக்கவும் மன்னிக்கவும் முடிஞ்சதுக்கு ஒரே ஒரு காரணம் தான் நந்து. நான் கேதரினை எந்த அளவுக்கு காதலிக்கிறேனோ அதே அளவுக்கு அவளும் என்னை காதலிக்கிறா" என்று உணர்ச்சிப்பூர்வமான குரலில் கூறினான்.

ரகுநந்தன் வெகுண்டவனாய் "நீ லவ் பண்ணுனது டோட்டல் லண்டன் சிட்டிக்கும் தெரியும்டா. பட் அவ உன்னை லவ் பண்ணுனானு நீ எதை வச்சு சொல்லுற? உனக்கே நல்லா தெரியும், அவ உன் லைப்ல வந்ததே உன் பேக்டரி புராடெக்டோட பார்முலாவை திருட தான்னு. அப்புறம் நீ எப்பிடி அவ லவ் பண்ணுனானு நம்புன?" என்று படபடவென்று பொரிய அவனைக் கையமர்த்தினான் வருண்.

"ஏய் கூல் மேன்... நீ சொல்லுற எல்லாமே சரி தான். நீ சொன்ன மாதிரி அவ எங்க பேக்டரியோட பார்முலாவை திருட தான் வந்தா...

பட் அவ என்னை காதலிக்க ஆரம்பிச்சதும் அதை என் கிட்ட மறைக்கல... அவ சொல்லுறதுக்கு எவ்ளோவோ டிரை பண்ணுனா... பட் சிச்சுவேசன் சரியா வரலை...

அந்த விஷயத்தை நானா தெரிஞ்சுகிட்டு அவ கிட்ட கேட்டப்போ அவ மறைக்காம ஒத்துகிட்டா... எனக்கு அப்போதைக்கு கோவம் வந்தாலும் அவளும் நானும் காதலிச்ச நிமிசங்களை, ஒன்னா பேசி சிரிச்ச தருணங்களை நினைச்சு பார்த்தேன்... அந்தச் சமயங்கள்ல அவ கண்ணுல நான் பார்த்தது உண்மையான காதல் மட்டும் தான் நந்து. அந்த காதல் எனக்கே எனக்கு வாழ்க்கை முழுக்க வேணும்னா அவ பண்ணுன இந்த சின்ன தப்பை மன்னிக்கிறது ஒன்னும் எனக்கு பெரிய விஷயமா படல" என்று அவன் விளக்கமளிக்க ரகுநந்தனுக்கு தன் நண்பனை நினைத்து ஆச்சரியமாக இருந்தது.

நண்பனிடம் தன் திருமணத்துக்கான விளக்கத்தை கொடுத்துவிட்டு வருண் சென்றுவிட்டான். ரகுநந்தன் அவனது விளக்கத்தை மூளையில் போட்டு அலச தொடங்கினான். அவனது குடும்பத்தொழிலின் அஸ்திவாரத்தை ஆட்டம் காணச் செய்தவளை தன் நண்பனால் இவ்வளவு சுலபமாக மன்னிக்க முடிந்திருக்கிறதே என்ற ஆச்சரியம் ஒரு பக்கம்.

அமைதியாக அமர்ந்து சிந்தித்தவனுக்கு தன்னுடைய வாழ்க்கையில் இந்த சில நாட்களில் நடந்த நிகழ்வுகள் படமாய் ஓட தானும் வருணை போல அந்த பிரச்சனையைக் கையாண்டிருக்கலாமோ என்ற எண்ணம் அவன் மனதில் தோன்றாமல் இல்லை.

அந்த ஆடியோவில் அவன் கேட்டது அனைத்தும் உண்மை தான் என்று நீரஜாட்சி தன் வாயாலே கூறியதும் அதற்கு விளக்கம் கூற முன்வந்த போது தான் அதை காது கொடுத்து கேட்காததும் நினைவுக்கு வர தான் கொஞ்சம் பொறுமையாக கேட்டிருந்திருக்கலாமோ என்ற யோசனை தோன்றியது. அதன் பின் தாங்கள் இருவரும் வாய்ப்பேச்சினால் செய்து வைத்த அனர்த்தங்களும் அவன் கண் முன் வந்து போனது.

தன்னிடம் அவள் கூற வந்த விளக்கத்தைத் தான் கேட்காமல் போனதால் மட்டுமே அவளுக்குத் தன் மீது வருத்தம் என்பது அவனுக்கு இப்போது தான் புரிந்தது. அவள் போட்டிருந்த திட்டம் வேண்டுமானால் தவறாக இருக்கலாம், ஆனால் அவள் தன் மீது வைத்திருந்த காதல் உண்மையானது தான் என்பது அவனுக்கு புத்தியில் உறைத்தது.

தான் செயின் போட்டு விட்ட போது அவள் அழுதது, திருமணத்துக்கு முந்தைய நாள் இரவு தன்னிடம் பேச வேண்டுமென்று கூறியது என ஒவ்வொன்றாய் நியாபகம் வர அவனது மனசாட்சி "நந்து அவ பேசுனது, நடந்துகிட்டது அதிகப்படி தான். ஆனா நீ அவ பேச வந்ததை காது குடுத்து கேக்காம லவ் பண்ணுற மாதிரி நடிச்சேனு வார்த்தையை விட்டுருக்க வேண்டாம்" என்று அவனுக்கு மிகவும் தாமதமாக ஒரு அறிவுரையை வழங்கியது.

கடைசியாக தான் ஆஸ்திரேலியா திரும்பும் போது அவளிடம் பேசிய வார்த்தைகள் வேறு அவனை இம்சிக்க தானே இப்படி யோசித்தால் நீரஜாட்சியை பற்றி கேட்கவே வேண்டாம். சும்மாவே அவள் ரோஷக்காரி. தான் பேசிய பேச்சு வேறு அவளை இன்னும் சீண்டியிருக்கும் என்பதில் ஐயமேதும் இல்லை.

அவள் இப்போது என்ன மனநிலையில் இருக்கிறாள் என்பதை தெரிந்து கொண்டே ஆகவேண்டும் என்ற எண்ணத்தில் அவள் எண்ணுக்கு அழைத்தான். அவள் போன் செய்ததற்கான காரணத்தை கேட்டால் பத்திரமாக ஆஸ்திரேலியா வந்து விட்டதை கூற அழைத்ததாகச் சொல்லி சமாளித்து கொள்ளலாம் என நினைத்தபடி அவளது குரலை கேட்க காத்திருக்க போனில் ரிங் மட்டும் போய்க் கொண்டிருந்ததே தவிர அவள் எடுக்கவில்லை.

ஏர்ப்போர்ட்டில் வைத்து அழைத்த போதும் அவள் எடுக்கவில்லையென்பதால் துணுக்குற்றவன் உடனே தந்தைக்கு அழைத்து பட்டும் படாமலும் விசாரித்தான். அவரோ நீரஜாட்சி தஞ்சாவூருக்கு சென்றிருக்கிறாள் என்ற தகவலை வெளியிட்டதோடு போனை வீட்டில் மறந்து வைத்துவிட்டாள் என்ற விஷயத்தையும் கூறினார்.

தொடர்ந்து "நான் கிச்சா மாமா கிட்ட சொல்லி அவளுக்கு புது போன் வாங்கிக் குடுக்க சொன்னேனே... நோக்கு அவ போன் செய்யலையாடா?" என்று கேட்க அவளுக்கும் எனக்கும் மனஸ்தாபம் என்று எந்த முகத்தை வைத்துக் கொண்டு அவன் கூறுவான்?

அவன் வார்த்தைகளை மென்று விழுங்க வேங்கடநாதன் "டேய் கண்ணா! உங்க ரெண்டு பேருக்கும் எதோ பிரச்சனைனு மட்டும் புரியறது. என்ன பிரச்சனைனு மத்தவாளுக்கு தெரிஞ்சிடக் கூடாதுனு நீயும் நீருவும் ரொம்பவே மெனக்கிடறேள்... ஒன்னு மட்டும் நியாபகம் வச்சுக்கோடா நந்து! உங்க ரெண்டு பேருக்கும் கல்யாணம் செய்து வைக்க

அப்பா ரொம்ப யோசிச்சார்... எல்லாத்தையும் மீறி அவர் ஒத்துகிட்டதுக்கு ஒரே காரணம் நீ சொன்ன வார்த்தை மட்டும் தான்... அவர் உன் மேல வச்ச நம்பிக்கையில தான் அவரோட பேத்தியை நோக்கு விவாகம் பண்ணிவச்சார்ங்கிறத மறந்துடாதடா" என்று நறுக்கு தெறித்தக் குரலில் கூறிவிட்டுப் போனை வைத்துவிட்டார்.

ரகுநந்தன் தந்தை கூறிய வார்த்தைகள் மனதை வருத்த நீரஜாட்சியின் புதிய எண்ணுக்கு அழைக்கும் எண்ணத்தை அப்போதைக்கு கைவிட்டான்.

நேரே வருணிடம் சென்றவன் இன்னும் இரண்டு நாட்களில் இந்தியா திரும்ப வேண்டுமென்று கூறியவன் வேலையைச் சீக்கிரம் ஆரம்பித்துவிடலாம் என்று கூறிவிட அதன் பின்னர் இருவரும் வேலையில் மும்முரமாயினர்.

****

அதே நேரம் நீரஜாட்சியின் வீட்டு மராமத்து பணிகள் இரண்டு நாட்களில் முடிவடைய அதன் பின் அவள் வீட்டை ஒழுங்குபடுத்துவது பக்கத்துவீட்டு வனஜாவிடம் கதை பேசுவது என்று ஜெகஜோதியாக நாட்களைக் கடத்திக் கொண்டிருந்தாள்.

தினமும் மாலையில் கிருஷ்ணஜாட்சி ஹர்சவர்தனிடம் வாட்சப்பில் பேசுபவள் இரவு தாத்தா பாட்டியிடம் சுவாமிதரிசனம் பற்றி தவறாமல் கேட்டுவிட்டுத் தான் உறங்க செல்வாள்.

மற்ற நேரங்களில் மொபைலில் பாடல் கேட்பது அவளின் வழக்கம். எப்போதும் சலசலக்கும் ஸ்ரீனிவாசவிலாசவாசத்துக்கு எதிரிடையாக இந்த வீட்டின் அமைதி நிரம்பிய சூழல் அவளது கொந்தளிக்கும் மனதுக்கு இதமாகவே இருந்தது.

அன்றும் அப்படி பாடல் கேட்டுக்கொண்டிருந்தவளை விக்கி வந்து கிரிக்கெட் விளையாட அழைக்க அவளும் உற்சாகமாக சுடிதார் துப்பட்டாவை முடிச்சிட்டபடி கிளம்பிவிட்டாள்.

அங்கே நண்டும் நாழியுமாக இருந்த சிறுவர்கள் அவளைக் கண்டதும் விக்கியிடம் "விக்கிண்ணா! இந்த அக்காக்கு வயசாயிடுச்சு போலயே.. இவங்களால விளையாட முடியாதுண்ணா" என்று கூற விக்கி அவர்களை சமாளித்து நீரஜாட்சிக்கு பேட்டிங் கொடுக்க சொல்லவே வேறு வழியின்றி அவர்களும் சரியென்று விளையாட ஆரம்பித்தனர்.

நீரஜாட்சி மனதின் ஆற்றாமை அனைத்தையும் பந்தை அடிப்பதில் காட்ட நீண்டநாள் கழித்து விளையாடினாலும் பந்து மட்டையில் பட்டு தெறித்தது.

ஒரு வழியாக அனைத்து ஓவர்களும் முடிய வியர்வையைத் துடைத்-தபடி அந்த நண்டு நாழிகளிடம் வந்தவள் "டேய் குட்டிபசங்களா! ஒரு காலத்துல என்னை இந்த தெருவோட லேடி எம்.எஸ்.டி னு சொல்லு-வாங்கடா.. வயசானாலும் எம்.எஸ்.டி எம்.எஸ்.டி தான்டா, புரிஞ்சுதா?" என்று கூறி கண்ணைச் சிமிட்டி அவர்களுக்கு டாட்டா காட்டிவிட்டு வீட்டை நோக்கி நடைபோட்டாள்.

அந்த சிறுவர்கள் "அக்கா அப்போ சண்டே மேட்சுக்கும் வாக்கா" என்று அழைப்பு விடுக்க "கண்டிப்பா வர்றேன்டா" என்று சத்தம் போட்டு கூறியபடி வீட்டிற்குள் சென்றாள்.

வீட்டிற்குள் நுழைந்தவள் மீண்டும் போனில் சரணடைய மனதில் இவ்வளவு நேரம் இருந்த உற்சாகத்தை ரகுநந்தனின் நினைவு வந்து துடைத்து போட்டது. இருவரும் அடுத்தவருக்கு பதிலடி கொடுக்கிறோம் பேர்வழியாக அவரவர் மனதையே ரணமாக்கி கொண்டதை எண்ணியபடி அப்படியே அமர்ந்து விட்டாள் அவள்.

****

இரண்டு நாட்களுக்கு பிறகு...

ரகுநந்தன் சென்னையில் இறங்கியதுமே அவனுக்கு ஏதோ அவசரம் என்று அலுவலகத்திலிருந்து கால் வர வீட்டுக்குக் கூட செல்லாமல் நேரே அலுவலகத்தை அடைந்திருந்தான் அவன்.

பணியாளர்கள் அனைவரிடமும் பேசிவிட்டு தனது அறைக்கு போக-விருந்தவனிடம் "சார் ஹனிமூன் நல்லபடியா முடிஞ்சுதா? நீரு மேம் வீட்டுக்குப் போயிட்டாங்களா?" என்று பெண் ஊழியர்கள் சிலர் கேட்க

அவன் புன்னகையுடன் "நான் ஹனிமூன் போகல. ஆஸ்திரேலியா போனது பிஸினஸ் விஷயமா தான். நீரு மேம் இப்போ தஞ்சாவூர் போயிருக்காங்க" என்று கூறிவிட்டு பெருமூச்சு விட அந்த பெண்கள் நமட்டுச்சிரிப்பு சிரித்தனர்.

அவர்களில் ஒருத்தி "நம்ப முடியலையே சார்., அவங்களுக்கு நீங்-கன்னா ரொம்ப பிடிக்குமே! ரொம்ப பொசசிவ் டைப்பாச்சே. எப்பிடி உங்-களை தனியா விட்டாங்க?" என்று கேட்க

இன்னொருத்தி "ஆமா சார்! உங்களை லைட்டா பார்த்ததுக்கு உங்களுக்கு ஆல்ரெடி கேர்ள் ஃப்ரெண்ட் இருக்காங்க, சோ உங்களை சைட் அடிக்க கூடாதுனு எங்களுக்கு ஒரு நாள் அட்வைஸ் பண்ணுனாங்க. அப்போவே நினைச்சோம் அது அவங்களா தான் இருக்கும்னு" என்று கூற இவை அனைத்துமே அவனுக்குப் புதிது.

ஒருவழியாக அவர்களிடம் இருந்து விடைபெற்றவனின் மனம் முழுவதும் நீரஜாட்சிக்கும் தன் மீது அளவில்லா காதல் இருந்திருக்கிறது; தான் அதை புரிந்துகொள்ளாத முட்டாளாக இருந்துவிட்டோமே என்ற வருத்தம் நிரம்ப சீக்கிரமாக வீட்டை அடைந்தான்.

ஆளரவமின்றி இருந்த வீடு அவனுக்கே ஒரு வெறுமையை உணர்த்த நீரஜாட்சி சீக்கிரம் திரும்புமாறு வேண்டியதற்கான காரணம் அப்போது அவனுக்கு புரிந்தது. சாவியைப் போட்டுக் கதவை திறந்தவன் வீட்டினுள் நுழைந்தான்.

வீட்டின் அமைதி அவனுக்கே புதிதாக தோன்ற தங்களின் அறைக்குச் சென்றவன் அறையைச் சுற்றி நோட்டமிட்டான். நீரஜாட்சி இல்லாத தனிமை முதன் முதலாக அவனைச் சுட்டது. ஒன்றாக இருந்த போதும் எலியும் பூனையுமாக முறைத்த போதும் இருந்த இதம் இப்போது இல்லாமல் போன உணர்வு. தலையை உலுக்கிவிட்டு பயணத்தின் அலுப்பு தீர குளிக்கச்சென்றான் அவன்.

குளித்துவிட்டு வந்தவன் டிரஸ்சிங் டேபிள் கண்ணாடி முன் நின்று தலைமுடியை சிலுப்பிவிட்டுக் கொள்ள அவன் பார்வையில் விழுந்தது அவனது பெயர் பொறித்த அவனது கையால் நீரஜாட்சிக்கு அணிவித்த செயின். அதைக் கண்டவன் அதிர்ச்சியில் அதைக் கையில் எடுத்துக்கொண்டான்.

"இதை நான் கழட்டவே மாட்டேன்" என்று உறுதியான குரலில் கண் நிறைய காதலுடன் கூறியவளின் பூமுகம் நினைவில் தோன்ற கலைந்தது அவளின் உறுதி மட்டும் தானா இல்லை தன் மீது வைத்திருந்த காதலுமா என்ற அதிர்ச்சியுடன் தலையைக் கைகளில் தாங்கியபடி படுக்கையில் அமர்ந்துவிட்டான் ரகுநந்தன்.

"உண்மையைச் சொல்லணும்னா எனக்கு திரும்பி வர கூட இஷ்டமில்ல. ஒரு வேளை திரும்பி வந்தேன்னா இந்தாத்துல நீ இல்லாம போனேனு வையேன், இன்னும் சந்தோசப்படுவேன்" என்று மிதமிஞ்சிய கோபத்தில் கத்திய வார்த்தைகள் அனைத்தும் அவனைக் கண்டு

கைகொட்டிச் சிரிப்பது போல ஒரு மனப்பிரமை.

எந்த அர்த்தத்தில் அவள் இல்லாமல் போனால் சந்தோசப்படுவேன் என்று கூறினோம் என்று தன்னையே கடிந்து கொண்டவன் இந்தச் செயினை கழற்றி வைத்துவிட்டு போனதிலேயே அவளது இப்போதைய மனநிலை ஓரளவுக்கு பிடிபட்டுவிட்டது.

இந்நிலை இப்படியே தொடர்ந்தால் ஷேத்ராடனம் சென்று திரும்பிய தனது குடும்பத்தார் வந்து பார்க்கையில் நிலமை இன்னும் மோசமாகிவி-டும் என்ற உண்மை அவன் நெஞ்சை சுட்டது.

எப்பாடுபட்டாவது அவளின் மனதில் இழந்த இடத்தைப் பிடிக்க வேண்டும் என்று எண்ணியவன் மறுநாள் தஞ்சாவூர் செல்லும் எண்-ணத்துடன் படுக்கையில் விழுந்தான். அவனுக்குத் தூக்கம் வருவேனா என்று ஆட்டம் காண்பிக்க கண்ணை இறுக மூடி தூங்க முயற்சித்தான். சிறிது நேரத்தில் தூங்கியும் விட்டான்.

மறுநாள் காலையில் விழித்தவனின் மனம் தெளிவாக இருந்தது. நடந்த விஷயங்களை வைத்து பார்க்கும் போது நீரஜாட்சி தன்னை நேசித்ததில் எவ்வித சந்தேகமும் இல்லை. எப்போதுமே ரகுநந்தனை அவளுக்குப் பிடித்து தான் இருந்திருக்கிறது.

அவளது இந்தத் திட்டம் தவறு என்பதை உணர்ந்து தான் தன்னிடம் அவள் கூற வந்திருக்கிறாள் என்பதை அறிந்தவனின் செவியில்

"நான் ஏன் பொய் சொல்ல போறேன் நந்து? நிஜமாவே எனக்கு உன்னை ரொம்ப பிடிக்கும். விரும்பாத ஒருத்தனை எந்த பொண்ணா-லயும் புருசனா ஏத்துக்க முடியாதுடா" என்றவளின் குரல் தெளிவாக விழ வேகமாக தஞ்சாவூர் செல்ல உடைகளை அடுக்கத் தொடங்கினான் அவன்.

ஷோல்டர்பேக்கை மாட்டிக்கொண்டவன் அவர்களின் திருமண புகைப்படத்தின் அருகில் சென்றவன் அதில் நீரஜாட்சியின் முகத்தை வருடிக் கொடுத்துவிட்டு "நான் சீக்கிரமா வந்துடுவேன் நீருகுட்டி" என்-றான் அளவில்லா காதலுடன்.

22

பூங்காற்று 22

நீரஜாட்சி அன்று காலையில் எழும் போதே அவளுக்கு மனது சரியில்லை. முதல் வேளையாக முகம் கழுவி விட்டு வராண்டாவில் சென்று காற்றாட அமர்ந்தவள் டியூசனுக்கு செல்லும் விக்கிக்கு டாட்டா காட்டினாள்.

அவன் சைக்கிளில் ஏறியவன் "நீருக்கா! நான் இன்னும் ஒன் ஹவர்ல டியூசன் முடிச்சு வந்துடுவேன். அதுக்கு அப்புறம் மேட்சை ஸ்டார்ட் பண்ணுவோம்" என்று அறிவித்தபடி கிளம்பினான்.

அவன் செல்வதை பார்த்துவிட்டு வனஜா "என்னமோ போ நீரு! இவன் பப்ளிக் எக்சாம்ல என்ன மார்க் வாங்குவானோனு அவனுக்குப் பயம் இருக்கோ இல்லையோ எனக்கு டென்சனா இருக்கு. ஹாப் இயர்லில எய்ட்டி பர்சன்டேஜ் தான் வாங்கியிருக்கான்" என்று வருத்தமாக கூற

நீரஜாட்சி "அக்கா எய்ட்டி பர்சண்டேஜ் உங்களுக்கு கம்மியா தெரியுதா? பப்ளிக் எக்சாம் மார்க் நம்ம வாழ்க்கையை தீர்மானிக்கிறது இல்லக்கா. அதை தவிர அவனோட மத்த பழக்க வழக்கங்கள் தான் அவனை நல்ல மனுசனா காட்டும். வெறும் மார்க்கை வச்சு அவனை எடை போடாதீங்க. இப்போ இல்லைனாலும் வருங்காலத்துல அவன் ஒரு நல்ல நிலமைக்கு வருவான்" என்று விக்கியை புகழ்ந்து தள்ள

வனஜா "அது சரி! நீ அவனை விட்டுக்குடுத்தா தான் ஆச்சரியம்" என்று கேலி செய்தவாறு வீட்டினுள் சென்றார்.

அவர் சென்றதும் நீரஜாட்சி அன்று காலையிலேயே பட்டாபிராமன் சீதாலெட்சுமிக்கு போன் செய்து நலம் விசாரிக்க ஆரம்பித்தாள்.

வேங்கடநாதன் ரகுநந்தன் பற்றி பேச வரும் போது மிகக் கவனமாக அவன் சம்பந்தப்பட்ட பேச்சைத் தவிர்த்து மற்ற விஷயங்களைப் பேசி-விட்டு போனை வைத்தாள்.

இப்போது மற்ற வேலைகள் அனைத்தையும் முடித்தால் தான் விக்கி வரும் போது விளையாடச் செல்ல சரியாக வரும் என்று மடமடவென்று வீட்டை சுத்தம் செய்து காலை மற்றும் மதிய உணவு தயாரிக்கும் வேலையை முடித்தவள் விக்கியின் வருகைக்காக காத்திருந்தாள்.

சும்மா இருக்க பிடிக்காமல் கண்கள் போனின் தொடுதிரையை பார்த்துக் கொண்டிருக்க விரல்கள் அதை தட்டிக் கொண்டிருக்க மனமோ சலனத்துடன் இருந்தது. எதனால் இப்படி உணர்கிறோம் என்று அவளுக்கே புரியாத புதிராக இருக்க அவளையும் அறியாமல் கணவனின் நினைவு மனதை ஆக்கிரமித்தது.

ஆஸ்திரேலியா சென்று இத்தனை நாட்கள் ஆகியும் தனக்கு அழைத்துப் பேசாத அவனது பிடிவாதம் அவளுக்கு சினத்தை வரவ-ழைத்தாலும் அவளது மனசாட்சி "அவன் கூப்பிட்டா மட்டும் நீ உடனே எடுத்து பேசுற மாதிரி ஃபீல் பண்ணுற" என்று மட்டம் தட்டியது.

அவள் மனக்கலக்கத்துடன் இருக்கும் போதே "நீருக்கா" என்ற அழைப்புடன் விக்கி வந்துவிட நேரம் இவ்வளவு சீக்கிரமாக ஓடிவிட்டதா என்ற திகைப்புடன் வீட்டைப் பூட்டிவிட்டு அவனுடன் கிளம்பினாள்.

வழக்கமாக விளையாடும் இடத்தில் தான் அன்றும் கூடியிருந்தனர் தெருவிலுள்ள குட்டி வாண்டுகள். ஒரு வழியாக டாஸ் போட்டுப் பார்த்து பவுலிங் யார் பேட்டிங் யார் என்று முடிவு செய்துவிட்டு விளையாட ஆரம்பிக்க சூரியன் உச்சிக்கு சென்றதும் தெரியவில்லை. வெயில் சுட்-டெரித்ததும் அவர்களுக்கு உறைக்கவில்லை.

நீரஜாட்சி பந்தை மட்டையால் விளாசிக் கொண்டிருக்கும் போதே அங்கே வந்த ஒரு சிறுவன் "அக்கா உங்க வீட்டு வாசல்ல யாரோ நின்று வீட்டை உத்து பார்த்துட்டிருக்காங்க" என்று கூறினான்.

கிருஷ்ணமூர்த்தி அனுப்பிய ஆளை தான் சொல்கிறான் போல என்று எண்ணிய நீரஜாட்சி விளையாடிக் கொண்டிருந்தவர்களிடம் "டேய் நீங்க கண்டினியூ பண்ணுங்கடா. அக்காக்கு கொஞ்சம் வேலை இருக்கு" என்று கூறிவிட சரியென்றனர் அவர்கள்.

அந்த சிறுவன் ஒரு கையில் கிரிக்கெட் மட்டையை பிடித்துக் கொண்டு நடந்து வந்தவளிடம் பேட்டிங் பற்றி கேட்க அதை விளக்கிக் கொண்டே வந்தவள் வீட்டை அடைந்த போது அங்கே தோளில் பேக்-குடன் நின்று கொண்டிருந்த ரகுநந்தனை கண்டதும் ஒரு கணம் கோபம் வெறுப்பு அனைத்தையும் மறந்து மகிழ்ச்சியில் உறைந்துவிட்டாள். முதல் முறை ஏற்பட்ட பிரிவு அல்லவா!

வீட்டை வேடிக்கை பார்த்துக் கொண்டிருந்தவன் உள்ளுணர்வு உந்த திரும்பிப் பார்க்கையில் அங்கே ஒரு சிறுவனுடன் கிரிக்கெட் மட்டை சகிதம் நின்ற மனைவியைக் கண்டதும் அவனுக்கும் சில்லறை கோபங்-கள் அனைத்தும் மறந்து போக கைகள் அவளை அணைக்க பரபரத்தது.

நீரஜாட்சியின் மகிழ்ச்சி நிலைத்திருந்தது சில கணங்கள் மட்டுமே., அவன் திரும்பி கண்ணில் காதல் பொங்க அவளைப் பார்த்த அடுத்த நொடி அவளுள் இருந்த சோகம், கோபம், பிரிவுத்துயர் எல்லாம் இதோ வெடிக்கப் போகிறேன் என்று அபாய எச்சரிக்கை கொடுக்க தன் அரு-கில் நின்ற சிறுவனிடம் குனிந்தவள்

"மீதி டெக்னிக் எல்லாம் நான் நாளைக்கு உனக்கு சொல்லி தர்றேன். நீ போய் விளையாடு" என்று அவனை அனுப்பி வைத்துவிட்டு தன் பக்கவாட்டில் நின்றவனை ஒரு பொருட்டாக கூட மதியாது கேட்டை திறந்து கொண்டு வீட்டினுள் நுழைந்தாள்.

விறுவிறுவென்று அவள் முன்னே செல்ல ரகுநந்தன் அந்த வேகத்-துக்கு ஈடு கொடுத்தவனாய் அவளைத் தொடர்ந்தவன் அவள் வராண்-டாவை அடைந்ததும் நிற்கவே அவனும் நிதானித்தான்.

அவள் திரும்பி அவனை பார்க்கவும் மெதுவாக "நீரு...." என்று ஆரம்பிக்க நீரஜாட்சி கையில் வைத்திருந்த கிரிக்கெட் மட்டையை நங்-கென்று சுவரில் வீச அது எழுப்பிய சத்தமே அவளின் கோபத்தின் அளவை சொல்லாமல் சொன்னது.

மட்டையின் சத்தம் அடங்கவும் அவன் மீண்டும் "நீரு" என்று ஆரம்பிக்க

நீரஜாட்சி "எதுக்கு வந்த?" என்றாள் வெடுக்கென்று.

ரகுநந்தன் "அப்பா தான் நீ தஞ்சாவூர்ல இருக்கேனு சொன்னார்., அதான் உன்னை பார்க்க...." என்று பேசிக் கொண்டிருக்கும் போதே இடை மறித்தவள்

"பார்த்து என்ன பண்ண போற? ஸ்ரீனிவாசவிலாசத்துல பேசுன பேச்சு பத்தாதா? இன்னும் எதாச்சும் பாக்கி இருக்கா?" என்று இறுகிய குரலில் கூறிவிட்டு வீட்டினுள் நுழைந்தாள்.

அவளைத் தொடர்ந்தவன் "நீரு நீ இப்போ கோவத்துல இருக்க... நான் என்ன சொன்னாலும் உனக்கு அது குதர்க்கமா தான் தெரியும்" என்று கூறிவிட்டு பேக்கை கழற்றினான்.

"அப்போ உனக்கு கோவம் இல்லையா?" என்று கேட்டு விட்டு வெட்டுவது போல நோக்கியவளை உறுதியாக பார்த்தபடி "இல்லை" என்றான் ரகுநந்தன்.

நீரஜாட்சி ஏளன உதட்டுவளைவுடன் "சரி! வந்தாச்சு, பார்த்தாச்சு. இனிமே இங்கே உனக்கு என்ன வேலை? கிளம்பு" என்று கூறிவிட்டு செல்ல எத்தனித்தாள்.

அவனோ "நான் இங்கே இருந்து சென்னை கிளம்புனா உன் கூட தான் கிளம்புவேன். இல்லைனா நானும் இங்கே தான் இருப்பேன்" என்று பிடிவாதக்குரலில் கூறவே

நீரஜாட்சி எரிச்சலுடன் திரும்பினாள்.

"ஒரு பத்து நாள் உன் மூஞ்சியை பார்க்காம இருக்கலாம்னு நினைச்சா அது உனக்கு பொறுக்கலையா?" என்று அவன் கூறிய அதே வார்த்தைகளை அவனிடம் திருப்பி கூறவும் ரகுநந்தன் செய்வதறியாது திகைத்தான்.

"உனக்குக் கோவம் போயிருக்கலாம். ஆனா நீ பேசுன வார்த்தை எதையும் என்னால மறக்க முடியாது. அதனால தயவுபண்ணி அடுத்த பஸ்ல சென்னைக்குப் போயிடு. என் மனசு சாந்தமானதுக்கு அப்புறமா நான் சென்னைக்கு வர்றேன். ஆனா அப்போவும் நான் உன் கூட மனசு ஒப்பி வாழறது சந்தேகம் தான்" என்று உறுதியாகக் கூறினாள்.

ரகுநந்தன் "நீரு நடந்தது ஒரு ஸ்மால் மிஸ் அண்டர்ஸ்டாண்டிங். அதுக்கு நீ ஓவர் ரியாக்ட் பண்ணுற மாதிரி உனக்கு தெரியலை?" என்று எவ்வளவோ முயன்றும் அடக்க முடியாமல் தோற்றுவிட்ட ஆற்றாமை-யுடன் கேட்டுவிட்டான்.

நீரஜாட்சி "நீ பேசுன எதையும் என்னால மறக்க முடியாது" என்று மட்டும் மொட்டையாக கூறவே

அவன் எரிச்சலுடன் "ஏன் நீ பேசுனதை நான் மறக்கலை? மறந்-துட்டு இதோ உன் முன்னாடி வந்து நிக்கலை? நீ மட்டும் ஏன் பிடிவாதம்

பிடிச்சிட்டு இருக்க நீரு? இந்தச் செயினை பாரு" என்றபடி அவள் கழற்றி எறிந்த செயினை பாக்கெட்டினுள் இருந்து எடுத்தான்.

"எந்த சூழ்நிலையிலயும் இதை கழட்டக் கூடாதுனு நாம பேசிக்கிட்டோம். நான் கட்டப் போற தாலியை விட இது புனிதம்னு சொன்னேன். இதை கழட்ட உனக்கு எப்பிடி மனசு வந்துச்சு?" என்று வலியுடன் பேச

"அது எனக்கு தேவையில்லனு தோணுச்சு. கழட்டிட்டேன்" என்று அவளிடமிருந்து புயல்வேகத்தில் பதில் வந்தது.

அவன் ஒற்றை புருவத்தை உயர்த்தியபடி "ம்ம்ம்... தேவையில்லனு தோணுனது அது மட்டும் தானா? இல்ல இதை போட்டுவிட்டவனுமா?" என்று கேட்க

அவள் "ரெண்டும் தான்" என்று நடுங்கும் குரலில் கூறிவிட்டு அவனை பார்க்க ரகுநந்தனின் பொறுமை அவளது பதிலில் காற்றில் பறந்துவிட்டது.

எரிச்சலுடன் "இந்த மாதிரி ஈசியா தூக்கிப் போடுற பார்த்தியா, இது தான் என்னோட சந்தேகத்துக்கு காரணமே... எப்பிடி உன்னால முடியுது? நான் சண்டை போட்டாலும் உன் கூட வாழ்க்கை முழுக்க இருக்க ஆசைப்படுறேன் நீரு. பிகாஸ் சண்டை போடாத மனமொத்த தம்பதிகள்னு இங்கே யாரும் இல்ல. ஆனா நீ ஒரு சின்ன பிரச்சனைக்கும் ரொம்ப பெரிய முடிவா எடுக்கிற" என்று கூற

நீரஜாட்சி "சின்ன பிரச்சனையா? சரி அது சின்ன பிரச்சனையாவே இருக்கட்டும். பட் இருபத்து நாலு மணி நேரமும் என்னை ஒருத்தன் பார்வையாலயும் வார்த்தையாலயும் ஹர்ட் பண்ணுறப்போ தனியா இருக்கிறது பெட்டர்னு நினைச்சு தான் நான் விலகிப் போறேன். லைப் லாங் நான் அப்பிடி தான் இருக்கவும் போறேன். நீ எனக்கு வேண்டாம்" என்று பட்டென்று கூறிவிட

ரகுநந்தன் "ஆனா எனக்கு நீ வேணும் நீரு... அப்பிடி உன் இஷ்டத்துக்குலாம் உன்னை விலகி போக விட முடியாது. இதுக்கா நான் உன்னை காதலிச்சேன்? ஐ அக்ரீ, நான் நிறைய வார்த்தைகளை விட்டுட்டேன். என் இடத்துல யார் இருந்திருந்தாலும் அப்பிடி தான் ரியாக்ட் பண்ணிருப்பாங்க நீரு.

உன்னை பத்தி யாரோ சொல்லி குடுத்து நான் உன் கிட்ட கோவப்பட்டேனா? இல்லையே! நீ பேசுன வார்த்தையை நானே என் காதால கேட்டுட்டு தான் கோவப்பட்டேன். என்னோட கோவத்துல நூறு சதவீத

நியாயம் இருக்கு நீரு. ஏன்னா நான் அவ்ளோ காதலிச்சிருக்கேன்... சோ இனிமே என்னை விட்டு விலகப் போலாம்னு யோசிக்காதே. நான் அதுக்கு அலோ பண்ண போறது இல்ல. நீ என்னோட சென்னை வர்ற வரைக்கும் நானும் இங்கே தான் இருப்பேன். பை த வே இதுல நம்ம ரூம் எது?" என்று சாதாரணமாக கேட்க நீரஜாட்சி அவனை எரிப்பது போல முறைத்துவிட்டு பின்வாசலுக்குச் சென்று விட்டாள்.

அவன் தனது தரப்பு நியாயத்தை விளக்கிவிட்ட திருப்தியில் ஒவ்வொரு அறையாக தேடி கடைசியில் அவளது அறையில் தனது பேக்கை வைத்தான்.

பயணக்களைப்பில் சோம்பல் முறித்தவன் "நீரு நான் குளிக்கணும்" என்று அறிவித்தபடி பின்வாசலுக்கு வர

கிணற்றுப்பக்கத்தில் துணி துவைக்கப் போடப்பட்டிருந்த கல்லில் அமர்ந்திருந்தவள் கடுப்புடன் "அதுக்கு நான் என்னடா பண்ணனும்?" என்று வினவினாள்.

ரகுநந்தன் "நான் என்னவோ உன்னை முதுகு தேய்க்க சொன்ன மாதிரில்ல நீ கோவப்படுறே... அட பாத்ரூம் எங்கேனு சொல்லு, நானே போய் குளிச்சிக்கிறேன்" என்று சலிப்பாய் கூற நீரஜாட்சி குளிக்கும் அறையை நோக்கி கை காட்டினாள்.

ரகுநந்தன் குளிக்க சென்றதும் அவள் எழுந்து அவளது அறைக்குச் சென்றுவிட்டாள். அங்கே அமர்ந்து நேரத்தைக் கடத்தியவள் அவனது பேக் இருக்கவே "இவன் பேக்குக்கு என் ரூம்ல என்ன வேலை?" என்று முகத்தைச் சுருக்கியபடி கூறினாள்.

அந்த பேக்கை கையில் தூக்கி வெளியே வீச தயாராகவும் அவன் குளித்துவிட்டு டவலுடன் வரவும் சரியாக இருந்தது.

அவனைக் கண்டதும் "கொஞ்சம் கூட உனக்கு மேனர்ஸ் கிடையாதா? அங்கேயே டிரஸ் சேஞ்ச் பண்ணிட்டு வரவேண்டியது தானே" என்றபடி திரும்பி நின்று கொண்டாள்.

அவன் அதைஃ கண்டுகொள்ளாமல் அவள் அருகில் வர திடுக்கிட்டவளாய் திரும்பி "இங்கே பாரு! நான் ஆல்ரெடி எரிச்சல்ல இருக்கேன். இப்போ நீ கிட்ட வந்தேனு வைச்சுக்கோ உன் மண்டையை உடைச்சிடுவேன்" என்று அவன் மீது பார்வையை பதிக்க இயலாதவளாய் தவிப்புடன் கூற

ரகுநந்தன் "ஐயோடா! நீருகுட்டிக்கு ரொம்ப தான் ஆசை... என் பேக் உன் கையில இருக்கும்மா. அதை வாங்க தான் வந்தேன். பேக்கை குடு" என்க தன்னை மனதிற்குள் கழுவி ஊற்றியபடி அவனிடம் பேக்கை நீட்டினாள்.

அடுத்த நொடி வெளியேற முயன்றவளின் கையைப் பிடித்தான் ரகுநந்தன்.

கையை உதற முயன்றவளை பின்னோடு சேர்த்து அணைத்துக் கொள்ள நீரஜாட்சி திமிறியவளாய் "உனக்கு நேரம் சரியில்லனு நினைக்கிறேன். லீவ் மீ இடியட்" என்று வார்த்தைகளை கடித்து துப்ப

ரகுநந்தன் அதை அலட்சியப்படுத்திவிட்டு "நேரம் நல்லா தான் இருக்கு நீருகுட்டி. எனக்கு சேர்க்கை தான் சரியில்ல" என்றபடி அவள் கழுத்துவளைவில் முகம் பதித்தான்.

அப்போது தான் குளித்துவிட்டு வந்திருந்தான் என்பதால் தலையில் இருந்து சொட்டும் நீர்த்துளிகளில் சில நீரஜாட்சியின் தோளிலும் பட்டு தெறிக்க அவளுக்கு அவனது அணைப்பு அவஸ்தையாக இருந்தது.

கையை விலக்க முயன்று தோற்றவளிடம் "எதுக்கு இவ்ளோ டென்சன் ஆகுற நீ?" என்று இலகு குரலில் கேட்டவனுக்கு அவள் பதில் சொல்லும் அவசரத்தில் சட்டென்று திரும்பினாள்.

கழுத்துவளைவில் முகம் பதித்திருந்தனின் மூக்கில் நீரஜாட்சியின் மூக்கு உரசிக்கொள்ள மின்னல் பாய்ந்தது போன்ற உணர்வில் பேச இயலாதவளாய் சிலையாய் சமைந்தாள் நீரஜாட்சி.

ரகுநந்தன் அவள் மனதை படித்தவனாய் "இதே மாதிரி குட் கேர்ளா இருந்தா என்னாவாம்? ஏன் அடிக்கடி கோவப்படுற? பட் கோவப்படுறது கூட நல்லது தான். நீ கோவப்பட்டா தானே நான் சமாதானம் பண்ணுறேனு சொல்லி உன்னை இப்பிடி ஹக் பண்ணிக்க முடியும்?" என்று கூறி அவள் கன்னத்தில் இதழ் பதித்தான்.

தன் கன்னத்தில் அவன் இதழின் பிரசன்னத்தை உணர்ந்து கரைந்தவள் சில நிமிடங்களில் சுய உணர்வு பெற்றவளாய் இவன் என்ன தான் நினைப்போடு இங்கே வந்திருக்கிறான் என்று எண்ணியபடி அவனை விலக்கி தள்ளிவிட்டாள்.

"இனிமே நீ என் கிட்ட இப்பிடி பிஹேவ் பண்ணுனேனு வை..." என்று ஆவேசமாய் அவள் ஏதோ கூற வர

அவன் கேலிச்சிரிப்புடன் "போய் தாத்தா கிட்ட சொல்லிடுவியா? என்ன சொல்லுவ நீருகுட்டி? பட்டு இந்த நந்து பையன் என் கன்னத்துல கிஸ் பண்ணி வச்சிட்டான்னா? அடியே இது ஒன்னும் ஸ்ரீனிவாசவிலாசம் இல்ல. அங்கே நீ கம்ப்ளெயிண்ட் பண்ணுனா என்ன ஏதுனு கூட விசாரிக்காம என்னை அட்டாக் பண்ண ஒரு படையே வரும். இது என்னோட அத்தை வீடு... கரெக்டா சொல்லணும்னா மாமியார் வீடு. இங்கே என்னை கேக்கறதுக்கு யாரும் கிடையாது. சோ இப்பிடி அடிக்-கடி கத்தாம லஞ்ச் எடுத்து வை. பயங்கரமா பசிக்கறது" என்று கூற அவள் எரிச்சலுடன் அங்கிருந்து நகர்ந்தாள்.

ரகுநந்தன் கத்தினாலோ சண்டை போட்டாலோ அவளால் பதிலடி கொடுக்க இயலும். இப்போது அவன் செய்து வைத்த காரியத்துக்கு அவளால் திகைத்து மட்டுமே நிற்க முடிந்தது. என்ன தான் கோபம் இருந்தாலும் அவன் அருகாமையில் மனதில் இருக்கும் காதல் விழித்துக் கொள்வதை அவளால் தடுக்க முடியவில்லை.

23

பூங்காற்று 23

ரகுநந்தன் சாப்பாடு எடுத்து வைக்குமாறு சாதாரணமாக கூறிவிட நீரஜாட்சி எரிச்சலுடன் "நான் ஒன்னும் உன்னோட சர்வெண்ட் இல்ல. வேணும்னா நீயே எடுத்துப் போட்டுச் சாப்பிட்டுக்கோ" என்று வெடுக்கென்று சொல்லிவிட்டு ஊஞ்சலில் சென்று அமர்ந்து கொண்டாள்.

ரகுநந்தன் தானே சாப்பாட்டைப் போட்டு சாப்பிட்டுவிட்டு "நீ சாப்பிடலையா நீருகுட்டி?" என்று கேட்க

அவள் "ம்ம்... அதான் எனக்கும் சேர்த்து நீயே சாப்பிட்டுட்டியே" என்று நொடித்துக் கொண்டவாறு பாத்திரங்களை உள்ளே எடுத்துச் சென்றாள்.

அவன் திடீரென்று வந்து நிற்பான் என்று அறியாததால் அவள் எப்போதும் போல தனக்கு மட்டுமே சமைத்திருக்க எவ்வளவு தான் அவன் மீது கோபம் என்றாலும் தனக்காக இவ்வளவு தூரம் வந்திருப்பவனை பசியோடு விட அவளுக்கு மனமில்லை.

எனவே தனக்கு வைத்திருந்ததை அவனுக்கு கொடுத்துவிட்டுப் பாலை காய்ச்சிக் குடித்தவள் மொபைலும் கையுமாக வராண்டாவில் அமர்ந்துவிட அவள் சாப்பிடவில்லை என்பதை அறியாத ரகுநந்தன் அவளைப் பார்த்தபடியே ஊஞ்சலில் அமர்ந்துகொண்டான்.

அலுவலகத்தில் வேலை பாக்கியிருப்பதால் தனது புதிய செகரட்டரிக்கு போன் செய்து தான் வருவதற்குள் செய்து முடிக்கவேண்டிய பணிகளை கட்டளையிட்டுக் கொண்டிருந்தான் அவன்.

நீரஜாட்சி அதை ஓரக்கண்ணால் கவனித்தபடியே பட்டாபிராமனுக்கு போன் செய்தவள் "ஹலோ பட்டு உங்க கிட்ட ஒரு முக்கியமான விஷ-யம் பேசணுமே" என்று இழுக்க ஆரம்பிக்க ரகுநந்தனுக்கு உள்ளுக்குள் அபாயச்சங்கு ஊத ஆரம்பித்தது.

அவர் மறுமுனையில் என்ன சொன்னாரோ அவள் இவனை பார்-வையால் துளைத்தபடியே "எல்லாம் உங்க இளைய பேரனை பத்தி தான்" என்று மீண்டும் ராகத்துடன் கூற அவள் தன்னை பற்றி குறை தான் சொல்ல போகிறாள் என்ற முடிவுக்கு வந்துவிட்டான்.

"நந்து இவ இப்போ தாத்தா கிட்ட உன்னை பத்தி போட்டுக் குடுக்கப் போறாடா. அவரை பழையபடி ஹிட்லர் ஆக்காம ஓய மாட்டா போல" என்று பதறியபடியே அவளிடமிருந்து போனை பிடுங்க முயன்றான்.

அவளோ அதற்கு முன்னரே போனில் சத்தமாக "பட்டு அவன் என்னை தொந்தரவு பண்ணிட்டே இருக்கான். நான் அவன் கூட ஆஸ்-திரேலியா வர்றேனு சொன்னப்போ வரக் கூடாதுனு சொல்லி என்னை சென்னையிலயே விட்டுட்டு போனான்ல, அதுக்கு அவனை என்னன்னு கேக்க மாட்டிங்களா? இப்போ தஞ்சாவூருக்கு வந்ததுல இருந்து என்னை வம்பு இழுத்துட்டே இருக்கான்" என்று கத்திவிட ரகுநந்தன் பட்டாபிரா-மன் திட்டுகளுக்கு காத்திருக்க ஆரம்பித்தான்.

மறுமுனையில் பட்டாபிராமன் பேத்தியிடம் "அந்தப் படவா ராஸ்கல் கிட்ட போனை குடு. நான் அவன் கிட்ட பேசறேன்" என்று கூற நீரஜாட்சி மனதிற்குள் "மாட்டினியாடா மகனே" என்று எண்ணியபடி போனை அவனிடம் நீட்ட அவனோ பரிதாபமாக பார்த்தபடி போனைக் காதில் வைத்தான்.

"ஹலோ தாத்தா" என்று தடுமாறியபடியே பேச ஆரம்பிக்க அவனது தாத்தா அவன் எதிர்பார்த்தபடியே பொரிந்து தள்ளினார்.

அவனோ "தாத்தா மன்னிச்சுடுங்கோ.. இனி இப்பிடி நடக்காது... பிளீஸ் தாத்தா அப்பிடியெல்லாம் சொல்லாதேள்... பிராமிஸ் தாத்தா" என்று கெஞ்ச நீரஜாட்சி சுவரில் சாய்ந்து நின்று அதை ரசிக்க ஆரம்-பித்தாள்.

பட்டாபிராமன் "நீ இப்பிடி எதாச்சும் பண்ணி வைப்பேனு தான் நோக்கு என் பேத்தியை கல்யாணம் செஞ்சு வைக்க நான் தயங்குனேன். அப்போ என்ன பேச்சுலாம் பேசுன நீ?" என்று அவனை விளாச ஆரம்-பிக்க அவன் எப்படியோ அவரைச் சமாதானம் செய்துவிட்டுப் போனை

வைத்தான்.

தான் திட்டு வாங்குவதை ரசித்துக்கொண்டிருந்த மனைவியின் கையில் போனை திணித்தவன் "இப்போ உனக்கு குளுகுளுனு இருக்-குமே" என்று முறைக்க

அவளோ "என்னமோ சொன்னியே இது ஒன்னும் ஸ்ரீனிவாசவிலாசம் இல்ல, உன்னோட மாமியார் வீடுனு! உன் மாமியார் வீடோ என் மாமி-யார் வீடோ எங்கேயும் என் பேச்சுக்கு தனி பவர் தான். இனிமே நீ என் கிட்ட அட்வான்டேஜ் எடுத்துக்குவ?" என்று அமர்த்தலாக கூறிவிட்டு கிளம்பினாள்.

ரகுநந்தன் இவளைச் சமாதானம் செய்யும் வழி அறியாதவனாய் திகைத்து நின்றான்.

****

ஹர்சவர்தன் கிருஷ்ணஜாட்சியுடன் ஷாப்பிங் வந்திருந்தான். அவள் இண்டர்நெட்டில் அலசி ஆராய்ந்து எது மலிவான கடை என்று தேடி-யதில் ஹாமர்ஸ்மித்தில் உள்ள ப்ரிமார்க் கடைக்கு செல்வோம் என்று முடிவெடுத்ததால் அவளை அங்கே அழைத்து வந்திருந்தான்.

அவள் ஆடைகளைப் பார்வையிடுவதில் மும்முரமாகிவிட அவன் வீட்டினருக்கு அழைத்துப் பேச ஆரம்பித்திருந்தான். அனைவரின் நலனையும் விசாரித்துவிட்டு மனைவியைத் தேட அவளோ அவனுக்கு ஷேர்ட் ஒன்றை எடுத்துவிட்டு இந்த நிறம் அவனுக்குப் பிடிக்குமா பிடிக்காதா என்ற ஆராய்ச்சியில் இறங்கியிருக்க அவளிடம் வந்தவன் "ஷேர்ட்டை கையில வச்சுட்டு நோக்கு என்ன யோசனை?" என்று கேட்க

"இந்த ஷேர்ட் உங்களுக்கு பிடிச்சிருக்கா ஹர்சா? எனக்கு இது உங்-களுக்கு நல்லா இருக்கும்னு தோணுச்சு" என்று புருவமுடிச்சுடன் கேட்க

அவன் "நோக்கே நல்லா இருக்கும்னு தோணுனதுக்கு அப்புறம் எதாச்சும் அப்பீல் இருக்கா என்ன? எனக்கு இது டபுள் ஓகே" என்று கூறிவிட அவள் மகிழ்ச்சியுடன் அதையே தேர்ந்தெடுத்தாள்.

மொத்தக் குடும்பத்துக்கும் வாங்கியவள் மறக்காமல் கரோலினுக்கு அவளுக்குப் பிடித்த ஃப்ளாரல் டிசைனில் அவள் எப்போதும் அணியும் கவுன்களை வாங்கிவிட்டுக் கர்மசிரத்தையாக அதை புகைப்படம் எடுத்து வாட்சப்பில் அவளுக்கு அனுப்பியும் வைத்தாள்.

ஷாப்பிங்கை முடித்தவர்கள் ஊரைச் சுற்றிப் பார்த்துவிட்டு வீடு திரும்ப நீண்ட நேரமாகிவிட்டது. வீடு திரும்பி சிலமணி நேரங்களில் கிருஷ்ணஜாட்சிக்கு ரகுநந்தனிடம் இருந்து போன் வரவே ஹர்சவர்தன் தான் எடுத்தான்.

போனை எடுத்தவன் "என்னடா கிருஷ்ணாக்கு கால் பண்ணிருக்க? நீரு கூட எதும் பிரச்சனையா?" என்று கேட்க

ரகுநந்தன் "ஏன்டா நான் கால் பண்ணுனாலே இதுக்கு தானு எப்பிடி கண்டுபிடிக்கற நீ?" என்று ஆச்சரியத்துடன் கேட்க

ஹர்சவர்தன் "கழுதை கெட்டா குட்டிச்சுவர் தானே! உன்னோட லவ்குரு அவ தான்னு அவ என்னண்ட எப்போவோ சொல்லிட்டா" என்று கேலி செய்ய அதற்குள் கிருஷ்ணஜாட்சியும் உடை மாற்றிவிட்டு வந்துவிட போனை அவள் வசம் ஒப்படைத்தான்.

"நந்துக்கும் நீருக்கும் பிரச்சனையானு யோசிச்சல்ல... கவலைப்படாதே! பிரச்சனையே தான். அவன் தான் லைன்ல இருக்கான். எதாச்சும் ஐடியா குடு என் தம்பிக்கு. அவன் குரலை கேக்கவே ரொம்ப பாவமா இருக்குடி" என்று சொல்ல அவளும் சரியென்று தலையாட்டிவிட்டுப் போனை காதில் வைத்தாள்.

அவள் வைத்தது தான் தாமதம், ரகுநந்தன் அவர்கள் சண்டையை ஆரம்பத்திலிருந்து இப்போது வரை விளக்கிவிட்டு "இதுக்கு நீங்க தான் ஒரு சொல்யூசன் குடுக்கணும் மன்னி" என்று முடித்துவிட்டு மூச்சு வாங்கினான்.

கிருஷ்ணஜாட்சி அவன் கூறிய விஷயத்தில் அயர்ந்து போயிருந்தவள் "ஒரு சின்ன விஷயத்துக்கு ரெண்டு பேரும் பேசி பேசி சண்டையைப் பெருசா ஆக்கிட்டிங்களே" என்று ஆதங்கத்தை வெளிப்படுத்தினான்.

ரகுநந்தன் "ஆமா மன்னி! நான் பண்ணுனது தப்பு தான்" என்று கூற அவனை இடைமறித்தவள்

"நீரு மேலேயும் தப்பு இருக்கு அம்மாஞ்சி. ஆனா ஒரு விஷயம் மட்டும் என்னால சொல்ல முடியும். அவளுக்கு உங்களை ரொம்ப பிடிக்கும். அதுல உங்களுக்கு சந்தேகமே வேண்டாம்" என்று கூறி அவன் வயிற்றில் பாலை வார்த்தாள்.

அவளே அந்த பிரச்சனைக்கு ஒரு தீர்வையும் கூற ரகுநந்தன் "இந்த பிளான் ஒர்க் அவுட் ஆகுமா? ஏன்னா பாருங்க, உங்க தங்கை ஒரு

வினோத பிறவி. நான் உன்னை பார்த்து பரிதாபப்பட்டேனே தவிர நேக்கு உன் மேல எந்த அபிப்பிராயமும் இல்லைனு சொல்லிட்டா நான் என்ன பண்ணறது?" என்று கேட்க

கிருஷ்ணஜாட்சி "ம்ஹூம்! இதனால உங்க மேல அவளுக்கு இருக்கிற கோவம் சுத்தமா காணாம போயிடும். உங்களுக்கு ஒன்னு தெரியுமா? என்னோட நீரு பார்க்க தான் ரொம்ப பிடிவாதக்காரியா தெரிவா. ஆனா அவளால யாராவது கண்ணீர் விட்டா தாங்க முடியாது. மாமி மேல அவளுக்கு இருந்த கோவம் போனதே அவங்க ஃபீல் பண்ணுனதை அவ கண்ணால பார்த்ததாலே தான். சோ உங்க மேல இருக்க கோவம் போக இதை விட பெஸ்ட் ஐடியா இருக்க முடியாது" என்று உறுதியாகக் கூற ரகுநந்தனுக்கும் கொஞ்சம் நம்பிக்கை வந்து போனை வைத்தான்.

அவன் போனை வைத்ததும் கிருஷ்ணஜாட்சி ஹர்சவர்தனை தேட அவனோ சமையலறையில் ஏதோ செய்து கொண்டிருக்க தீய்ந்து போன வாடை நாசியைத் துளைக்க "ஹர்சா! எதை தீய வச்சிங்க இப்போ?" என்ற கூவலுடன் சமையலறையை நோக்கி ஓடினாள் அவனது மனைவி.

****

நீரஜாட்சி தனக்கு எதிரில் அமர்ந்து ஏதோ ஜோக் அடித்து சிரித்து கொண்டிருந்த விக்கியையும் ரகுநந்தனையும் முறைத்தபடி அமர்ந்திருந்தாள்.

விக்கி அவளிடம் திரும்பியவன் "நீருக்கா நந்து மாமா நல்லா காமெடியா பேசுறாரு. உனக்கு வீட்டுல போர் அடிக்கவே செய்யாது" என்று பெருமிதமாக கூற

நீரஜாட்சி கேலி கலந்த குத்தல் குரலில் "அஹான்! உண்மை தான்... உங்க மாமாவை மாதிரி பேசறதுக்கு ஒருத்தன் பிறந்து தான் வரணும்" என்று கூறிவிட்டு இரவுணவு தயாரிக்க சமையலறைக்குள் சென்று தஞ்சமடைந்துக்கொள்ள ரகுநந்தன் பேச்சை மாற்றியபடி விக்கியிடம் நாளை கிரிக்கெட் மேட்ச் பற்றி விசாரிக்க ஆரம்பித்தான்.

அந்த சிறுவனும் இவனது திட்டத்தை அறியாமல் எப்போதும் போல நீரஜாட்சி தான் பேட்டிங் என்று கூறிவிட ரகுநந்தன் மனதிற்குள் மகிழ்ந்தவன் விக்கி வீட்டுக்குச் செல்வதாகக் கூறிவிட்டுக் கிளம்ப அவனை வழியனுப்பிவிட்டு வந்தான்.

வராண்டாவுக்கு வந்தவனின் பார்வையில் பட்டது நீரஜாட்சி கோபத்-தில் தூக்கியெறிந்த கிரிக்கெட் மட்டை. அதை கையில் எடுத்து பார்த்த-வன் அதன் கீழ்ப்பாகம் அவள் வீசிய வேகத்தில் கீறியிருப்பதைப் பார்த்து விட்டு யோசனையுடன் ஒரு ஓரத்தில் வைத்துவிட்டு வீட்டுக்குள் சென்-றான்.

இருவரும் அதிகம் பேசிக் கொள்ளாமல் இரவுணவை முடித்துவிட நீரஜாட்சி வழக்கம் போல வெளிப்புற கேட்டை பூட்டிவிட்டு வராண்டா-வின் கதவையும் அடைத்துவிட்டு வீட்டினுள் வந்தாள்.

ரகுநந்தன் அவர்கள் இருந்த அறையில் ஒரே ஒரு மரக்கட்டில் மட்-டும் கிடக்க போர்வையோ தலையணையோ இல்லாதிருப்பதைக் கண்டு எப்படி தூங்குவது என்று விழித்தபடி நிற்க அவளோ சாதாரணமாக அறைக்குள் வந்தவள் அலமாரியில் இருந்த இரண்டு போர்வைகளையும் எடுத்துக் கொண்டு அந்த அறையை விட்டு வெளியேற ஆரம்பித்தாள்.

அவள் வெளியே செல்லும் முன் கரம் பற்றி நிறுத்திய ரகுநந்தன் "எங்கே போற நீரு? " என்று கேட்க

நீரஜாட்சி "வெளியே போய் தூங்க போறேன்" என்றாள் சட்டென்று.

"ஏன் வெளியே போற? இங்கேயே தூங்க வேண்டியது தானே" என்-றவனை முறைத்தவள்

"எனக்கு இங்கே தூங்க பிடிக்கல. உன்னோட ஒரே ரூம்ல இருக்-கிறது எனக்கு மூச்சு முட்டுற மாதிரி இருக்கு. நான் போய் காத்தாட தூங்கப் போறேன்" என்றாள் பிடிவாதமாக.

இதற்கு மேல் அவள் கேட்க மாட்டாள் என்றவன் அவளை வற்-புறுத்த விரும்பாமல் "சரி இதுக்கு அப்புறம் உன் இஷ்டம்... ஆனா நேக்கும் ஒரு போர்வையைக் குடுத்துட்டு போ" என்று போர்வைக்குக் கையை நீட்ட

அவளோ "ரெண்டும் எனக்கு வேணும். நான் தான் வெளியே குளிர்ல படுக்கப் போறேன். நீ வுட் காட்ல தான படுக்க போற. உனக்கு பெட்ஷீட் ஒன்னும் தேவைப்படாது" என்று சொல்லிவிட்டு வானவெ-ளிக்கு பக்கவாட்டு வராண்டாவில் ஒரு போர்வையை விரித்தாள்.

மற்றொரு போர்வையைத் தலையிலிருந்து கால் வரை மூடிக் கொண்டவளை அறை வாயிலில் நின்று பார்த்தவன் "இந்த எகிப்து மம்மி கெட்டப்புல தூங்க தான் இன்னொரு போர்வையா?" என்று கேலி செய்துவிட்டு வெறும் கட்டிலில் படுத்தான்.

அவனுக்கு வெறும் கட்டிலில் தூங்கி பழக்கம் இல்லாததால் உருண்டு புரண்டு படுத்து பார்த்தும் உறக்கம் வராமல் போகவே எழுந்து அமர்ந்தான்.

"என்னடா இது? தூக்கமே வர மாட்டேங்குது?" என்று அந்த அறையிலிருந்து வெளியேறியவன் வராண்டாவில் படுத்திருந்த நீரஜாட்சியின் வரிவடிவம் வானவெளி வழியே கசிந்த நிலவொளியில் தெரிய அவளிடம் சென்றான்.

"இங்க மனுஷனுக்கு போர்வை இல்லாம தூக்கம் வர மாட்டேங்குது... இதுல இவளுக்கு மட்டும் ரெண்டு போர்வையா?" என்று கூறியபடி அவளது போர்வையை வேகமாக இழுக்க நீரஜாட்சி அடித்துப் போட்டது போல தூங்கிக்கொண்டிருந்ததால் அவளுக்கு விழிப்பு வரவில்லை.

போர்வையை எடுத்துவிட்டு அறைக்குள் செல்ல அடியெடுத்து வைத்தவன் திடீரென்று ஏதோ எண்ணம் உதிக்க "ச்சே ச்சே! இப்பிடி பண்ணுறது பாவம் நந்து. தூங்கிட்டிருந்தவ கிட்ட இருந்து போர்வையை எடுக்கிறது தப்பு" என்றபடி அவளிடம் மீண்டும் சென்றான்.

அவள் அருகில் அமர்ந்து நிலவொளியில் மற்றொரு பால்நிலவாக ஒளிர்ந்த முகத்தை வருடிக் கொடுத்தவன் "தூங்கறச்ச பார்க்க குழந்தையாட்டம் இருக்க இந்த முகத்துலயா கோவம் தாண்டவம் ஆடறது? என் செல்லம்" என்று கன்னத்தை கிள்ளி கொஞ்சினான்.

"ஏன் நந்து இங்கே இவ்ளோ விசாலமா இடம் இருக்கறச்ச ஏன் போய் அந்த ரூம்ல அடைஞ்சிக்கணும்? விரிச்சிருக்கிற பெட்ஷீட் கூட நீளமா தான் இருக்கு. பேசாம இங்கேயே நீருகுட்டி பக்கத்துல தூங்கிட வேண்டியது தான்" என்றபடி போர்வையில் படுத்தவன் கையில் வைத்திருந்த போர்வையால் இருவரையும் மூடிக் கொண்டான்.

கண்ணை மூடி தூங்கலாம் என்கையில் நீரஜாட்சி தூக்கத்தில் திரும்ப முயல "இவ இப்போ முழிச்சானா இன்னைக்கு விடிய விடிய சண்டை தான் நடக்கும்" என்று பதறியவனாய் அவள் தலையை தனது புஜங்களில் வைத்துக் கொண்டான்.

அவளும் தலையணை போல அதில் முகம் பதித்து தூங்க ஆரம்பித்து விட அவன் நிம்மதி பெருமூச்சு விட்டான்.

தன் அருகில் உறங்கும் மனைவியை பார்த்து குறுஞ்சிரிப்புடன் அவள் நெற்றியில் முத்தமிட்டவன் வானவெளி வழியே தெரியும் நிலா-

வையும் நட்சத்திரங்களையும் ரசித்தபடி கண்ணயர ஆரம்பிக்க சிறிது நேரத்தில் ஆழ்ந்த நித்திரைக்குச் சென்றான்.

24

பூங்காற்று 24

நீரஜாட்சி வழக்கம் போல அன்று உறக்கம் களைகையில் விடிந்து நேரமாகியிருந்தது. மெதுவாக கண்களைத் திறந்தவள் தன்னை எதுவோ சூழ்ந்திருப்பதை உணர்ந்து என்னவென்று எழுந்து பார்க்க நினைத்தவளுக்கு எழும்ப இயலவில்லை. என்னவோ ஏதோ என்று பதறியவளுக்கு தன்னை பொம்மை போல அணைத்து உறங்கிக் கொண்டிருந்த ரகுநந்தனின் முகத்தை பார்த்ததும் தூக்கக்கலக்கம் அகன்றது.

இவன் எப்போது இங்கே வந்தான் என்ற குழப்பத்துடன் அவன் கரங்களை விலக்க முயல அவன் விடாக்கண்டனாக இன்னும் இறுக்கமாக அணைத்தபடி "தூங்கு நீருகுட்டி" என்று அரைத்தூக்கத்தில் கூற நீரஜாட்சிக்கு அந்தக் காலைப்பொழுதிலேயே இரத்த அழுத்தம் அதிகரிக்க ஆரம்பித்தது.

தன்னைச் சுற்றி வளைத்திருக்கும் அவனது புஜத்தில் நறுக்கென்று கிள்ள அவன் பதறியடித்துக் கொண்டு எழுந்து புஜத்தை தேய்த்தபடி "ஏய் எதுக்குடி இப்பிடி கிள்ளி வைச்ச?" என்று வலியில் முகத்தைச் சுருக்கிக் கொண்டான்

நீரஜாட்சி "உனக்கு எவ்ளோ தைரியம் இருந்தா இங்கே வந்து தூங்குவ?" என்று கூறிவிட்டு போர்வையை மடித்து அதை வைத்தே அவனுக்கு இரண்டு அடிகள் வைத்தாள்.

ரகுநந்தன் "பிசாசு மாதிரி அடிக்காதேடி. ஒரு மனுசன் அவன் பொண்டாட்டியை ஹக் பண்ணிட்டு தூங்குனதெல்லாம் ஒரு குத்தமா?" என்று கேட்டபடி அவள் கையிலிருக்கும் போர்வையைப் பிடுங்கினான்.

"என்னடா குத்தமானு கேக்குற? ஆமா குத்தம் தான். சார் ஆஸ்தி-ரேலியா போனப்போ என்ன பண்ணுனீங்க? அதே மாதிரி நினைச்சுட்டு வெட்டவெளியில ஆகாயத்தைப் பார்த்துட்டு தூங்கறதா இருந்தா இங்கே இரு. இல்லனா பெட்டி படுக்கையோட சென்னைக்கு கிளம்பு. திஸ் இஸ் மை லாஸ்ட் வார்னிங்" என்று எச்சரித்துவிட்டு எழுந்தாள்.

ரகுநந்தன் ஏளனமான உதட்டு வளைவுடன் "போடி! நீ சொன்னா நான் கேக்கணுமாக்கும்" என்றபடி எழ

நீரஜாட்சி "ஹலோ அப்பிடியே போனா என்ன அர்த்தம்? இந்த விரிப்பை யாரு மடிக்கிறது? ஒழுங்கா அந்த போர்வையை மடிச்சு வச்-சுட்டு போ" என்று கட்டளையிட்டுவிட்டு தனது கையில் இருந்த போர்-வையை மடித்தபடி அங்கிருந்து அகன்றாள்.

அதை அலமாரியில் வைக்கும்போது அவனும் நல்ல பிள்ளையாக மடித்த போர்வையை அவளிடம் கொடுத்தான்.

"நீரு இந்த கை கொஞ்சம் வலிக்கறது. இதுக்கு எதாவது மருந்து இருக்கா?" என்று வினவ அவள் சுற்றி முற்றி தேடியவள் தனது பேக்-கில் இருந்து ஆயின்மெண்டை எடுத்து நீட்டிவிட்டு பற்பசை பிரஷுடன் கிளம்பினாள்.

ரகுநந்தன் வாய்க்குள்ளே "பாசம், அன்பெல்லாம் இருக்கும். ஆனா மேடம்கு கொஞ்சம் ஆடிட்டியூட் பிராப்ளம். அதையும் தீர்த்து வச்சிரு-வோம் நீருகுட்டி" என்றபடி ஆயிண்மெண்டை தடவினான்.

அதற்குள் அவள் பற்பசை சகிதம் திரும்ப "அதைக் குடு" என்று அவளிடமிருந்து பிடுங்கிச் செல்ல நீரஜாட்சி "ஏன்டா ஊர்ல இருந்து வர்றப்போ பேஸ்ட் கூடவா எடுத்து வைக்காம வந்த?" என்று கத்தினாள்.

அவன் கிணற்றடியில் நின்றபடி "என் ஆத்துக்காரியை பார்க்க வர்ற ஆர்வத்துல பேஸ்டை மறந்துட்டேன் நீருகுட்டி" என்று சத்தமாக கூற நீரஜாட்சி எதுவும் கூறாமல் வழக்கமாக செல்லும் கடைக்கு பால்பாக்-கெட் வாங்க சென்றுவிட்டாள்.

திரும்பி வந்தவளின் கையிலிருக்கும் பால்பாக்கெட்டை வாங்கியவன் "நான் காபி போட்டு நீ குடிச்சது இல்லையே! சூப்பரா போடுவேன். லண்டன்ல என் ரூம் மேட்ஸ் எல்லாரும் என் காபிக்கு அடிமை" என்று தன்னை தானே புகழ்ந்து கொண்டே பாலை காய்ச்ச ஆரம்பிக்க நீர-ஜாட்சி சமையலறை வாயில் நிலையில் சாய்ந்தபடி அவன் காபி போடும் அழகை பார்க்க ஆரம்பித்தாள்.

அவன் நிதானமாக பாலில் டிகாசனை கலந்து காபியை டம்ளரில் ஊற்றி அவளிடம் நீட்ட நீரஜாட்சி மறுப்பு ஏதும் கூறாமல் வாங்கிக் கொண்டாள்.

தயக்கத்துடன் வாயில் வைத்தவள் உண்மையாகவே காபி நன்றாக இருக்க மிடறு மிடறாக ரசித்துக் குடித்துவிட்டு டம்ளரை அவனிடம் நீட்டியவள் "ம்ம்.. காபி நிஜமாவே சூப்பர். பத்து மாமி கைப்பக்குவம் உனக்கும் வாய்ச்சிருக்கு நந்து" என்று அமர்த்தலாகச் சொல்லிவிட்டு நகர மனைவியின் பாராட்டு தந்த மகிழ்ச்சியில் அவனுக்கு அந்த நாள் உற்சாகமாகவே ஆரம்பித்தது.

அதன் பின் வழக்கமான சண்டைகளுடன் அவளுக்கு சமைக்க உதவுகிறேன் என்று நீரஜாட்சியை தொல்லை செய்ததில் அவனுக்கு பொழுது நன்றாகவே போனது. கையோடு மதிய உணவையும் செய்து வைத்தவள் தன்னை விளையாட அழைக்க வரும் சிறுவர்களுக்காக ஆவலுடன் காத்திருக்க ஆரம்பித்தாள்.

சிறிது நேரத்தில் "அக்கா" என்ற கூவலுடன் அவர்கள் வரவுமே முகம் மலர வராண்டாவில் இருந்த கிரிக்கெட் மட்டையை எடுத்தவள் அதன் கீழ்பாகம் கீறி மரத்துண்டு நீட்டிக் கொண்டிருப்பதை கவனிக்க-வில்லை. அவள் கிளம்ப எத்தனிக்கையில் ரகுநந்தன் "நானும் கிரிக்-கெட் விளையாட வர்றேன்" என்று கூறியபடி அவர்களுடன் சேர்ந்து கொள்ள

அந்த சிறுவர்கள் "அண்ணா உங்களுக்கும் விளையாட தெரியுமா?" என்று வளவளத்தபடி வர நீரஜாட்சி ஒன்றும் கூறாமல் அவன் அருகில் வந்தவள் "ஒழுங்கா வீட்டுக்கு போ. உன்னால வெயில்ல ரொம்ப நேரம் நிக்க முடியாது" என்று எச்சரித்தாள் ஒரு நல்ல மனைவியாக.

அவனோ அதை அலட்சியப்படுத்தியபடி "நீருகுட்டி நான் காலேஜ் டேய்ஸ்ல பெரிய ஃபுட்பால் பிளேயர். நோக்கு கூட நல்லா தெரியுமே. இந்த வெயில்லாம் நேக்கு ஜுஜுபி" என்று பேசியபடி அவளுடன் நடந்தான்.

இருந்தாலும் "அப்பிடினா நீ வேடிக்கை மட்டும் பாரு. அதுவும் என்னை விட்டு கொஞ்சம் தூரமா நின்னு தான் பார்க்கணும். பிகாஸ் விளையாட்டுல மூழ்கிட்டா எனக்கு அக்கம் பக்கம் யாரு இருக்கானு தெரியாது" என்று அவனுக்கு ஆயிரம் முறை சொல்லிவிட்டு தான் விளையாடும் மைதானத்துக்கு வந்தாள் அவள்.

ரகுநந்தனும் அவள் சொன்னதற்கு எல்லாம் சரியென்று தலையாட்டியவன் ஒரு ஓரமாக நின்று கொண்டான்.

ஆனால் மனதிற்குள் "என் பிளானே அது தானே.. என்ன கொஞ்சம் வலிக்கும்! ஆனா என்னோட நீருகுட்டி என் மேல இருக்கிற கோவத்தை விடணும்னா இந்த வலியை நான் தாங்கி தான் ஆகணும்" என்று கூறிக் கொண்டே தான் நினைக்கும் சமயம் வருவதற்காக காத்திருந்தான்.

நீரஜாட்சியோ அவனின் இந்தத் திட்டம் எதை பற்றியும் உணராமல் விளையாட்டில் மும்முரமானாள். அவன் கையைக் கட்டிக் கொண்டு வியர்வை வழிய விளையாடிக்கொண்டிருந்தவளை பார்த்துக் கொண்டிருந்தான்.

அப்போது டீமில் சளசளப்பு உண்டாக நீரஜாட்சி "டோன்ட் ஒரிடா! இப்போ நான் அடிக்கப் போற பால்ல நம்ம வின் பண்ணிடுவோம்" என்று உறுதியாக கூறியபடி பார்வையைப் பந்து வீசுபவனின் மீது பதித்ததால் ரகுநந்தன் தன்னை நோக்கி வருவதை கவனிக்கவில்லை.

வந்தவன் சரியாக அவள் மட்டையை ஓங்கும் போது அவள் பக்கவாட்டில் நின்று கொள்ள பந்தை நொறுக்கும் வேகத்துடன் வீசிய மட்டை அதற்கு சற்றும் குறையாத வேகத்துடன் அவன் நெற்றியை பதம் பார்த்தது.

அதன் கீழ்பாகத்தில் துருத்திக் கொண்டிருந்த சிறிய மரத்துண்டு ரகுநந்தனின் நெற்றியில் ஆழமாகக் கிழித்து உதிரத்தை வரவழைத்த வெற்றியில் கீழே விழுந்தது.

அவனது "ம்மா!....." என்ற வலியுடன் கூடிய குரலில் என்னாவாயிற்று என்று பதற்றத்துடன் திரும்பினாள் நீரஜாட்சி.

மட்டை மோதிய வேகத்தில் திரும்பியவள் ரகுநந்தன் மரத்துண்டு கீறிய காயத்தில் கையை வைத்து பொத்தியிருப்பதையும் அவன் விரல்களை தாண்டி இரத்தம் வழிவதையும் பார்த்த பிறகே கவனக்குறைவால் அவனை காயப்படுத்திவிட்டோம் என்பதை உணர்ந்தாள்.

கிரிக்கெட் மட்டையை வீசிவிட்டுச் சுடிதார் துப்பட்டாவால் அவனது காயத்தில் வழிந்த இரத்தத்தை துடைத்தவளின் விழிகள் கண்ணீரை உற்பத்தி செய்ய அந்த சிறுவர்களிடம் "யாராச்சும் தண்ணி கொண்டு வாங்கடா" என்று அவசரமாக கூறியபடி அவனை குற்றவுணர்ச்சியுடன் பார்த்தாள்.

தண்ணீர் வரவும் முதலில் அவனுக்குக் குடிக்க கொடுத்துவிட்டு மீதமுள்ள தண்ணீரில் காயத்தை கழுவி விட்டு அவனை கையைப் பற்றி அழைத்துச் சென்றாள்.

ரகுநந்தனுக்கு காயம் சற்று வலியைக் கொடுத்தாலும் தனக்காக அவள் பதறியவிதம், அந்த பதற்றத்திலும் என்ன முதலுதவி செய்ய வேண்டுமோ அதை செய்த அவளின் தெளிவு எல்லாமே மனதை இதமாக்க அவன் என்னவோ சந்தோசமாக தான் இருந்தான்.

வீட்டுக்கு வந்தவள் கையில் பர்ஸை எடுத்துக் கொண்டு "வா டாக்டர் கிட்ட போவோம்" என்று அழுகை கலந்த குரலில் கூற

அவனோ "இது சின்ன காயம் தான் நீருகுட்டி. டாக்டர் கிட்ட போக வேண்டாம். டிஞ்சர் வச்சா சரியாயிடும்" என்றான்.

அவள் அதை காதில் போட்டுக் கொள்ளாமல் அவனை பக்கத்து தெருவில் இருக்கும் சிறிய கிளினிக்குக்கு அழைத்து வந்து கட்டுப் போட்டப் பின்னர் தான் அமைதியானாள்.

டாக்டர் கேலியுடன் "எத்தனை நாள் ஆசைமா இது?" என்று கேட்டபடியே மருந்து எழுதிக் கொடுக்க ரகுநந்தன் அதை கேட்டு நமட்டுசிரிப்பு சிரித்தான்.

நீரஜாட்சியின் கண்களில் மீண்டும் கண்ணீர் நிறைந்து எப்போது நான் கன்னங்களில் வழிய ஆரம்பிக்கலாம் என்று கேட்காத குறை தான். அதை அறிந்தவன் டாக்டரிடம் சொல்லிக் கொண்டு அவளுடன் வீட்டை நோக்கி நடைபோட்டான்.

வீட்டுக்கு வந்தவள் மருத்துவர் கூறிய "கொஞ்சம் மிஸ் ஆகியிருந்தா கண்ணை பதம் பார்த்திருக்கும்" என்ற வார்த்தையை நினைத்து அழத் துவங்க

ரகுநந்தன் "நீரு ஒன்னும் இல்ல. இங்க பாரு, நான் நல்லா தானே இருக்கேன்" என்றபடி அவளின் கண்ணீரை துடைத்துவிட்டான்.

நீரஜாட்சி அழுகையினூடே "சப்போஸ் டாக்டர் சொன்ன மாதிரி கண்ணுல பட்டிருந்தா என்ன ஆயிருக்கும் நந்து? எல்லாத்துக்கும் நான் தான் காரணம். நான் கவனிக்காம இருந்துட்டேன். உனக்கு வலிக்குதா?" என்றபடி அவனது முன்நெற்றி கட்டை மெதுவாக வருட

ரகுநந்தன் "நீ விளையாடுறப்போ அதை உன்னால எப்பிடி கவனிக்க முடியும்? இப்போ என்ன ? ஐ அம் ஆல்ரைட்" என்று கூறிவிட்டுச் சிரித்தான்.

"வலிக்குதானு கேட்டல்ல! யெஸ்... ரொம்ப வலிக்குது. பட் இந்தக் காயம் இல்ல. கொஞ்ச நாளா நீ என்னை விட்டு விலகி விலகி போறேல்ல, அது தான் ரொம்ப வலிக்குது நீரு. இங்க பாரு! நீ என் கூட சண்டை போடு. என்னை திட்டு, பட் இப்பிடி விலகி போகாதே நீரு" என்று மனதின் வலியை அவனது குரலில் வெளிப்படுத்திவிட நீரஜாட்சி கண்ணீரைத் துடைத்துக்கொண்டாள்.

"என்னை வேற என்ன பண்ண சொல்லுற நீ? நான் உயிரா நினைச்சவன் என் கிட்டவே வந்து அவனை காதலிச்சதுக்கு ஆதாரம் கேட்டா நான் என்ன பண்ணுறது? உன் கூட நான் இருந்தப்போ ஒரு செகண்ட் கூடவா என்னோட காதலை உன்னால கண்டுபிடிக்க முடியலை? அதை விடு! நான் செஞ்சதை சரினு நியாயப்படுத்த உன் கிட்ட நான் பேச வரலை.. . நான் தப்பு பண்ணிட்டேனு சொல்லி சாரி கேக்க தான் வந்தேன். நீ எனக்கு பேசக் கூட வாய்ப்பு குடுக்கலை நந்து...

நீ என்னோட காதலைச் சந்தேகப்பட்டப்போ எனக்கு மனசு விட்டுப் போச்சு. எனக்கு மத்தவங்க மாதிரி டிரமாடிக்கா காதலை சொல்ல வராது நந்து.. நான் நடிக்கலை.. இப்போவும் நீ கேக்குற ஆதாரம் எதுவும் என் கிட்ட இல்லை.. உன்னால என்னை நம்ப முடியாதுல்ல?" என்று கண்ணீருடன் கேட்டவளை பொறுக்க முடியாமல் அணைத்துக்கொண்டான் ரகுநந்தன்.

"உன்னை நம்பாம நான் வேற யாரை நம்புறதுடி... நான் பேசுனது தப்பு தான்... எங்கே நீ உன் அக்காவுக்காக வேற வழியில்லாம என்னை கல்யாணம் பண்ணிண்டியோனு ஒரு பயம்... அது என்னை ஆட்டி வச்சதுல என்னால எதையும் புரிஞ்சிக்க முடியலை... இன்னொரு தடவை என்னோட காதலை விளையாட்டா எடுத்துக்காதே நீரு... இட்ஸ் ஹர்ட்டிங்" என்று அவன் கூற அவள் மௌனமாக கண்ணீர் வடித்தாள்.

பின்னர் தெளிவான குரலில் "நான் இனிமே உன் காதலை வச்சு விளையாட மாட்டேன் நந்து. உன்னை விட்டு எங்கேயும் போகமாட்டேன்" என்று வாக்களிக்க

அவளின் மூக்கை செல்லமாக நிமிண்டியபடி "அதான் மேடம் சொல்லாம கொள்ளாம தஞ்சாவூர் ஓடி வந்துட்டீங்களோ?" என்று கேட்டான் ரகுநந்தன்.

அவள் உதட்டை சுழித்து அழகு காட்டியபடி "நான் ஒன்னும் உன் மேல கோவப்பட்டு ஓடி வரலை. இந்த வீட்டுல சில ரினோவேசன் ஒர்க் இருந்துச்சு. கிச்சா தாத்தா போன் பண்ணி வீட்டு சொந்தகாரங்க இருந்தா நல்லா இருக்கும்னு சொன்னதால தான் நான் வந்தேன்" என்று கூறிவிட்டு விலக முயல

"இப்போ தானே சொன்னேன், அதுக்குள்ள மறுபடி விலகி போறி-யேடி?" என்று அவளை இழுத்துக் கொண்டான் ரகுநந்தன்.

"உனக்கு வயிறு பசிக்கலையாடா?"

"மனசு நிறைஞ்சு போச்சு நீருகுட்டி! அதான் வயித்தோட பசி தெரியல"

"அஹான்! அப்போ இன்னைக்கு சமைச்சதெல்லாம் எனக்கு மட்டும் தான். நான் நேத்து பட்டினியா இருந்தேன்ல, சோ நீ இன்னைக்கு சாப்-பிடாம இருந்துக்கோ"

"ஏய் என்ன சொல்லுற? நேத்து நீ லஞ்ச் சாப்பிடலையா? நான் கேட்டதுக்கு நீ எதுவுமே சொல்லலை?"

"அதெல்லாம் ஒரு பிரச்சனையும் இல்லடா... நீ வருவேனு நான் எதிர்பார்க்கலை.. சோ எனக்கு மட்டும் தான் சமைச்சிருந்தேன்.. நீ எனக்காக அவ்ளோ தூரத்துல இருந்து வந்திருக்க... உன்னை பட்டி-னியா விட மனசு இல்லை.. அதான் நீயே கொட்டிக்கோனு விட்டுட்-டேன்" என்று அவள் கேலி போல முடித்தாலும் மிதமிஞ்சிய கோபத்-திலும் தன்னை பற்றி அவள் யோசித்திருக்கிறாளே என்ற எண்ணமே ரகுநந்தன் நெஞ்சை நிறைத்தது.

"சரி! நேத்து தான் நீ சாப்பிடலை.. இன்னைக்கு வேற சமைக்கிற நேரத்துல நான் உன்னை ரொம்ப கடுப்பாக்கிட்டேன்.. சோ சாப்பாடு எப்பிடி இருந்தாலும் ரெண்டு பேரும் சகிச்சுட்டுச் சாப்பிடுவோம்" என்று மனைவியை அழைத்துச் சென்றான்.

நீரஜாட்சியும் "அதெல்லாம் நல்லா தான் இருக்கும்டா! நாங்கல்லாம் ஆரிய கூத்தாடுனாலும் காரியத்துல கண்ணா இருப்போமாக்கும்" என்று அமர்த்தலாக மொழிந்தபடி கணவனுடன் சாப்பிட சென்றாள்.

25

பூங்காற்று 25

அன்று இரவுணவை முடித்துவிட்டு ரகுநந்தனிடம் காயம் வலிக்கிறதா என்று கேட்டாள் நீரஜாட்சி. அவனோ வலி குறைந்துவிட்டதாகக் கூற அவனுக்கு உள் அறையில் விரித்து தூங்கச் செல்லுமாறு கூறினாள். அவனோ தான் வராண்டாவில் காற்றோட்டமாக உறங்க விரும்புவதாக கூறிவிட்டான்.

நீரஜாட்சி போர்வையை வானவெளியின் கீழே விரித்தவள் "நீ தூங்கு நந்து" என்று கூறிவிட்டு நகர முற்பட

அவள் கையை பற்றி நிறுத்தியவன் "ரெண்டு பேரும் இங்கேயே தூங்குவோமா? பிளீஸ்" என்று கூற நீரஜாட்சிக்கு அவனது குரலில் இருந்த ஏதோ ஒரு உணர்வு அவளை மறுக்காதே என்று உந்துவது போலத் தோன்ற சரியென்று ஒத்துக்கொண்டு கணவனின் மார்பில் சாய்ந்து கொண்டாள்.

வானவெளியின் வழியே வந்த நிலவொளியில் தன் மார்பில் சாய்ந்திருக்கும் மனைவியின் முகத்தை பார்த்தவன் "நீரு இந்த தருணம் ரொம்ப அழகா இருக்குல்ல... அழகா குட்டி குட்டி நட்சத்திரத்தோட மின்னுற வானம், அதுக்கு நடுவுல அதோட கருப்பு நிறத்தை முடிஞ்சளவுக்கு விரட்ட நினைக்கிற நிலா வெளிச்சம்... அந்த நிலா வெளிச்சத்துல தங்கம் மாதிரி மின்னுற என்னோட நீருகுட்டி... இதை நினைச்சாலே மனசு நிறைஞ்சு போயிடறது" என்றபடி அவளது கரத்தை பற்றி முத்தமிட

நீரஜாட்சி "வாவ்! நந்து நீ கவிஞனா மாறிட்டு வர்ற போ" என்று சிலாகிக்க

"பின்னே, இப்பிடி ஒரு ரம்மியமான நேரத்துல மனசுக்கு பிடிச்சவ-ளோட இருக்கிற ஒவ்வொருத்தனும் ஒரு மினி கவிஞனா மாறிடுவான்... இப்போ நேக்கு கூட ஒரு கவிதை சொல்லணும்னு தோணறது" என்று கூறிவிட்டு மனைவியை காதலுடன் பார்க்க

அவளோ "போதும்டா! ஊருக்குள்ள எல்லாரும் நானும் கவிஞர் தான்னு சொல்லி பண்ணுற டார்ச்சரை தாங்க முடியலை... அதுல நீ மட்டும் தான் பாக்கி... பிளீஸ் தூங்குற நேரத்துல கவிதை அது இதுனு சொல்லி என்னை குழப்பிவிட்டுடாதே நந்து" என்று தனது காதைப் பொத்தியவாறே கேலி செய்ய அவன் நகைக்கத் தொடங்கினான்.

"பயப்படாதே நீருகுட்டி! நமக்கு சொந்தமா கவிதை சொல்ல வராது. எல்லாம் படிச்சு தெரிஞ்சுகிட்ட கவிதைகள் தான். சோ நீ கவலைப்படாம கேக்கலாம்" என்று அவன் உறுதியளித்த பின் நீரஜாட்சியும் கேட்பதற்கு ஒத்துக்கொண்டாள்.

ரகுநந்தன் தனது மனதில் நிறைந்திருக்கும் மனவியை காதலுடன் பார்த்தபடியே நெற்றியில் முத்தமிட்டவன் மெதுவாக

"காதலடி நீ எனக்கு,காந்தமடி நானுனக்கு
வேதமடி நீ எனக்கு,வித்தையடி நானுனக்கு"

என்று ரசனையுடன் காதலை குழைத்து பாரதியின் வரிகளை அவள் காதில் முணுமுணுக்கநீரஜாட்சிக்கும் அந்த அழகிய பொழுதில் அவனது வரிகள் மனதில் இன்பஊற்றை பொங்க செய்ய அடுத்த வரிகளுக்காக அவனது கழுத்தை கட்டியபடி உம் கொட்டினாள்.

"போதமுற்ற போதினிலே பொங்கிவருந் தீஞ்சுவையே!
நாதவடி வானவளே! நல்ல உயிரே கண்ணம்மா!"

தன்னவனின் காதல் நிறைந்த குரலில் கண்மூடியவள் நீண்டநாட்க-ளுக்குப் பின் நிம்மதியாக உறங்கத் தொடங்கினாள். அவள் தூங்கிவிட்-டதை அறிந்தவன் ஒரு மென்நகையுடன் அவளது முன்நெற்றியில் இதழ் பதித்துவிட்டு அவளை அணைத்தபடி தானும் உறங்க முயன்றான்.

சிறிது நேரத்தில் நித்திரை அவனது விழிகளிலும் குடிகொள்ள மனைவியை அணைத்தபடி உறங்கும் ரகுநந்தனையும், அவனது கழுத்தை கட்டிக்கொண்டு ஆழ்ந்த உறங்கும் நீரஜாட்சியையும் வான-வெளியைக் கடந்து வரும் நிலவொளி நனைக்க நட்சத்திரங்கள் அந்த ஜோடியைப் பார்த்து கண் சிமிட்டிக்கொண்டன.

****

ரீஜெண்ட் பார்க், லிட்டில் வெனிஸ்...

ரீஜெண்ட் கால்வாயும், கிராண்ட் யூனியன் கால்வாயும் சந்திக்கும் இடம். படகுசவாரி, உணவகங்கள், பூங்காக்கள் என்று அங்கு சுற்றி பார்ப்பதற்கு ஏராளமான விஷயங்கள் இருக்க கிருஷ்ணஜாட்சியும் ஹர்சவர்தனும் கைகோர்த்தபடி ரீஜெண்ட் கால்வாயின் ஓரத்தில் நடக்க ஆரம்பித்தனர்.

போகும் வழியில் இருந்த அழகிய கட்டிடங்கள், கால்வாயின் நடுவே கட்டப்பட்ட சிறுபாலங்கள் என்று அதை ரசிப்பதற்காகவே அந்த நடைப்பயணத்தை விரும்புவர் சிலர். கால்நடையாக நடந்து இருவரும் ரீஜெண்ட் பார்க்கை அடைந்தனர்.

ரீஜெண்ட் பார்க் ஏராளமான மலர்த்தோட்டங்கள், குழந்தை விளையாடுவதற்கான பகுதி, படகுசவாரி மற்றும் லண்டன் மிருகக்காட்சி சாலை என்று பரந்து விரிந்த ஒரு பகுதி.

அதில் குயின் மேரிஸ் ரோஸ் கார்டன் என்ற தோட்டத்தில் நின்று கொண்டிருந்தனர் கிருஷ்ணஜாட்சியும் ஹர்சவர்தனும். சுற்றிலும் இருந்த ரோஜாமலர்களின் வாசம் நாசியை நிறைக்க கிட்டத்தட்ட மாலை நேரம் வேறு நெருங்கியிருக்க சிறு குழந்தைகளை ப்ராமில் வைத்து தள்ளியபடி ஆங்காங்கு வேடிக்கை பார்த்துக் கொண்டிருந்த பெண்களுடன் அந்த இடம் பார்த்த உடனே மனதைக் கொள்ளை கொண்டது.

கிருஷ்ணஜாட்சி அங்கே ரோஸ் நிற கன்னங்கள், நீல நிற கண்களுடன் இருந்த ஒரு குழந்தையை ஹர்சவர்தனிடம் சுட்டிக்காட்டி "ஹர்சா அந்த குழந்தை ரொம்ப அழகா இருக்குல்ல. இந்த குட்டி குட்டி ரோஜாப்பூவுக்கு நடுவுல பெரிய ரோஸ் பொக்கே மாதிரி" என்று கூற

ஹர்சவர்தனும் "ம்ம்.. ரொம்ப அழகா இருக்கு" என்று ரசனையுடன் அந்தக் குழந்தையை பார்த்தபடி சொன்னவன் சட்டென்று தன் தோளில் சாய்ந்தபடி நின்றவளிடம் "கிருஷ்ணா நம்மளோட பேபி கூட இப்பிடி தானே அழகா இருக்கும்?" என்று கண்ணில் ஆவல் மின்ன கேட்க

கிருஷ்ணஜாட்சி யோசிப்பவளை போல பாவனை செய்தவள் பின்னர் "அதுக்குக் கொஞ்சம் சான்ஸ் கம்மி தான்! என்னை மாதிரி பிறந்தா பார்க்க அழகா இருக்கும். சப்போஸ் உங்களாட்டம் பிறந்துட்டா என்ன பண்ணுறது?" என்று கேலி செய்ய

ஹர்சவர்தன் "அஹான்! என்னாட்டம் பிறந்துச்சுனா பேரழகா இருக்கும். உனக்கு என்னோட அருமை புரியலை" என்று அமர்த்தலாக

மொழியும் போதே இரண்டு சிறுமிகள் ஓடி பிடித்து விளையாடியவர்கள் கிருஷ்ணஜாட்சியின் மீது பூங்கொத்து மோதியது போல இடித்துவிட்டு நின்றனர்.

அவர்கள் விழுந்து விடாமல் பிடித்தவள் முழந்தாளிட்டு "ஏன் இவ்ளோ வேகமா ஓடுறிங்க? விழுந்தா அடி பட்டுடும்ல" என்று கொஞ்சலுடன் அழகாக கேட்க அந்த சிறுமிகள் கிளுக்கி சிரித்தனர்.

அவர்களின் ஒருத்தி "யூ ஆர் சோ கார்ஜியஸ்...ம்ம்ம்..." என்று கூறிவிட்டு நாடியில் ஆட்காட்டிவிரலால் தட்டியபடி யோசிக்க மற்றொருத்தி "லைக் அ ஃபேரி டேல் பிரின்சஸ்" என்று கூற யோசித்தவளும் அதை ஒத்துக் கொண்டாள்.

கிருஷ்ணஜாட்சி அந்த சிறுமியரின் பாராட்டில் முகம் சிவந்தவள் இருவரின் கன்னத்திலும் அழுந்த முத்தமிட்டு "தேங்க்ஸ் அ லாட் கியூட்டிஸ்" என்று கூற அதற்குள் அந்த சிறுமிகளின் தாய் அவர்களை அழைக்கவே அவர்கள் அவளுக்கு டாட்டா காண்பித்துவிட்டு ஓடினர்.

அவர்கள் சென்றதும் முழந்தாளில் இருந்து எழுந்தவள் ஹர்சவர்தனிடம் "இப்போ சொல்லுங்க! யாரு அழகு?" என்று புருவம் உயர்த்தி கேட்க

அவன் "சரிம்மா தாயே! நீ தான் அழகி, இல்ல இல்ல, பேரழகி! போதுமா?" என்று கேட்க அவள் சந்தோசமாக தலையாட்டியபடி அவன் தோளில் சாய்ந்து கொண்டாள்.

ஹர்சவர்தன் காதலுடன் அவள் கரங்களை பற்றிக் கொண்டு அவள் கன்னத்தில் முத்தம் பதித்தான். கிருஷ்ணஜாட்சி "என்ன பண்ணுறிங்க ஹர்சா? பப்ளிக் பிளேஸ்ல..." என்று விலகிச் செல்ல முயல அவனோ "ஹலோ மேடம்... இது லண்டன், இந்தியா இல்ல" என்றபடி அவளை இழுத்துக் கொண்டு நடக்கத் தொடங்க அவன் மனைவியும் அவனுடன் கரங்களை கோர்த்தபடி நடந்தாள்.

****

வானவெளியின் வழியே வந்த வெளிச்சம் மூடியிருக்கும் கண்ணை உறுத்த மெதுவாக கண்களை திறந்தாள் நீரஜாட்சி. கண் திறந்த உடனே காட்சி தந்தது என்னவோ அவளது கணவனின் அழகிய கம்பீரமான வதனம் தான்.

சிறிது நேரம் இமைக்காமல் அவனையே பார்த்தவள் அவன் கன்னத்தில் கை வைத்து கோலம் போட்டபடி "முதல்ல இந்த தாடியை

ஷேவ் பண்ண சொல்லணும். இன்னும் கொஞ்சம் வளர்ந்துச்சுனா பார்க்க பூச்சாண்டியாட்டம் இருப்பான் இவன்" என்று முணுமுணுத்துக் கொண்டே அவன் கன்னத்தை கிள்ளினாள் அவள்.

ரகுநந்தன் நல்ல தூக்கத்தில் இருந்ததாலும் அவள் மெதுவாக கிள்ளியதாலும் அவனது உறக்கம் கலையாமல் இருக்கவே அவன் கன்னத்தை பிடித்தபடி "என் செல்லகுட்டி! உன்னை ரொம்ப திட்டிட்டேன்ல.. ஐ அம் ரியலி சாரி. நீ எவ்ளோ நல்லவன்! உன் அளவுக்கு எனக்கு பெரியமனசு இல்லை தான். ஆனா நானும் உன்னை ரொம்ப லவ் பண்ணுறேன். இதை நீ முழிச்சிட்டிருக்கச்ச சொல்லணும்னு தான் ஆசை. ஆனா நீ எதாச்சும் பேசுனா எனக்கு உன்னை கலாய்க்க தான் தோணுதே தவிர காதலை சொல்ல தோணலை" என்று குழந்தை போல் மனதில் பட்டதை உறக்கத்தில் இருப்பவனிடம் சொல்லிவிட்டு அவனது நெற்றியில் முத்தம் பதித்து எழுந்தவள் போர்வையை அவனுக்கு போர்த்திவிட்டுச் சென்றாள்.

அவள் முகம் கழுவி பல் துலக்கிவிட்டு இருவருக்கும் காபியை போடத் துவங்க ரகுநந்தன் அவள் உருட்டிய பாத்திரங்களின் சத்தத்தில் விழித்துக் கொண்டான்.

விழித்தவன் அவளைத் தேட சமையலறையிலிருந்து வந்த காபியின் வாசம் அவள் அங்கே தான் இருக்கிறாள் என்பதை சொல்லாமல் சொல்ல பூனை போல் மெதுவாக சென்றவன் அவளை பின்னே நின்று இடையோடு அணைத்துக் கொள்ள நீரஜாட்சி அதிர்ச்சியில் "அம்மா...." என்று கத்தவும்

"நான் தான் நீருகுட்டி" என்றவனின் முணுமுணுப்பு காதில் விழ கொஞ்சம் அமைதியானாள்.

தன்னை அணைத்தபடி நின்றவனின் கன்னத்து ரோமங்கள் அவளது கன்னத்தை இரக்கமின்றி இம்சிக்கவே "நந்து நீ என்ன பண்ணுவியோ தெரியாது, இன்னைக்கு நீ கிளீன் ஷேவ் பண்ணுற" என்று கட்டளையிட்டுவிட்டு இடையை வளைத்திருந்த அவனது கரங்களை விலக்கிவிட்டாள்.

ரகுநந்தன் "முடியாது நீருகுட்டி! இந்த சண்டை சீக்கிரமா ஒரு முடிவுக்கு வந்தா நான் திருப்பதிக்கு முடி காணிக்கை குடுக்கறதா வேண்டுதல் வச்சிருந்தேன். அது வரைக்கும் நோ மோர் ஷேவிங்" என்று தீவிரமான குரலில் கூற நீரஜாட்சி அவன் மொட்டை தலையுடன் இருந்தால்

எப்படி இருப்பான் என்பதை கற்பனையில் எண்ணி பார்த்தவள் அதில் வந்த உருவத்தைக் கண்டதும் பக்கென்று சிரித்துவிட்டாள்.

ரகுநந்தனுக்கு அவள் எதை நினைத்து சிரிப்பாள் என்று புரிந்துவிட்டதால் "ரொம்ப சிரிக்காதடி! பல்லு சுளுக்கிக்க போறது. பகவான் விஷயத்துல இப்பிடியெல்லாம் கிண்டல், கேலி பண்ணக்கூடாது" என்று அமர்த்தலாக மொழிந்துவிட்டு பற்பசையை எடுத்துக்கொண்டு கிணற்றடிக்கு சென்றுவிட்டான்.

பல் துலக்கிவிட்டு வந்தவனின் கையில் காபி தம்ளரை திணித்தவள் "மொட்டை மண்டையா இருந்தாலும் நீ கொஞ்சம் ஸ்மார்ட்டா தான் இருக்கே நந்து.. சீக்கிரமா ரெண்டு பேருமா சேர்ந்து திருப்பதிக்கு போயிட்டு வந்துடுவோம்" என்று கேலியுடன் ஆரம்பித்து வேண்டுதலை முடிக்கும் தீவிரத்துடன் கூறினாள்.

அவன் சரியென்று தலையசைக்க அவள் நெற்றியில் இருந்த கட்டினை பார்வையிட்டவாறே "எதுக்கும் இன்னும் ரெண்டு நாளுக்கு நீ தலைக்கு தண்ணி ஊத்தாதே நந்து" என்று அக்கறையுடன் கூற ரகுநந்தனும் சரியென்றான்.

கணவனும் மனைவியும் கேலி கிண்டலுடன் சமையல் வேலையை ஆரம்பித்த நேரம் ரகுநந்தனுக்கு அவனது தந்தையிடம் இருந்து போன் வந்தது.

போனை எடுத்தவனிடம் "டேய் நந்து! ஷேத்ராடானம் வந்த இடத்துல உன் தாத்தாவுக்கு கொஞ்சம் முடியாம போயிடுத்துடா.. நாங்க நேத்து நைட்டே சென்னை திரும்பிட்டோம்" என்று வேங்கடநாதன் சோர்ந்து போனவராய் பேச

ரகுநந்தன் "என் கிட்ட நேத்தைக்கே சொல்லிருக்கலாமேப்பா? தாத்தாவுக்கு என்னாச்சு?" என்று பதறியவனாய் விசாரிக்க நீரஜாட்சியோ அவனது 'தாத்தாவுக்கு என்னாச்சு' என்ற வார்த்தையில் என்னவோ ஏதோ என்று பயந்துவிட்டாள்.

அவன் பேசி முடிப்பதற்குள் அவளது கவலை கொண்ட மனம் தாறுமாறாக கற்பனை செய்ய அதன் விளைவாக கண் கலங்க நின்றவளிடம் "நீரு எல்லாத்தையும் எடுத்து வை... நம்ம சென்னை கிளம்புறோம்" என்று மட்டும் அவன் உரைக்க

நீரஜாட்சி கம்மிய குரலில் "பட்டுக்கு என்னாச்சு நந்து?" என்று கேட்க

ரகுநந்தன் அவளது கன்னத்தை பற்றியவன் "நீ கண் கலங்கி நிக்கிற அளவுக்கு அவருக்கு ஒன்னும் இல்லை. எப்போவும் போல மூச்சு விட சிரமமா ஆயிடுத்தாம். அப்புறம் அங்கேயே ஹாஸ்பிட்டல்ல அட்மிட் பண்ணி டாக்டர் அப்சர்வேசன்ல வச்சு அவங்க ஒன்னும் இல்லைனு சொன்னதுக்கு அப்புறமா நேத்தைக்கு தான் சென்னை வந்திருக்கா எல்லாரும். சோ நீ பயப்படாதே. இதெல்லாம் நான் கிளீன் பண்ணி வைக்கிறேன். நீ போய் நம்ம லக்கேஜை எடுத்துவை" என்று கூறி மனைவியை அனுப்பி விட்டு சமையலறையில் கிடந்த பாத்திரங்களை அலம்பி அடுக்கிவைத்துவிட்டுச் சமையலறை கதவைப் பூட்டினான்.

ஹாலுக்கு வந்தவன் கிருஷ்ணமூர்த்திக்கு போன் செய்து தானும் நீரஜாட்சியும் இன்னும் சிறிது நேரத்தில் சென்னை கிளம்ப போகும் விஷயத்தை கூறிவிட்டு போனை வைத்தான்.

அதற்குள் நீரஜாட்சி இருவரின் உடைமையையும் எடுத்து வைத்துவிட்டு அவளும் ஒரு சுடிதாரில் தயாராக வந்துவிட ரகுநந்தன் தனது உடையை மாற்றிவிட்டு அறையை பூட்டிவிட்டு வந்தான்.

"கிளம்பலாமா?" என்றவனுடன் சேர்ந்து நடைபோட்டவள் வெளிப்புற கதவை சாத்தும் போது கண் கலங்கிவிட்டாள். இந்த வீட்டில் தங்கிய நாட்களின் நினைவிலும் தாய் தந்தையின் நினைவிலும் கலங்கிப் போனவளை கரம் பற்றி அழைத்துச் சென்றவன் வெளிப்புற கேட்டை சாத்திவிட்டு வனஜாவின் வீட்டுக்குச் சென்றான்.

அவரிடம் தாத்தாவின் உடல்நிலை பற்றிய விவரத்தை கூறிவிட்டு அவரிடமும் விக்கியிடமும் சொல்லிக்கொண்டு விடைபெற்றனர் கணவனும் மனைவியும்.

நீரஜாட்சி செல்லும் முன் வனஜாவிடம் "அக்கா எங்க வீட்டை அப்பப்போ பார்த்துக்கோங்கக்கா!" என்று வேண்டுகோள் விடுத்தவள் விக்கியிடம் "பப்ளிக் எக்சாம் நல்லா எழுதுடா. ரிசல்ட் வந்ததும் எனக்கு தான் ஃபர்ஸ்ட் சொல்லணும்" என்று கூறிவிட்டு விடை பெற்றாள்.

******

நீரஜாட்சியும் ரகுநந்தனும் சென்னை வந்தடைய மாலை ஐந்து மணி ஆகிவிட்டது. நீரஜாட்சி கணவனுடன் கேட்டை திறந்து உள்ளே நுழைந்தவள் இத்தனை நாட்கள் ஸ்ரீனிவாசவிலாசத்தை பிரிந்திருந்த வருத்தமும், தாத்தாவின் உடல் நிலை குறித்த பயமும் சேர்ந்து வாட்ட விறுவிறுவென்று வீட்டை நோக்கி செல்லும் பாதையில் நடந்தாள்.

அவள் வெளிப்புற வராண்டாவில் காலடி எடுத்து வைக்கும் போதே பட்டாபிராமனின் சிரிப்பொலி கேட்கவே வேகமாக உள்ளே சென்றாள்.

ஹாலின் நடுநாயகமாக சோஃபாவில் சீதாலெட்சுமி மற்றும் மகன், மருமகள்கள் சூழ அமர்ந்திருந்தவரிடம் ஓடிச் சென்று அவரது மார்பில் சாய்ந்து கொண்டபடி "உனக்கு என்னாச்சு பட்டு?" என்று விசும்பத் தொடங்க

அவரோ "என் ராஜாத்தி.. நேக்கு ஒன்னும் இல்லடிம்மா. யார் உன்னை பயம் காட்டுனது? அழக் கூடாது" என்று பேத்தியை சமாதானம் செய்ய முயன்றவாறே மகன்களிடம் திரும்பியவர் பார்வையாலேயே "இதெல்லாம் உங்க வேலையாடா?" என்று கேட்க வேங்கடநாதன் அமைதியாகத் தலையாட்டினார்.

அதற்குள் ரகுநந்தன் ஹாலுக்குள் வந்தவன் அவரிடம் சென்று "என்னாச்சு தாத்தா? உங்களுக்கு உடம்புக்கு முடியலைனதும் நாங்க பதறி போயிட்டோம்" என்று வருத்தமான குரலில் வினவ அவர் பேரனையும் சேர்த்து சமாதானப்படுத்த தொடங்கினார்.

சீதாலெட்சுமி நீரஜாட்சியின் சிகையைக் கோதி பட்டாபிராமனுக்கு ஒன்றும் இல்லை என்று கூறி அன்று நடந்ததை விளக்க அவர்கள் இருவருக்கும் இன்னும் நம்பிக்கை வரவில்லை.

அதைக் கண்ட பட்டாபிராமன் "ரெண்டு பேரும் நன்னா பாருங்கோ! நேக்கு என்ன? நன்னா கல்லு மாதிரி தானே இருக்கேன்.. டேய் நந்தா! உன் தோப்பனார் சொன்னார்னதும் அடிச்சு பிடிச்சு ஓடி வந்தியாடா கண்ணா?" என்று வாஞ்சையுடன் பேரனை பார்த்தவர் அவன் நெற்றியில் காயம் இருப்பதை கண்டதும் பதறிவிட்டார்.

"என்னடா இது? எப்பிடி காயம் பட்டுச்சு?" என்று அவர் வினவிய பின்னர் தான் சீதாலெட்சுமி, மைதிலியோடு பத்மாவதியும் மகனின் நெற்றியைக் கவனித்தார்.

பதறிப் போனவராய் "நந்து என்னடா கண்ணா ஆச்சு?" என்று அவரும் அவர் பங்குக்கு கண்ணை கசக்க தொடங்க

ரகுநந்தன் விட்டால் இவர்கள் அனைவரும் இன்று முழுக்க ஒரு சிறு காயத்துக்காக தானும் கண்ணீர் சிந்தி நீரஜாட்சியையும் சிந்த வைப்பார்கள் என்று எண்ணிக் கொண்டபடி "ஒன்னும் இல்ல! சாதாரண அடி தான். இவங்காத்து கதவு நிலையில இடிச்சுட்டேன். அவ்ளோ தான்" என்று கூற

வேங்கடநாதன் "நிலை உயரத்துக்கு வளர்ந்திருக்கியோன்னோ பார்த்து போகப்படாதா?" என்று அவனை கண்டிக்க

பத்மாவதி "சித்த சும்மா இருங்கோண்ணா! அவனே அடிபட்டு நிக்-கறான். நீங்களும் ஏன் என் பிள்ளையைத் திட்டறேள்?" என்றபடி கணவரை நொடித்துக்கொண்டார்.

ஆனால் இதற்கு காரணமானவளோ தாத்தாவின் மார்பில் சலுகை-யுடன் சாய்ந்து கொண்டபடி அவனிடம் "பிளீஸ் சொல்லிடாதே" என்று கண்ணாலேயே கெஞ்ச அவன் நமட்டுச்சிரிப்புடன் சரியென்று தலைய-சைத்தான்.

பட்டாபிராமன் மூத்தமகனிடம் திரும்பியவர் "அவன் குழந்தைடா நாதா! நோக்கே இன்னும் எந்த விஷயத்தை எப்போ சொல்லணும்னு அறிவு வளரலையே" என்று மகனின் காலை வாரிவிட சீதாலெட்சுமி "சும்மா இருங்கோண்ணா.. அவன் உங்க மேல இருந்த அக்கறையில தானே சொன்னான்" என்று மகனுக்கு வக்காலத்து வாங்கினார்.

இவ்வாறு நீண்டநாட்களுக்கு பின்னர் சந்தித்துக் கொண்ட முழுக்-குடும்பமும் இத்தனை நாட்கள் தாங்கள் கடந்து வந்த விஷயங்களை பகிர்ந்து கொண்டதில் நேரம் போனதே தெரியாமல் பேசிக் கொண்டிருக்க

மைதிலி "சரி சரி! விட்டா எல்லாரும் விடிய விடிய பேசிண்டே இருப்பேள்... நந்துவும் நீருவும் பிரயாணத்துல களைச்சு போய் வந்தி-ருப்பா. பாவம் குழந்தேள் என்னாச்சோ ஏதாச்சோனு பதறியடிச்சு வந்-திருக்கா..நீங்க போய் ரெஸ்ட் எடுங்கோ.. டின்னர் ரெடியானதும் நான் கூப்பிடறேன்.. ஏண்ணா நீங்களும் தான்" என்று கூற

பட்டாபிராமனும் "ஆமாடா! ரெண்டு பேரும் போய் முதல்ல ரெஃப்-ரெஷ் ஆகுங்கோ. தாத்தாவுக்கு ஒன்னும் இல்லை... என் கொள்ளுப்-பேரன், பேத்திகள் எல்லாரோடவும் விளையாட நான் ரெடியாயிண்டிருக்-கேன்டா.... நேக்கு போய் உடம்பு சரியில்லனு சொல்லுறா இவாள்ளாம்" என்று கேலி போல பேசி இருவரையும் அனுப்பி வைத்தார்.

நீரஜாட்சி சரியென்று தலையசைத்துவிட்டு கணவனுடன் மாடிப்படி ஏறினாள். மாடிவராண்டாவில் நடைபோடும் போது வீட்டை விட்டு கிளம்பிய தருணம் மனதில் தோன்ற அதை ஒதுக்கிவிட்டு அறையினுள் நுழைந்தாள்.

பேக்கை ஒரு ஓரமாக வைத்த ரகுநந்தனிடம் "நந்து ரொம்ப நேர-மாயிடுச்சு. நீ ஹாட்வாட்டர்ல குளி. தலையை நனைச்சுடாதே" என்று

சொல்லி அவனை முதலில் குளித்துவிட்டு வருமாறு அனுப்பியவள் தங்களின் உடைமைகளை எடுத்து மீண்டும் வார்ட்ரோபில் வைக்கத் தொடங்கினாள்.

சிறிது நேரத்தில் அவன் குளித்துவிட்டு திரும்பிவிட டவல் மாற்றுடை சகிதம் குளியலறைக்குள் நுழைந்து கொண்டாள் அவள்.

ரகுநந்தன் டிரஸ்சிங் டேபிள் கண்ணாடியில் முகம் பார்த்தவன் தனது கழுத்தில் மின்னிய நீரஜாட்சி பெயர் பொறித்த செயினை கண்டதும் திடீரென்று நினைவு வர வார்ட்ரோபில் தனது உடையை ஆராய்ந்தவன் ஒரு சட்டையை எடுத்து அதன் பாக்கெட்டில் கைவிட அவனது பெயர் பொறித்த செயின் அவன் கைக்குக் கிடைத்தது.

அதை கையில் வைத்து பார்க்கும் போதே குளியலறை கதவு திறக்-கும் சத்தம் கேட்கவே, திரும்பியவன் அங்கே இளஞ்சிவப்புநிற எளிய காட்டன் புடவையில் புதிதாய் பூத்த மலர் போல நின்ற மனைவியைக் கண்டதும் மெய் மறந்தான்.

நீரஜாட்சியோ இவனுக்கு என்னாவாயிற்று என்ற ரீதியில் பார்த்து-வைத்தவள் பொருள்விளங்கா புன்னகையை மட்டும் சிந்திவிட்டு டிரஸ்-சிங் டேபிள் அருகே மோடாவை இழுத்துப்போட்டு அமர்ந்தாள்.

தன்னை கணவன் பார்த்துக் கொண்டிருக்கிறான் என்ற உணர்வு இன்னும் அவளுக்கு உறைக்காததால் கூந்தலை உதறிவிட்டபடி எப்போ-தும் போல நெற்றி வகிட்டில் குங்குமத்தை வைத்துக்கொண்டாள்.

அவன் நின்று கொண்டே இருக்க "நந்து போய் உக்காரு! ஏன் நின்-னுட்டிருக்க? கால் வலிக்க போகுது" என்று மனையாளாக ஆணையிட அவனும் சென்று அமர்ந்தான். அவள் தலையை உலர்த்திவிட்டு பின்-னலிடும் போதே மைதிலி இருவரையும் சாப்பிட அழைக்க கணவனை அழைத்துக்கொண்டு கீழே சென்றாள் அவள்.

சாப்பிடும் போது பட்டாபிராமன் வேங்கடநாதனிடம் "நீ நந்து கிட்ட உளறுன மாதிரி உன் மூத்த பிள்ளையாண்டான் கிட்டவும் உளறி வைக்-கலையே?" என்று கேட்க

அவரோ "இல்லப்பா.. நான் அவன் கிட்டவும் சொல்லிட்டேன்" என்று கூறி தப்பு செய்த குழந்தை போல் தலையை குனிந்து கொள்ள

பட்டாபிராமன் "டேய் நேக்குனு வந்து பிறந்துருக்கேளே... அம்மாடி பத்மா உன் ஆம்படையானை எப்பிடி தான் நீ சமாளிக்கறயோ?" என்று மீண்டும் மகனை நொடித்துக்கொண்டார்.

அதை கேட்டு மற்றவர்கள் சிரிக்க வழக்கம் போல சீதாலெட்சுமி மகனுக்கு ஆதரவாகப் பேச அன்றைக்கு இரவுணவு முடியும்போது அனைவரின் மனமும் நிறைந்திருந்தது.

நீரஜாட்சி தாத்தா பாட்டியிடம் எப்போதும் போல சிறிது நேரம் அரட்டை அடித்துவிட்டு மாமா மாமிகளிடம் ஷேத்ராடானம் அனு-பவத்தை எல்லாம் கேட்டுவிட்டு தனது அறைக்குத் திரும்ப அங்கே அவளுக்கு முன்னர் காத்திருந்தான் ரகுநந்தன்.

உள்ளே வரும் போதே "நந்து இன்னும் முழிச்சிட்டிருக்க? உனக்கு தூக்கம் வரலையா?" என்றபடி கதவை தாழிட்டவள் அவன் தனக்கு பதில் அளிக்காமல் இருக்கவே அவனிடம் அமர்ந்தாள்.

"என்னாச்சு நந்து?" என்றவளிடம் தன் கையில் வைத்திருக்கும் செயினை காட்டியவன் "இதை போட்டுக்க நோக்கு ஆட்சேபனை எது-வும் இருக்கா?" என்று ஆழ்ந்த குரலில் கேட்க

நீரஜாட்சி அந்த குரலுக்கு கட்டுப்பட்டவளாக "இல்ல நந்து" என்று சொன்ன அடுத்த கணமே அவனது கரங்கள் அந்த செயினை அவள் கழுத்தில் போட்டுவிட்டது.

நீரஜாட்சி அதை தன் விரல்களால் வருடிக் கொடுத்தபடி எழ அவளோடு சேர்ந்து எழுந்தவன் "எங்கே போற நீரு? இன்னைக்கு நீ என்னை விட்டு எங்கேயும் போக நான் அலோ பண்ண மாட்டேன்" என்று கூற

நீரஜாட்சி "நந்து நான் டிரஸ் சேஞ்ச்...." என்று தடுமாறியபடி வார்த்-தையை முடிக்காமல் விட அவன் அவளது முகவடிவை அளந்தபடி "ம்ஹூம்! எதுக்குமே போக விடமாட்டேன்" என்று ஹஸ்கி குரலில் பேசியபடி மனைவியைத் தனது கரங்களில் அள்ளிக் கொண்டான்.

நீரஜாட்சி தனது கரங்களை அவனது கழுத்தை சுற்றி மாலையாய் வளைத்தவள் கணவனின் கண்ணை நோக்கியவாறே "ஐ லவ் யூ நந்து" என்று கூற அவளை படுக்கையில் கிடத்தியவன் "ஐ லவ் யூ நீரு" என்று அவள் காதுக்குள் முணுமுணுத்தான் அளவற்ற காதலுடன்.

அந்த அழகிய தருணமதில் நீரு நந்துவின் வீணையாக மாற அவளை மேவும் விரலாக மாறிப் போனான் நீரஜாட்சியின் ரகுநந்தன். அன்றைய இரவு அவர்கள் வாழ்வின் அழகிய அத்தியாயம் இனிய இசையாக ஆரம்பித்தது.

****

மறுநாள் காலை ரகுநந்தனுக்கு முன்னர் விழித்துக்கொண்டாள் நீரஜாட்சி. தன்னை அணைத்தபடி உறங்குபவனின் நெற்றியில் முத்தமிட்டவள் அவன் விழிப்பதற்குள் குளியலறைக்குள் நுழைந்தாள். அவள் குளித்து உடை மாற்றி திரும்பி வந்த பிறகும் அவன் உறக்கம் கலையாமல் இருக்கவே அவனை தொந்தரவு செய்யாமல் கீழே சென்றாள்.

ஹாலில் பத்மாவதி பூஜைக்கு பூக்களை தொடுத்துக் கொண்டிருக்க அவருடன் அமர்ந்து பேசிக் கொண்டிருந்தவள் "மாமி சின்ன மாமா எங்கே?" என்று கேட்டு வைக்க

பத்மாவதி "உன் பெரிய மாமா பண்ணி வச்ச கூத்தாலே இன்னைக்கு கிருஷ்ணாவும் ஹர்சாவும் லண்டன்ல இருந்து திரும்பறோம்னு சொல்லிட்டா. அவாளை அழைச்சிண்டு வர தான் உன் ரெண்டு மாமாவும் காத்தாலே ஏர்ப்போர்ட்டுக்குக் காரை எடுத்திண்டு போனா" என்று சொல்லிக் கொண்டிருக்கும் போதே வெளியே கார் வரும் சத்தம் கேட்க நீரஜாட்சி தமக்கையை நீண்டநாள் கழித்து பார்க்கப் போகும் ஆவலில் வாயிலுக்கு ஓடினாள்.

கிருஷ்ணஜாட்சி காரிலிருந்து இறங்கி வீட்டை நோக்கி வரவே ஓடிச் சென்று அவளை அணைத்துக்கொண்டாள் நீரஜாட்சி. தங்கையின் நெற்றியில் முத்தமிட்டவள் அவளது முகத்தில் முன்பு இருந்த குழப்பம் அகன்று அவள் தெளிவாக இருப்பதை அறிந்து சந்தோசத்துடன் அவள் கரம் பற்றி வீட்டுக்குள் நுழைந்தாள் அவள்.

அவளைத் தொடர்ந்து ஹர்சவர்தன் அப்பா மற்றும் சித்தப்பாவுடன் நுழைய பத்மாவதி மகனிடமும் மருமகளிடமும் பிரயாணம் பற்றியும் லண்டன் நகரம் பற்றியும் விசாரிக்க ஆரம்பித்தார். பட்டாபிராமனும் சீதாலெட்சுமியும் ஹாலுக்கு வர பேரனும் பேத்தியும் அவர்களிடம் விசாரிக்க ஆரம்பித்தனர்.

பட்டாபிராமனும் ஹர்சவர்தன் கிருஷ்ணஜாட்சியிடம் தான் நலமாக உள்ளதாக கூறிக்கொண்டிருக்கும் போதே ரகுநந்தன் "டேய் அண்ணா" என்ற கூவலுடன் வந்து அண்ணனை அணைத்துக்கொண்டான்.

கிருஷ்ணஜாட்சியிடம் "மன்னி லண்டன் ஜர்னி எப்பிடி இருந்துச்சு?" என்று விசாரித்தவன் நீரஜாட்சி தன் பின்னே நிற்பது தெரியாமல் "நீங்க குடுத்த பிளான் சூப்பரா ஒர்க் அவுட் ஆயிடுத்து. இப்போ நானும் நீருவும் பெவிகால் போட்டு ஒட்டுன மாதிரி ஒன்னா ஆயிட்டோம்" என்று வாய்விட்டு உளறிவிட

கிருஷ்ணஜாட்சியும் ஹர்சவர்தனும் அவனுக்கு ஜாடையில் காட்ட எவ்வளவோ முயன்றும் அவனால் புரிந்து கொள்ள இயலாமல் பேட்டில் தான் வேண்டுமென்றே இடித்துக் கொண்டது முதற்கொண்டு ஒப்புதல் வாக்குமூலம் அளித்துவிட்டு மீண்டும் ஒரு முறை கிருஷ்ணஜாட்சிக்கு நன்றி கூறினான்.

ஹர்சவர்தன் "நீ ஏன்டா தேங்க்ஸ் சொல்லுற? கூடிய சீக்கிரம் நீ இன்னொரு தடவை ஐடியா கேட்டு வருவ. அப்போ மொத்தமா சொல்லிக்கலாம்" என்றான் ரகுநந்தனின் பின்னே முறைத்தபடி நின்ற நீரஜாட்சியை பார்த்தபடி.

"மன்னி என்ன இவன் உளறுறான்?"

"அவர் உளறலை அம்மாஞ்சி. கொஞ்சம் திரும்பி பாருங்க" என்று கிருஷ்ணஜாட்சி கூறவும் ரகுநந்தன் திரும்பி பார்த்தான். அங்கே அவனது நீருகுட்டி கோபத்தோடு நின்று கொண்டிருந்தாள்.

"நீருகுட்டி... அது வந்து... நான்" என்று அவன் தடுமாற அவள் "இம்பாஸிபிள்" என்று தலையை இடம் வலமாக ஆட்டிவிட்டு அவுட் ஹவுஸை நோக்கி நடைபோட்டாள்.

ரகுநந்தன் "ஹே பகவான்! இவளை மலை இறங்க வைக்க நான் என்ன பண்ணறது?" என்று கிருஷ்ணஜாட்சியை பார்க்க

அவளோ "ஸ்ட்ரெயிட்டா போய் அவ கால்ல விழுந்துடுங்க" என்று கூற ரகுநந்தனும் சரியென்று தலையாட்டிவிட்டு "நீரு நில்லுடி" என்றவாறு அவளை தொடர்ந்து ஓட

கிருஷ்ணஜாட்சி "ஹர்சா நான் சும்மா சொன்னேன். அம்மாஞ்சியை நிக்க சொல்லுங்க" என்று அவனை தடுக்குமாறு கூறவே ஹர்சவர்தன் "அதெல்லாம் அவன் பார்த்துப்பான். நீ என்னை பத்தி கொஞ்சம் யோசி" என்று அவளின் மூக்கோடு மூக்கை உரச சென்றான்.

கிருஷ்ணஜாட்சி அவனை விலக்கியவாறே "இது ஒன்னும் லண்டன் இல்ல, இந்தியா... அதுவும் ஸ்ரீனிவாசவிலாசம்" என்று சொல்லிவிட்டு சிரிக்க அவனும் மனைவியின் சிரிப்பொலியில் இணைந்தான்.

அதேநேரம் அவுட் ஹவுஸில் நீரஜாட்சியிடம் மன்றாடிக் கொண்டிருந்தான் ரகுநந்தன்.

"நீரு சாரிடி! நான் வேணும்னு அப்பிடி பண்ணலை. நேக்கு வேற வழி தெரியலைடி" என்று அவன் பேசிக் கொண்டே செல்ல நீரஜாட்சி எழுந்து அவன் அருகில் வந்தவள் அவன் உதட்டில் கை வைத்து

பேசாதே என்று குறிப்பால் உணர்த்த அவனும் அமைதியானான்.

அவள் "நந்து உனக்கு எதாச்சும் ஆயிடுச்சுனா எனக்கு எவ்ளோ கஷ்டமா இருக்கும்னு தெரிஞ்சுமா இப்பிடி இடிச்சுகிட்ட? சப்போஸ் கண்ணுல பட்டிருந்தா என்ன ஆயிருக்கும்? அன்னைக்கு எவ்ளோ ரத்தம் வந்துச்சு? அதை பார்த்து நான் எப்பிடி பயந்து போயிட்டேன் தெரியுமா?" என்று கணவனின் மார்பில் சாய்ந்து கொண்டு கண்ணீர் உகுக்க ஆரம்பித்தாள் அவள்.

அவளது முகத்தை நிமிர்த்தியவன் "இனிமே இப்பிடி பண்ண மாட்டேன், போதுமா?" என்று கூறியவாறு அவளின் கண்ணீரைத் துடைத்துவிட்டபடி நெற்றியில் முத்தமிட்டான்.

நீரஜாட்சி இயல்புக்கு வந்தவள் கேலியாக "எப்பிடியோ என் ஆசைப்படி உன் மண்டையை ஒரு தடவை உடைச்சுட்டேன். சின்ன காயம் தான். இருந்தாலும் என் சின்ன வயசு கனவு அது" என்று நமட்டுச்சிரிப்புடன் கூற ரகுநந்தனும் அதைக் கேட்டுச் சிரிக்க ஆரம்பித்தான்.

எந்த ஸ்ரீனிவாசவிலாசத்தில் இரு சகோதரிகளுக்கும் காலடி எடுத்து வைக்கக் கூட அனுமதி மறுக்கப்பட்டதோ அதே ஸ்ரீனிவாசவிலாசத்தில் இன்று அந்த சகோதரிகளின் சிரிப்புச்சத்தம் அந்த வீட்டுக்கே புதுக்களையை உண்டாக்கியது.

26

பூங்காற்று 26 (இறுதி)

ஐந்து வருடங்களுக்கு பிறகு...

பட்டாசு சத்தம் செவிப்பறையை தாக்க கண் விழித்தான் ரகுநந்தன். உறக்கம் கலைந்ததும் அவன் விழிகள் தேடிய ஒருத்தி அருகில் இல்லையென்றதும் ஏமாற்றம் புயலாய் தாக்க விருட்டென்று போர்வையை விலக்கிவிட்டு எழுந்தான். கீழே அனைவரும் பண்டிகை நாளுக்கான உற்சாகத்துடன் பேசிக்கொண்டிருக்க அதை kகேட்டவனுக்கும் மெதுவாக அந்த உற்சாகம் தொற்றிக்கொண்டது.

தூக்கக் கலக்கத்தோடு கீழே இறங்கி வந்தவனை பார்த்த பத்மாவதி தலையில் அடித்துக்கொண்டார்.

"ஏன்டா பண்டிகை நாளும் அதுவுமா இன்னைக்கும் லேட்டாவா எழுந்திருப்ப? போய் ஸ்நானம் பண்ணிட்டு வா! ம்ம்... சீக்கிரம்" என்று அவனை கங்காஸ்நானம் செய்ய அனுப்பிவைத்தார் அவர்.

அவனும் தாய் சொல் தட்டாத தனையனாக குளித்துமுடித்து வேஷ்டி சட்டையில் கீழே வர "சித்தப்பா" என்று ஓடிவந்து அவன் கையை பிடித்துக் கொண்டாள் ஒரு குட்டி தேவதை. அவளைக் கண்டதும் முகம் பூவாய் மலர அவளைத் தூக்கிக்கொண்டான் ரகுநந்தன்.

அவனிடம் "சித்தப்பா இந்த பட்டு பாவாடை நேக்கு நன்னா இருக்கா?" என்று வினவினாள் அந்த குட்டி தேவதை ஸ்ரீமதி. ஹர்சவர்தன் மற்றும் கிருஷ்ணஜாட்சியின் புத்திரி.

கிருஷ்ணஜாட்சியின் அழகும், ஹர்சவர்தனின் அழுத்தமும் சேர்ந்த பிம்பமாக பிறந்த அந்த ஐந்து வயது குட்டிப்பெண்ணுக்கு சித்தப்பா என்றால் கொள்ளை இஷ்டம்.

மதிவாணனின் நினைவாக அவளுக்கு ஸ்ரீமதி என்று பெயர் வைக்கலாம் என்ற ஆலோசனையை பத்மாவதி அவள் பிறந்ததுமே மகன், மருமகளுக்கு வழங்கிவிட்டார். அந்த வீட்டின் மூத்த இளவரசி அனைவருக்கும் மதிகுட்டி என்றால் ரகுநந்தனுக்கு மட்டும் ஸ்ரீகுட்டி.

அவளது கன்னத்தில் முத்தமிட்டுக் கொண்டே "என் ஸ்ரீகுட்டிக்கு எல்லா டிரஸ்சும் அழகு தான்டி ராஜாத்தி. ஆமா உன்னைப் பெத்தவா எங்கே போயிருக்கா?" என்று கேட்க

அவள் "மைத்தி அத்தையும், ராகவ் மாமாவும் வந்தாளா, அவா கூட சேர்ந்து பட்டு தாத்தா ரூமுக்கு போயிருக்கா" என்று மிழற்ற அவளை இறக்கிவிட்டவன் அர்ஜுனுடன் சென்று விளையாடுமாறு அவளை அனுப்பி வைத்துவிட்டு திரும்பினான். கரோலின் அவளது கணவர் ஜோசப் மற்றும் தாயார் மெர்லின் சகிதம் வரவும் அவர்களை இன்முகத்தோடு வரவேற்று ஹாலில் அமர வைத்தான்.

கிருஷ்ணஜாட்சிக்கு இருக்கும் ஒரே ஒரு தோழி என்ற முறையில் ஸ்ரீனிவாசவிலாசத்தின் எல்லா பண்டிகைக்கும் கரோலினின் குடும்பத்துக்கு அழைப்பு இல்லாமல் இருந்ததில்லை. மெர்லினுக்குமே அங்கு வந்து பெரியவர்களிடம் உரையாடிவிட்டு போவது மனதிற்கு புத்துணர்ச்சி அளிக்கும் விஷயம் என்பதால் அவரும் அனைத்து பண்டிகைகளுக்கும் அங்கே வந்துவிடுவார்.

சிறிது நேரத்தில் வேங்கடநாதனும், கோதண்டராமனும் அங்கு வந்துவிட அவர்கள் அனைவரும் கலகலப்பாக உரையாட ஆரம்பித்தனர். பத்மாவதி "மதி..." என்று பேத்தியை அழைத்தவாறே வந்தவர் கரோலின் குடும்பத்தாரை கண்டதும் "வாங்கோ வாங்கோ! எல்லாரும் ஷேமமா இருக்கேளா?" என்று குசலம் விசாரித்துவிட்டு வேங்கடநாதனிடம் திரும்பினார்.

"ஏண்ணா! மதியை பார்த்தேளா?" என்று வினவ ரகுநந்தன் அவள் அர்ஜுனுடன் விளையாடுகிறாள் என்று அவர்கள் இருக்கும் இடத்துக்கு அனுப்பி வைத்துவிட்டு ஹாலில் நின்றபடி நீரஜாட்சி எங்கே என்று நோட்டம் விட்டுக்கொண்டிருந்தான்.

பட்டாபிராமன், சீதாலெட்சுமி தம்பதியினருடன் ஹாலுக்கு வந்து சேர்ந்தனர் கிருஷ்ணஜாட்சியும், ஹர்சவர்தனும். கூடவே மைத்திரேயி அவள் கணவன் ராகவனுடனும், ஸ்ருதிகீர்த்தி அவளது கணவன் ராகுல் மற்றும் மகள் சஹானாவுடனும் வந்தனர்.

அந்த ஐந்து வருடங்களில் முதுமையில் சிறிது தளர்ந்திருந்தாலும் பட்டாபிராமனின் குரலில் சிறிதும் பழைய கம்பீரம் குறையவில்லை. அந்த கம்பீரக்குரலில் ரகுநந்தனிடம் "நந்து! எல்லாரும் தம்பதி சமேதரா என்னண்ட ஆசிர்வாதம் வாங்கிட்டாடா. நீ மட்டும் தான் பாக்கி" என்று கூற

அவரது கரம் பற்றி அழைத்து வந்திருந்த சீதாலெட்சுமி அவரை சோபாவில் அமர சொல்லிவிட்டு தானும் அமர்ந்தவர் பேரனிடம் "நீரு எங்கடா நந்து?" என்று வினவ

கிருஷ்ணஜாட்சி "சித்தம்மா அவ கிருஷ்ணன் விக்கிரகத்துக்கு துளசி மாலை போடப் போயிருக்கா" என்று பதிலளிக்கவும் ரகுநந்தன் மனதிற்குள் "ஹப்பாடா! போய் அழைச்சிண்டு வந்துட வேண்டியது தான்" என்றபடி திரும்பினான்.

அதற்குள் அவனது தாய்மாமா ஆதிவராஹன் அவரது சகதர்மிணி விஜயலெட்சுமியுடன் மகள் வர்ஷா, மருமகன் அருண் மற்றும் பேரக்குழந்தை சகிதம் வர நீரஜாட்சியை அழைக்கச் செல்லும் எண்ணத்தை அப்போதைக்கு ஒத்திவைத்துவிட்டு அவர்களை கிருஷ்ணஜாட்சி, ஹர்சவர்தனுடன் சேர்ந்து வரவேற்றான் ரகுநந்தன்.

"வாங்க மாமா! வாங்க மாமி! வர்ஷா அண்ணாவுக்கும் கொஞ்சம் சாப்பாடு கொடுடி" என்று அவர்களை கலாய்த்தவண்ணம் நலம் விசாரித்துவிட்டு இனியாவது நீரஜாட்சியை அழைத்து வரலாம் என்று அங்கிருந்து நகர்ந்துவிட்டான். ஹர்சவர்தனும் கிருஷ்ணஜாட்சியும் "ஸ்ரீமதி" என்ற அழைப்புடன் மகளைத் தேடி சென்றனர்.

ரகுநந்தன் வெளியே வந்தவன் நீரஜாட்சியை தேடி தோட்டத்தில் நடைபோட திடீரென்று கொலுசின் சத்தம் கேட்கவும் திரும்பி பார்த்தான்.

அங்கே இளஞ்சிவப்புநிற புடவை அணிந்து, ஈரம் உலர விரித்து விட்டிருந்த கூந்தல் காட்டின் நடுவில் வெண்ணிற ஓடையாய் மல்லிகைச்சரத்தை சூடி வில்லினை ஒத்த வளைந்தப் புருவங்களுடன், கூரான எள்ளுப்பூ நாசியுடன், காதின் ஜிமிக்கி அவளின் கன்னங்களை உரசி விளையாட செவ்விதழ்களில் புன்னகை மின்ன, கதிரவனின் காலைக்-

கதிர் அவள் மேனியில் பட்டு அவளை தேவலோக அப்சரஸாக மாற்றியிருக்க, வளைகரங்களால் துளசிமாலையை எடுத்து கிருஷ்ணனுக்கு போட்டுக் கொண்டிருந்தாள் நீரஜாட்சி.

அவள் அருகில் நின்ற சின்ன கண்ணனோ "மா! நானும் போடறேன்" என்று மழலைமொழியில் கொஞ்ச

அவன் கன்னத்தை கிள்ளி முத்தமிட்டவள் "என் ராஜா! வா அம்மா உன்னை தூக்கிக்கிறேன்... நீ கிருஷ்ணனுக்கு இந்த துளசியை போடு" என்றவாறு அவனை இடுப்பில் தூக்கி கொள்ள அவனும் ஆர்வத்துடன் துளசி இலையை கிருஷ்ணன் மீது தூவிவிட்டு "ஹை! நானும் அப்பா மாதிரி உயரமா வளர்ந்துட்டேனே" என்று குழந்தைக்கே உரித்தான குதூகலத்துடன் கை தட்டினான்.

நீரஜாட்சி தன் செல்லமகனின் கன்னத்தில் முத்தமிட்டவாறே "ஆமா என் செல்ல கண்ணன் பெரிய பையனா வளர்ந்துட்டான்" என்று மகனை கொஞ்சியவள் மனதிற்குள் "உன் அப்பா உயரமா வளர்ந்து என்ன பிரயோஜனம்? அறிவு வளரலையே" என்று மானசீகமாக நொடித்துக் கொண்டாள்.

ஆனால் அந்த மனநிலையை அவள் பெற்ற சீமந்தப்புத்திரன் நீண்டநேரம் நீடிக்க விடவில்லை. அவளின் இடுப்பில் இருந்தபடியே "மா! கிருஷ்ணாக்கு துளசினா அவ்ளோ இஷ்டமா?" என்று கண்ணை விரித்து கேட்க

"ஆமாடா செல்லம்! துளசினா கிருஷ்ணாக்கு ஸ்பெஷல் தான். பக்தியோட ஒரு துளசி இலையை கிருஷ்ணனுக்கு நம்ம அர்ப்பணிச்சாலும் பகவான் அதை ரொம்ப சந்தோசமா ஏத்துப்பார்" என்று மகனுக்கு விளக்கினாள் நீரஜாட்சி.

பின் அவள் துளசிமாடத்தைச் சுற்றி விளக்கேற்றிவிட்டு மகனுடன் திரும்ப அங்கே அழகு தேவதையாய் நின்ற நீரஜாட்சியைக் கண்டு சுற்றம் மறந்து நின்றான் ரகுநந்தன்.

அவனைப் பார்த்ததும் நேற்றைய சம்பவங்கள் காதில் புகையை வரவழைக்க நீரஜாட்சி மகனிடம் "மது! உன் அப்பாவை இங்கே இருந்து அழைச்சிண்டு போடா செல்லம்" என்று காதில் கிசுகிசுக்கவும் அன்னையின் இடுப்பிலிருந்து இறங்கி தந்தையை நோக்கி ஓடினான் நான்கு வயது மதுசூதனன். நீரஜாட்சி அவள் அன்னையின் நினைவாக தனது செல்ல மகனுக்குச் சூட்டிய பெயர் அது.

தன்னை நோக்கி ஓடி வரும் மைந்தனை தூக்கிக் கொண்ட ரகுநந்தன் நீரஜாட்சி அவன் காதில் முணுமுணுத்ததை கவனித்துவிட்டான். அவளுக்கு நன்றாக தெரியும் மதுசூதனன் கேட்டு எதையும் ரகுநந்தனால் மறுக்க இயலாது என்பது.

எனவே மனைவி இப்போது என்ன சொல்லியிருப்பாள் என்பதை ஓரளவுக்கு ஊகித்தவன் மகன் காதில் "இப்போ அம்மா உன்னண்ட ஏதோ சொன்னாளோன்னோ அதை அப்பிடியே மறந்துடுடா ராஜா! இப்போ நீ என்ன பண்ணுற, ஆத்துக்குள்ள போய் சமத்து பையனா ஸ்ரீகுட்டி கூட விளையாடுற. அஜ்ஜூ அண்ணா உன்னை தான் தேடிண்டிருக்கான்" என்று ரகசியம் பேசி அனுப்பி வைத்தான்.

மகன் வீட்டுக்குள் ஓடுவதை பார்த்துவிட்டு மனைவியை நோக்கி வந்தான் ரகுநந்தன். காலை நேர குளிர்க்காற்றில் அவள் தலையில் சூடியிருந்த மல்லிகையின் மணம் ரகுநந்தனின் நாசியை நிறைத்தது. அதை உள்ளிழுத்தபடியே "அம்மாவும் பையனும் ராசி ஆயிட்டேள் போல" என்று புருவம் உயர்த்தி கேட்க

நீரஜாட்சி "ஆமா! அவன் ஒன்னும் அவனோட அப்பா மாதிரி இல்லை... என்ன இருந்தாலும் அவன் நான் பெத்த பிள்ளை... அதான் அவனோட அம்மா திட்டுனது நல்லதுக்கு தான்னு புரிஞ்சுகிட்டு அவனே என்னண்ட வந்து பேசிட்டான்" என்று சொல்லிவிட்டு உதட்டைச் சுழித்தாள்.

ரகுநந்தன் "நீருகுட்டி.." என்றபடி அவளைச் சமாதானப்படுத்த அவள் அருகில் வர நீரஜாட்சி "என்னடா இப்போ மட்டும் நான் நீருகுட்டியா? நேத்து நீ என்னென்ன பேசுன? நான் பெத்த பிள்ளை தப்பு பண்ணுனா அதை கண்டிக்க கூட எனக்கு உரிமை இல்லையா?" என்று வெகுண்டெழுந்தாள்.

ரகுநந்தன் "மது சின்ன குழந்தைடி... இப்போ நீ ஓவரா அவனை கண்டிச்சேனா அவன் உன்னை விட்டு விலகிப்போயிடுவான் நீரு" என்று தனது கோணத்தை கூற

நீரஜாட்சி "ஓகே! நான் ஒன்னே ஒன்னு கேக்கவா? இந்த வயசுலயும் நீ தாத்தா பேச்சை தட்டுறியா? பட்டு ஒரு சின்ன அதட்டல் போட்டா கூட நீ அதுக்கு ரெஸ்பாண்ட் பண்ணுற... அது பயம் இல்லை... பட்டு மேல உனக்கு இருக்கிற மரியாதை... அதே மரியாதை உன் மகனுக்கு உங்க அப்பா அம்மா மேல வரணும் நந்து... நேத்தைக்கு மாமி குடுத்த

புது துணியை அவன் வீசி எறிஞ்சது எனக்கு சுத்தமா பிடிக்கலை... இப்போ நம்ம அவனை கண்டிக்காம விட்டுட்டோம்னா பெரியவனானதும் அவன் யாரையும் மதிக்க மாட்டான்... உன் பையனை மரியாதை தெரிஞ்சவனா வளர்க்கணும்னு நான் ஆசைப்படறேன்" என்றாள் 'உன் பையனை' என்ற வார்த்தையின் அழுத்தத்தை அதிகரித்தவளாய்.

"ஓகே ஓகே! இனிமே மது பெரியவா கிட்ட அப்பிடி பிஹேவ் பண்ணமாட்டான். நீ ஏன் இன்னும் அதையே நினைச்சு டென்சனா இருக்க?" என்று கூற நீரஜாட்சி சிறிது சாந்தமடைந்தாள்.

ரகுநந்தன் "என் ஆத்துக்காரிக்கு தான் எவ்ளோ கோவம் என் மேல" என்று கிண்டலாக மொழிந்தபடி அவளது கன்னத்தைக் கிள்ள அவன் கையைத் தட்டிவிட்டாள் அவள்.

"என்ன ஐயா இன்னைக்கு ரோமியோ கெட்டப்புல சுத்துறாரு?" என்றவளை பார்த்து சிரித்தவன்

"தீபாவளினாலே நேக்கு தானா லவ் மூட் வந்துடும் நீருகுட்டி. ஏன் தெரியுமா? இதே தீபாவளி நாள்ல தான் இதே கிருஷ்ணன் சிலை கிட்ட தான் உன்னைப் பார்த்து நேக்கு காதல் வந்துச்சு. அது மறக்கக் கூடிய நிகழ்வா?" என்று கண்ணை மூடி ரசனையுடன் கூற நீரஜாட்சி அவன் கூறிய விதத்தில் சிரிப்பை அடக்க முயலாமல் சிரித்துவிட ரகுநந்தன் விழி மலர்ந்து அவளை ரசிக்க ஆரம்பித்தான்.

நீரஜாட்சி சிரித்து முடித்துவிட்டு "இப்பிடி தோட்டத்திலேயே நின்னிட்டிருக்க போறியா? பூஜை பண்ணிட்டு புது டிரஸ் போட வேண்டாமா?" என்று கேட்க ரகுநந்தன் மனைவியுடன் சேர்ந்து வீட்டை நோக்கி நடைபோட்டான்.

வீட்டில் நுழையவும் சீதாலெட்சுமி "வந்துட்டியாடி? நோக்கு தான் நாங்கெல்லாம் வெயிட் பண்ணிண்டிருக்கோம். பத்மா உன் இளைய மாட்டுப்பொண்ணும் வந்துட்டா. நீ பூஜையை ஆரம்பிச்சிடுடிமா" என்று கூற பத்மாவதி சரியென்று பூஜையை ஆரம்பித்தார்.

பூஜை முடிவடைய குடும்பத்தினரிடம் புத்தாடையை அவர் எடுத்து கொடுக்க அவரது மகள்கள், மருமகன்கள், மகன்கள், மருமகள்கள், பேரப்பிள்ளைகள் என அனைவரும் மகிழ்ச்சியுடன் வாங்கிக் கொண்டனர்.

அடுத்து கரோலின், ஜோசப் தம்பதிகளோடு சேர்த்து வர்ஷாவிற்கும் அருணிற்கும் புத்தாடையை கொடுக்க அவர்களும் மறுப்பின்றி வாங்கிக்

கொண்டனர்.

மைத்திரேயியும் ஸ்ருதிகீர்த்தியும் புத்தாடைகளை பத்திரப்படுத்தியவர்கள் கரோலினிடம் அவர்களின் கபே பற்றி பேச ஆரம்பிக்க நீரஜாட்சியும் கிருஷ்ணஜாட்சியும் புத்தாடை அணிய அவரவர் அறைக்குச் சென்றுவிட்டனர்.

கிருஷ்ணஜாட்சி புடவை கட்டிவிட்டு பத்து நிமிடத்தில் தயாராகி விட ஹர்சவர்தனும் ஸ்ரீமதியும் தான் இன்னும் தயாராகாமல் இழுத்தடித்துக் கொண்டிருந்தனர்.

ஹர்சவர்தன் வேஷ்டி சட்டையுடன் சோபாவில் அமர்ந்திருந்தவன் மகளின் கைகளுக்கு அவளது ஆடைக்கு பொருத்தமாக நெயில் பாலிஷ் போட்டுக் கொண்டிருக்க கிருஷ்ணஜாட்சி "உங்க அலும்பு தாங்கலைப்பா! இப்போ இது இல்லைனா என்னாவாம்?" என்று சலித்துக் கொள்ள

ஸ்ரீமதி "மா! நான் பிரின்சஸ் மாதிரி ரெடியாகனும்னா அதுக்கு கொஞ்சம் டைம் ஆக தான் செய்யும். இல்லையாப்பா?" என்று அவளது கைவிரல்களை வண்ணமயமாக்கிக் கொண்டிருந்த தந்தையை துணைக்கு அழைக்க

கிருஷ்ணஜாட்சி "அப்பாவும் பொண்ணும் எப்பிடியோ போங்க" என்று கூறிவிட்டு தனது கூந்தலை பின்னலிட்டாள். அவள் பின்னலிடும் போதே ஸ்ரீமதிக்கு நெயில்பாலிஷை போட்டு முடித்தவன் "மதிகுட்டி விரலை வாயில வச்சுடக் கூடாது, சரியா?" என்று கவனம் சொல்லி கீழே அனுப்பி வைத்தான்.

அவள் வராண்டாவில் "மது வாடா போகலாம்" என்று கத்திக்கொண்டே மதுசூதனுடன் ஓடுவதைக் கண்டு ரசித்தபடி அறையினுள் நுழைந்தான்.

மனைவி பேரழகு தேவதையாக ஜொலிக்க அவளிடம் வந்தவன் "எப்போவும் போல என் கிருஷ்ணா அழகி தான்" என்று கூறியவாறு அவள் கன்னத்தில் முத்தமிட கிருஷ்ணஜாட்சி வெட்கப்புன்னகை புரிந்தாள்.

அவன் அவள் சிரிப்பை ரசித்தபடி "அது என்ன எப்போ பார்த்தாலும் நானே கிஸ் பண்ணிண்டிருக்கேன்? இன்னைக்கு நீ என் கன்னத்துல கிஸ் பண்ணுற" என்று கூற கிருஷ்ணஜாட்சி தலையிலடித்துக் கொண்டவள் "ம்ஹூம்! முடியாது" என்று பிடிவாதமாக மறுத்தாள்.

ஹர்சவர்தன் "அப்போ நோக்கு இன்னைக்கு தீபாவளி செலிப்ரேசன் எதுவுமே கிடையாது... பிகாஸ் நீ என் கன்னத்துல கிஸ் பண்ணாம நான் நம்ம ரூம் கதவை திறக்கறதா இல்ல" என்று அமர்த்தலாகக் கூறி-விட்டு சோபாவில் கால் மீது கால் போட்டு அமர்ந்துகொண்டான்.

கிருஷ்ணஜாட்சி புடவை தலைப்பை கையால் பாடாய்ப்படுத்த அவன் விடுவேனா என்று பிடிவாதம் பிடித்தவனாய் தான் நினைத்ததை நிறைவேற்றிவிட்டுத் தான் மனைவியுடன் அறையை விட்டு வெளியேறி-னான்.

அதே நேரம் நீரஜாட்சி புது புடவையை கட்டியவள் எப்போதும் போலவே கொசுவம் சரியாக வராமல் போக ரகுநந்தன் உதவியுடன் அதை கட்டி முடித்தபடியே அவள் தோழி கவிதாவுக்கு போனில் தீபா-வளி வாழ்த்து கூறிவிட்டு கண்ணாடியில் தன்னை சரி பார்த்துக் கொண்-டாள்.

தோற்றத்தில் திருப்தியானவள் ரகுநந்தனுடன் ஏதோ வளவளத்தபடி கீழே வரும் போது ஏதோ போன் வர அதை பேசிவிட்டு கரோலினிடம் சென்றாள்.

"லின் கம்மிங் மண்டே பேங் மேனேஜர் என்னை வர சொல்லிருக்-கார்... அதுக்கு முன்னாடி லோனுக்கு அவர் கேட்ட சில பேப்பர்ஸ் உன் கிட்ட தான் இருக்கு... மறந்துடாம நாளைக்கு கபேக்கு கொண்டு வந்துடு... நான் ஆடிட்டரை வேற பார்க்க போகணும்" என்று படப-டவென்று அவளிடம் பொரிய கரோலினும் அதற்கு சரியென்று தலை-யாட்டி வைத்தாள்.

அவள் பேசிக் கொண்டிருக்கும் போதே ஹாலில் நுழைந்த அவளது தாத்தாவின் நண்பரான சேஷன் "நீரஜாவுக்கு இப்போவும் வேலை நியா-பகம் தானா?" என்று கேலி செய்யவும்

நீரஜாட்சி "ஆமா தாத்தா! எங்களுக்கு சோறு போடுற வேலையை நாங்க மறக்க முடியுமா? கிருஷ்ணாவே இத்தனை வருஷத்துக்கு அப்பு-றம் இப்போ தான் புது பிராஞ்ச் ஓப்பன் பண்ணலாம்ங்கிற முடிவுக்கு வந்-துருக்கா... அதான் அவ மனசு மாறுறதுக்கு முன்னாடி லோன் ஃபார்-மாலிட்டிஸ் எல்லாம் முடிக்கணும்னு நானும் லின்னும் தீவிரமா வேலை பார்க்கிறோம்" என்று அவருக்கு பதிலளித்தவள்

மறக்காமல் "தாத்தா போட்டோகிராஃபர் வந்துட்டாரா?" என்று கேட்க சேஷன் தான் கையோடு அழைத்து வந்துவிட்டதாக கூறவும்

தான் அவளுக்குப் பெரும் நிம்மதி.

ஏனெனில் அன்று குடும்ப உறுப்பினர்கள் அவரவர் நண்பர்கள் அனைவருடனும் சேர்ந்து ஒன்றாக இருக்கும் புகைப்படம் எடுக்க வேண்டிய நாள்.

கடந்த ஐந்து வருடங்களாக பட்டாபிராமன் தான் இந்த பழக்கத்தை ஏற்படுத்தி வைத்திருந்தார். வருடாவருடம் தீபாவளியன்று புத்தாடை உடுத்தி குடும்பத்தார் சகிதம் புகைப்படம் எடுத்து அதை சுவரில் மாட்டி அழகு பார்ப்பதை வழக்கப்படுத்திவிட்டார் அவர்.

சீதாலெட்சுமி அனைவரையும் புகைப்படம் எடுக்க அழைக்க அவரது மூத்த பத்மாவதி ஸ்ரீமதிக்கு சில ஆபரணங்களை அணிவித்து கொண்டிருந்தவர் "கொஞ்சம் இருங்கோம்மா! நான் இவளுக்கு செயின் போட்டு விடறேன்" என்று கூறிவிட்டு பேத்திக்கு அழகு பார்த்துக் கொண்டிருந்தார்.

அவர் அருகில் அமர்ந்திருந்த வேங்கடநாதன் "பத்மா குழந்தைக்கு இதை பாதுகாப்பா வச்சிருக்க தெரியாதுடி! போட்டோ எடுத்ததும் கழட்டிடு" என்று அறிவுரை வழங்கியபடி ஸ்ரீமதியிடம் கொஞ்சிக் கொண்டிருந்தார்

சீதாலெட்சுமி மூத்த மகன், மருமகள் பேத்தியை கவனிக்க ஆரம்பித்தால் மற்ற எதையும் கண்டுகொள்ள மாட்டார்கள் என்பதை புரிந்து கொண்டவராய் தனது இளைய மருமகள் மைதிலியை அழைக்க

அவரோ "இதோ வந்துட்டேன்மா! உங்க இளைய மகனுக்கு சட்டையில மஞ்சள் கொஞ்சம் அதிகமா தடவிட்டாளாம்! அதை சொல்லி அதகளம் பண்ணிண்டிருக்கார்" என்று கூறிவிட்டு கோதண்டராமனிடம் "ஏண்ணா! போட்டோ தானே பிடிக்கப் போறா? சின்னவா கூட உங்களாட்டம் பிடிவாதம் பிடிக்கலை" என்று நொடித்துக்கொண்டவாறு அவரை ஹாலுக்கு அழைத்து வந்தார்.

அதற்குள் ரகுநந்தனும் நீரஜாட்சியும் இருக்கைகள், சோபாவை புகைப்படம் எடுப்பதற்கு அமர்வதற்காக ஒழுங்குப்படுத்தினர். நீரஜாட்சி மறக்காமல் அவளுடைய பெற்றோர் புகைப்படத்தை அந்த இருக்கைகளின் பின்னணியில் மாட்டி வைத்துவிட்டாள்.

பின்னர் அனைவரும் ஹாலில் ஒன்று கூடிவிட சோபாவின் நடுநாயகமாக பட்டாபிராமனையும் சீதாலெட்சுமியையும் அமரச் சொல்லிவிட்டு அதன் இரு பக்கவாட்டிலும் மாமா மற்றும் மாமிகளை அமரச் சொன்-

னாள்.

நீரஜாட்சியும் கிருஷ்ணஜாட்சியும் பெரிய இருக்கையின் பின்புறம் நின்று கொள்ள ஹர்சவர்தனும் ரகுநந்தனும் அவரவர் மனைவியின் தோள்களை அணைத்தபடி புன்னகையுடன் நின்றனர்.

பக்கவாட்டு இருக்கையில் ஒரு புறம் ஆதிவராஹன் மனைவி சகிதம் அமர்ந்து கொள்ள அவர்களின் பின்னே வர்ஷாவும் அருணும் நின்று கொண்டனர். விஜயலெட்சுமி பேரனை மடியில் அமர்த்திக் கொண்டார்.

அதே போல மறுபுறம் மெர்லின் அமர்ந்து கொள்ள அவரின் இருக்கையின் பின்புறம் கரோலினும் ஜோசப்பும் நின்று கொண்டனர். பேரக்குழந்தைகளான ஸ்ரீமதி, மதுசூதனன், அர்ஜூன் மற்றும் சஹானா தாத்தா பாட்டிகளின் மடியில் அமர்ந்து கொள்ள சேஷன் பட்டாபிராமனின் அருகிலுள்ள இருக்கையில் அமர்ந்து கொண்டார்.

போட்டோகிராபர் "சார் ரெடியா?" என்று கேட்க அனைவரும் புன்னகை பூத்த முகத்துடன் போஸ் கொடுக்க அவர் அந்த அழகிய தருணத்தை புகைப்படக்கருவியில் அடக்கினார்.

சேஷனிடம் "சார் ஈவினிங் ஸ்டூடியோ பையன் கிட்ட போட்டோ காப்பியை குடுத்து விடுறேன்" என்றபடி அவர் விடைபெற்றுக்கொண்டார்.

போட்டோ எடுத்ததும் அடுத்த நிகழ்வாக அனைவரும் பட்டாசு வெடிப்பதில் மும்முரமாகி விட இரண்டு மணி நேரத்துக்கு ஸ்ரீனிவாசவிலாசத்தில் பட்டாசு சத்தம் மட்டுமே கேட்டது.

கிருஷ்ணஜாட்சி, மைத்திரேயி, ஸ்ருதிகீர்த்தி மூவரும் வேடிக்கை பார்க்க நீரஜாட்சி கரோலினுடனும் வர்ஷாவுடனும் சேர்ந்து பட்டாசை வெடித்துக் கொண்டிருந்தாள். வீட்டின் பெரியவர்கள் குழந்தைகளை கொஞ்சியபடி இளையவர்களின் கொண்டாட்டத்தை நிறைந்த மனதோடு ரசித்துக் கொண்டிருந்தனர்.

நீரஜாட்சி வேடிக்கை பார்த்துக் கொண்டிருந்த கிருஷ்ணஜாட்சியை வெடி வைக்க அழைக்க அவளோ மிரண்டவளாய் மறுத்தாள். சகோதரியின் கையைப் பற்றி பிடிவாதமாக அழைத்துச் சென்றவள் "நான் இருக்கேன் கிருஷ்ணா! பயப்படாம வெடி" என்று கூற

கிருஷ்ணஜாட்சி வாஞ்சையுடன் தங்கையை பார்த்தவள் "உன்னை நம்பாம நான் வேற யாரை நம்ப போறேன் நீரு?" என்று சொன்னபடி வெடியில் ஊதுபத்தியை வைத்துவிட்டு தங்கையின் கையை பிடித்தபடி

விலகிக் கொள்ள பட்டாசு படபடவென்று வெடிக்க ஆரம்பித்தது.

ரகுநந்தன் இதைக் கண்டு ஹர்சவர்தனிடம் "பார்றா! மன்னி கூட கிராக்கர்ஸ் வெடிக்க ஆரம்பிச்சிட்டா" என்று கேலி செய்ய இரு சகோ-தரிகளும் அவனது கேலியை புறம் தள்ளிவிட்டு வெடி வெடிப்பதைக் கண்டு குழந்தையாய் குதூகலித்தனர்.

அதை ரசித்துக் கொண்டிருந்த பட்டாபிராமனும் சீதாலெட்சுமியும் வழக்கம் போல இந்த சந்தோசத்தைக் காண மதுரவாணியும் மதிவா-ணனும் இல்லையே என்று ஒரு நிமிடம் மனம் வருந்தினாலும் இன்பத்தி-லும் துன்பத்திலும் ஒருவரை ஒருவர் பிரியாமல் எல்லா சூழ்நிலையிலும் ஒருவருக்கொருவர் ஆதரவாக இருந்து சந்தோசம் துக்கம் இரண்டை-யும் சரிபாதியாக அனுபவித்தவர்களான தங்களது பேத்திகள் கிருஷ்ண-ஜாட்சியும் நீரஜாட்சியும் எப்போதும் இதே ஒற்றுமையுடன் சந்தோசமாக வாழவேண்டும் என்று பரந்தாமனிடம் மனமுருக வேண்டிக்கொண்டனர்.

பெற்றோரை இழந்து ஆதரவு தேடி ஸ்ரீனிவாசவிலாசத்தில் கால் வைத்த அவர்கள் இன்று அதே ஸ்ரீனிவாசவிலாசத்தின் மருமகள்களாக உரிமையோடு வலம் வருவதோடு தங்களது இலட்சியத்துக்கான புதுமு-யற்சியையும் தோழியோடு சேர்ந்து ஆரம்பித்து விட்டனர்.

இறைவனின் ஆசியோடும், பெரியவர்களின் ஆசிர்வாதத்தாலும், வாழ்க்கைத்துணைகளின் உறுதுணையோடும் இனி இந்த இரு சகோத-ரிகளின் இல்வாழ்விலும், புதிய வேலை முயற்சிகளிலும் அவர்களுக்கு வெற்றியே கிட்டட்டும் என்று நாமும் அவர்களை மனதார வாழ்த்து-வோம்..

இனிதே நிறைவுற்றது!

www.ingramcontent.com/pod-product-compliance
Lightning Source LLC
LaVergne TN
LVHW050849051026
849532LV00006BA/2179